ഷിജു കല്ലുങ്കൻ

പൂർണ്ണമായ പേര് ഷിജു ദേവസ്യ. 1974 ജനുവരി 7 ന് ഇടുക്കി ജില്ലയിലെ വാഴത്തോപ്പിൽ ജനനം. വാഴത്തോപ്പ് സെന്റ് ജോർജ് ഹൈസ്കൂളിൽ പ്രാഥമിക വിദ്യാഭ്യാസം. എംജി യൂണിവേഴ്സിറ്റിയിൽ നിന്ന് ബിരുദം. 18 വർഷം ആന്ധ്രാപ്രദേശിൽ അദ്ധ്യാപക ജീവിതം. കല്ലുങ്കൽ ദേവസ്യയും മോളിയുമാണ് അച്ഛനുമമ്മയും. ഭാര്യ ജൂബി. രണ്ടു മക്കൾ ആകാശ്, അനീന. ഇപ്പോഴും പ്രവാസിയായി തന്നെ തുടരുന്ന ജീവിതം. വാഴത്തോപ്പിലുള്ള ഭൂമിയാംകുളമാണ് സ്വന്തം ഗ്രാമം.

Malayalam Language
Aaram Nilayile Balcony
(Stories)
by
Shiju Kallumkan
♦
Published in August 2022
by Kairali Books Private Limited
Thalikkavu Road, Kannur.
Ph : 0497-2761200
E-Mail : kairalibooksknr@gmail.com
♦
Cover Design
Prasanth Mangad
♦
Printed at
Printing Park, Tly.

Price ₹ : 220.00
26/22-23/Sl.No.1331/500/NS 18.6
ISBN 978-93-93397-08-9

ആറാംനിലയിലെ ബാൽക്കണി

ഷിജു കല്ലുങ്കൻ

കൈരളി ബുക്സ്

ഉള്ളടക്കം

ആറാം നിലയിലെ ബാൽക്കണി

നിർത്താതെയുള്ള കോളിങ് ബെല്ലിന്റെ ശബ്ദം കേട്ടിട്ടാണ് സാറ വാതിൽ തുറന്നത്.

മുന്നിൽ അപ്പാർട്ടുമെന്റിന്റെ ഗേറ്റിലെ സെക്യൂരിറ്റിയാണ്.

അയാളുടെ കയ്യിലെ മനോഹരമായ ചെറിയ ബൗളിലെ വെള്ളത്തിൽ രക്തവർണ്ണത്തിലുള്ള ചിറകുകൾ വിരിച്ച് ഒരു കുഞ്ഞു മീൻ നീന്തിക്കളിക്കുന്നുണ്ടായിരുന്നു.

സാറ ചോദ്യാർത്ഥത്തിൽ അയാളുടെ മുഖത്തേക്കു നോക്കി.

'കണ്ടപ്പം ഒരിഷ്ടം തോന്നി വാങ്ങിയതാ മോളേ... രണ്ടെണ്ണമുണ്ടായിരുന്നു. ദാ ഇന്നു നോക്കീപ്പോ ഒരെണ്ണം ചത്തു കിടക്കുന്നു. എനിക്കിതിനെയെങ്ങും നോക്കാൻ അറിയില്ലന്നെ...!!'

അയാൾ കയ്യിലിരുന്ന ബൗൾ അവൾക്കു നേരെ നീട്ടിപ്പിടിച്ചു.

സാറ ഒന്നും പറഞ്ഞില്ല, പക്ഷേ അതിനിപ്പോ ഞാനെന്തു വേണം എന്ന ചോദ്യം അവളുടെ മുഖത്തുണ്ടായിരുന്നു. അതിനു മറുപടിയെന്നോണം അയാളൊന്നു ചിരിച്ചു.

കണ്ണുകൾ അല്പം ഇറുക്കിപ്പിടിച്ചു ചിരിച്ചപ്പോൾ പാതിയോളം നര വീണു വായിലേക്ക് ഇറങ്ങി വളർന്നിരുന്ന മീശയ്ക്കിടയിലൂടെ അയാളുടെ വെളുത്ത പല്ലുകൾ കാണാമായിരുന്നു.

'മോളു നോക്കിക്കോളാമോ... ഇതിനെ? പുറത്തു വച്ചാൽ വല്ല പട്ടിയോ പൂച്ചയോ തിന്നിട്ടു പോകും.'

സാറയ്ക്ക് ദേഷ്യം വന്നു.

ഇയാൾക്കിതെന്തിന്റെ സൂക്കേടാ... എനിക്ക് പണിയൊന്നുമില്ലെന്നോർത്ത് ഇറങ്ങിയേക്കുവാണോ? എന്നു ചോദിക്കണമെന്നുണ്ടായിരുന്നു അവൾക്ക്. പക്ഷേ ഒന്നും പറഞ്ഞില്ല.

അവളുടെ ഭാവമാറ്റം കണ്ടപ്പോൾ അയാളുടെ മുഖം മങ്ങി. അൽപനേരം പതറി നിന്നിട്ട് ഒന്നും പറയാതെ വാതിലിന്റെ മുന്നിൽ ആ ബൗൾ വച്ച് അയാൾ നടന്നു പോയി.

കോറിഡോറിലെങ്ങും മാറ്റാരുമില്ലായിരുന്നു. അയാൾ നടന്ന് ലിഫ്റ്റി

ന്റെ അടുത്തെത്തുന്നതുവരെ നോക്കി നിന്നിട്ട് സാറ വാതിലടച്ച് പിന്തിരിഞ്ഞു നടന്നു.

ലിവിങ് റൂമിലെ സോഫയിലേക്ക് ചാരിക്കിടന്നുകൊണ്ട് അവളോർത്തു, ഇനിയെന്താണ് ചെയ്യാനുള്ളത്...?

എന്തു ചെയ്യാൻ...?

സേവിച്ചൻ ഓഫീസിലേക്കു പോയിക്കഴിഞ്ഞാൽ എന്നും ഇങ്ങനെയൊക്കെത്തന്നെയാണ്.

രാവിലത്തെ ബ്രേക്ക്ഫാസ്റ്റിന്റെയൊപ്പം തന്നെ ഉച്ചക്കത്തേക്കുള്ള ഫുഡും റെഡിയാക്കിക്കൊടുത്തു വിടേണ്ടതുകൊണ്ട് അതിരാവിലെ എഴുന്നേറ്റ് ഓരോട്ടമാണ്. സേവിച്ചൻ പോകാൻ ഇറങ്ങുമ്പോഴേക്കും വീട്ടിലെ പണികൾ മിക്കവാറും തീർന്നിരിക്കും. ഇനി വൈകുന്നേരം വരെ അപ്പാർട്ടുമെന്റിൽ ഒറ്റയ്ക്കിരിക്കണം.

മാസത്തിൽ ഒരിക്കൽ കുട്ടികൾ രണ്ടാളും ഹോസ്റ്റലിൽ നിന്നു വരുമ്പോഴാണ് വീടിനൊരു ജീവൻ വയ്ക്കുന്നത്.

മേശപ്പുറത്തിരുന്നു മൊബൈൽ ബെല്ലടിക്കാൻ തുടങ്ങി. എഴുന്നേറ്റു രണ്ടടി നടന്ന് മേശയുടെ അടുത്തു ചെന്ന് ഫോൺ എടുക്കാൻ പോലും സാറയ്ക്ക് മടി തോന്നി. കുറച്ചു നാളായി താൻ ഇങ്ങനെയൊക്കെത്തന്നെയാണെന്ന് അവൾ ഓർത്തു.

ഫോണിൽ അമ്മയായിരുന്നു. എടുക്കണോ വേണ്ടയോയെന്ന് രണ്ടുവട്ടം ആലോചിച്ചു.

വേണ്ട.... അമ്മയ്ക്ക് പ്രത്യേകിച്ചൊന്നും പറയാനുണ്ടാവില്ല. വീട്ടിലെയും നാട്ടിലെയും ആരുടെയെങ്കിലുമൊക്കെ കുറേ കാര്യങ്ങൾ. ഈയിടെയായി ഒന്നും കേൾക്കാൻ താല്പര്യം തോന്നാറില്ല. അതുകൊണ്ടു തന്നെ ആരേയും അങ്ങോട്ടു വിളിക്കാറുമില്ല.

അവൾ ലിവിങ് റൂമിൽ നിന്നുള്ള ഗ്ലാസ്സ് ഡോർ തുറന്ന് ബാൽക്കണിയിലേക്കിറങ്ങിയിരുന്നു. നേരം പതിനൊന്നു മണിയാകുന്നതേയുള്ളു. എന്നിട്ടും തെളിയുന്ന വെയിലിനു കത്തുന്ന ചൂടാണ്.

അപ്പാർട്ട്മെന്റിന്റെ ആറാം നിലയിലുള്ള ആ ബാൽക്കണിയിൽ നിന്നു നോക്കിയാൽ നഗരത്തിന്റെ വലിയൊരു ഭാഗം കാണാം.

നാട്ടിൻപുറത്തിന്റെ പച്ചപ്പിൽ നിന്ന് സേവിച്ചൻ കല്യാണം കഴിച്ച് ഇങ്ങോട്ടു കൊണ്ടു വരുമ്പോൾ സാറായ്ക്ക് അതൊരു അത്ഭുതക്കാഴ്ച്ച തന്നെയായിരുന്നു.

നഗരത്തിന്റെ തിരക്കിനെ ഒട്ടും തിരക്കില്ലാതെ ദൂരെയൊരിടത്തിരുന്ന് നോക്കിക്കാണുക! പക്ഷേ ഇന്ന് അതൊരു മടുപ്പിക്കുന്ന ദൃശ്യം മാ

ത്രം! എന്നിട്ടും പകൽനേരങ്ങളിൽ സാറ ഏറ്റവും കൂടുതൽ സമയം ചിലവഴിക്കുന്നത് ഈ ബാൽക്കണിയിൽ തന്നെയായിരുന്നു.

വെറുതെ ദൂരങ്ങളിലേക്ക് നോക്കിയിരിക്കും, മനസ്സിൽ പതിയാത്ത ഒരുപാടു കാഴ്ചകൾ കണ്ണിലൂടെ മാറിമറിഞ്ഞു പൊയ്ക്കൊണ്ടേയിരിക്കും.

അപ്പാർട്ടുമെന്റിന്റെ ഗേറ്റിനു മുന്നിലെത്തിയ ഒരു കാർ ഉച്ചത്തിൽ ഹോണടിക്കാൻ തുടങ്ങി. സെക്യൂരിറ്റി ഇറങ്ങിവന്ന് ഗേറ്റ് തുറന്ന് വാഹനത്തെ ഉള്ളിലേക്ക് കടത്തി വിടുമ്പോൾ ഡ്രൈവിംഗ് സീറ്റിലിരുന്നയാൾ വണ്ടി നിർത്തി അയാളോടെന്തോ പറഞ്ഞു.

ഈ വയസ്സൻ സെക്യൂരിറ്റിയായി വന്നിട്ട് രണ്ടോ മൂന്നോ ആഴ്ചകൾ മാത്രമേ ആയിട്ടുള്ളൂ. അതിനു മുൻപ് ഒരു ചെറുപ്പക്കാരനായിരുന്നു. സേവിച്ചൻ വാങ്ങിക്കൊണ്ടു വരുന്ന സാധനങ്ങൾ മിക്കവാറും ഫ്ലാറ്റിൽ എത്തിച്ചു തരുന്നത് അവനായിരുന്നു.

കാർ അകത്തേക്കു പോയിക്കഴിഞ്ഞപ്പോൾ ഗേറ്റടച്ചിട്ട് തന്റെ ക്യാബിനിലേക്കു തിരിഞ്ഞു നടക്കുന്നതിനിടയിൽ ആ വയസ്സൻ പെട്ടെന്നു നിന്നു. അയാളുടെ നോട്ടം നേരെ വീണത് ആറാം നിലയിലെ ബാൽക്കണിയിലേക്കായിരുന്നു.

പെട്ടെന്ന് ഒഴിഞ്ഞു മാറാൻ സാറായ്ക്ക് കഴിഞ്ഞില്ല. ഒരു നിമിഷം നോട്ടങ്ങൾ തമ്മിൽ ഉടക്കി.

വീടിനുള്ളിലേക്കു തിരിഞ്ഞു നടക്കുമ്പോൾ അവൾ ഓർത്തു, ആ മീൻ കുഞ്ഞിനെ വാതിൽക്കൽ വച്ചിട്ടാണ് അയാൾ പോയത്!

സാറ നേരെ മുൻവശത്തെ വാതിലിനു നേരെ നടന്നു. ബൗൾ അവിടെത്തന്നെ ഭദ്രമായി ഇരിപ്പുണ്ട്. അവൾ കയ്യിലെടുത്തപ്പോൾ അതിനുള്ളിലെ കുഞ്ഞുമീൻ തുള്ളിക്കളിക്കാൻ തുടങ്ങി.

ലിവിങ് റൂമിൽ ടി വിയുടെ അരികിലുള്ള ചെറിയ സ്റ്റാൻഡിന്മേൽ അവൾ ബൗൾ വച്ചു.

ഇതിന് എന്താണ് തീറ്റ കൊടുക്കുക?

നാട്ടിൽ വീടിനടുത്തുള്ള കുളത്തിൽ നിറയെ മത്സ്യങ്ങളുണ്ടായിരുന്നു. കുളത്തിലെ പായലും മറ്റും ഭക്ഷിച്ചു ജീവിച്ചിരുന്ന അവയ്ക്ക് എന്തെങ്കിലും തീറ്റ കൊടുത്തിരുന്നതായി ഓർക്കുന്നില്ല. പക്ഷേ ഇത് അങ്ങനല്ലല്ലോ, തെളിഞ്ഞ വെള്ളം മാത്രം!

ആരോടാണിപ്പോ ചോദിക്കുക? അപ്പാർട്ടുമെന്റിൽ ഒരുപാടു താമസക്കാർ ഉണ്ടെങ്കിലും ആരുമായും സാറയ്ക്ക് അത്ര അടുപ്പമൊന്നുമില്ല. മിക്കവാറും എല്ലാവരും ടി വി സീരിയലുകളും മൊബൈലുമായി അവരവരുടെ ലോകത്തേക്ക് ഒതുങ്ങിക്കൂടുന്നവരാണ്.

മക്കൾക്ക് അറിയുമായിരിക്കും! പക്ഷേ വൈകിട്ട് സ്കൂളിൽ നിന്ന് ഹോസ്റ്റലിലെത്തി അവർ ഫോൺ ചെയ്യുംവരെ ഇതിനെയെങ്ങനെയാണ് പട്ടിണിക്കിടുക!

അവൾ ഫോണെടുത്ത് സേവിച്ചനെ വിളിച്ചു. ഒറ്റ റിങ്ങിനു തന്നെ അയാൾ ഫോണെടുത്തു.

'ഹലോ സാറാ....!' പെട്ടെന്ന് സാറയുടെ കോൾ വന്നപ്പോൾ അയാൾ പരിഭ്രമിച്ചു പോയി.

വിവാഹം കഴിഞ്ഞു വന്ന സമയത്ത് സേവിച്ചൻ ഓഫീസിൽ പോയാൽ ഒരു ദിവസം പലവട്ടം ഫോൺ ചെയ്തില്ലെങ്കിൽ സാറയ്ക്ക് സമാധാനംകിട്ടില്ലായിരുന്നു. കണ്ടതും കേട്ടതുമായി ഒരുപാടു കാര്യങ്ങൾ അവൾ പറയും സേവിച്ചൻ ക്ഷമയോടെ കേൾക്കും.

പിന്നെപ്പിന്നെ സേവിച്ചന് ജോലിത്തിരക്കു കൂടിക്കൂടി വന്നു. അയാൾക്ക് കേൾക്കാനുള്ള ക്ഷമ കുറഞ്ഞതോടെ സാറയുടെ വിളികളുടെ എണ്ണവും കുറഞ്ഞു.

ഇപ്പോൾ എന്തെങ്കിലും വളരെ അത്യാവശ്യം ഉണ്ടെങ്കിൽ മാത്രമേ അവൾ ഫോൺ ചെയ്യാറുള്ളൂ.

'സാറാ.... എന്താ ഒന്നും മിണ്ടാത്തത്..? എന്തുപറ്റി നിനക്ക്...?'

'അതേയ്... ഈ മീനിന് എന്തു തീറ്റയാണ് കൊടുക്കുന്നതെന്നു നിങ്ങൾക്കറിയാമോ...?'

സേവിച്ചൻ ഫോൺ ചെവിയിൽ നിന്നെടുത്ത് ഒന്നുകൂടി സ്ക്രീനിൽ നോക്കി അതു സാറ തന്നെയാണെന്ന് ഉറപ്പു വരുത്തി.

'നീയെവിടെയാ.... കടൽ കാണാൻ പോയോ...?' സേവിച്ചന്റെ വാക്കുകളിൽ കുസൃതി നിറഞ്ഞു.

'കടലിലെ മീനിനല്ല മനുഷ്യാ... ചെറിയൊരു ബൗളിൽ കിടക്കുന്ന ഒരു മീൻ കുഞ്ഞിന് എന്താണ് തീറ്റ കൊടുക്കുന്നതെന്ന്....?' സാറയ്ക്ക് ശുണ്ഠി കയറി.

പക്ഷേ സേവിച്ചന് വലിയ സന്തോഷമായിരുന്നു. വളരെ നാളുകൾക്കു ശേഷമാണ് അവർ തമ്മിൽ അങ്ങനെയൊരു സംഭാഷണം നടക്കുന്നത്. സാറ മീനിന്റെ ചരിത്രം മുഴുവൻ വിവരിച്ചു.

'ഓക്കെ.... ഞാൻ ഓഫീസിൽ നിന്നും വരുമ്പോൾ ഏതെങ്കിലുമൊരു പെറ്റ് ഷോപ്പിൽ കയറി തീറ്റ വാങ്ങി വരാം...'

'നിങ്ങൾ വൈകിട്ടല്ലേ വരൂ....?'

'അത്രയും നേരം ഇതിനെ പട്ടിണിക്കിടാനോ...?' സാറയ്ക്ക് അതിഷ്ടമായില്ല.

അര മണിക്കൂറിനുള്ളിൽ സേവിച്ചന്റെ കാർ അപ്പാർട്ടുമെന്റിന്റെ പാർക്കിങ് ഏരിയയിൽ എത്തി നിന്നു. കഴിഞ്ഞ കുറേ വർഷങ്ങൾക്കിടയിൽ ആദ്യമായിട്ടായിരുന്നു ജോലിത്തിരക്കുകൾ മാറ്റിവച്ച് അയാൾ നേരത്തേ വീട്ടിലെത്തുന്നത്.

'ഞാനിന്ന് വീണ്ടും പെറ്റ് ഷോപ്പിൽ വരെ പോകുന്നുണ്ട്.' പിറ്റേന്ന് ഓഫീസിലേക്ക് പോകാനിറങ്ങുമ്പോൾ സേവിച്ചൻ പറഞ്ഞു.

'എന്തിന്....?' മീനിനു തീറ്റ കൊടുത്തുകൊണ്ടു നിൽക്കുകയായിരുന്ന സാറ തിരിഞ്ഞു നോക്കി.

'ഇതിന് ഒരു ഇണയെ കിട്ടുമെങ്കിൽ വാങ്ങിക്കൊണ്ടു വരാം...!'

സേവിച്ചൻ അവളുടെ ഉത്സാഹം കണ്ടിട്ടു പറഞ്ഞു.

'വേണ്ട,... ഇതൊരെണ്ണം മതി.....! കൂടെ ആളുള്ളപ്പോൾ ആർക്കും ഒറ്റയ്ക്കായിപ്പോകുന്നവരെ മനസ്സിലാക്കാൻ കഴിയില്ല. എനിക്കു കൂട്ട് ഇവനും ഇവനു കൂട്ട് ഞാനും.'

ചുവന്ന പട്ടു പാവാട പോലെയുള്ള ചിറകുകൾ വിരിച്ച് വെള്ളത്തിലൂടെ പതിയെപ്പതിയെ നീന്തുന്ന മീനിനെത്തന്നെ നോക്കിയിരുന്നുകൊണ്ട് സാറ പറഞ്ഞു.

അവൾ അർത്ഥം വച്ചു പറഞ്ഞതാണെന്നു മനസ്സിലായിട്ടും സേവിച്ചൻ ചിരിച്ചുകൊണ്ടാണ് പുറത്തേക്കിറങ്ങിപ്പോയത്.

ഒരാഴ്ച്ചയോളം കഴിഞ്ഞപ്പോൾ സാറ ശ്രദ്ധിച്ചു. മീൻ കുഞ്ഞിന് പഴയ ഉത്സാഹമൊന്നുമില്ല. തീറ്റ കൃത്യമായിട്ടു കൊടുത്തിട്ടും വെള്ളം സമയത്തിനു മാറിയിട്ടും ബൗളിന്റെ ഏതെങ്കിലും ഒരരുകിൽ അനങ്ങാതെ നിൽക്കും.

പക്ഷേ ആ വെള്ളിയാഴ്ച വൈകുന്നേരം ഹോസ്റ്റലിൽ നിന്ന് കുട്ടികൾ വീട്ടിലെത്തിയതോടെ കാര്യങ്ങൾ മാറി മറിഞ്ഞു.

'വൂ..... ഇറ്റ്സ് എ ഫൈറ്റർ.....!!' മീൻ കുഞ്ഞിനെ കണ്ടതും മോൾ ആർത്തു വിളിച്ചു.

സാറയ്ക്ക് കാര്യം പിടികിട്ടിയില്ല.

'മമ്മീ ഈ ഫിഷിന്റെ പേരാണ് ഫൈറ്റർ..!' മോൻ വിവരിച്ചു കൊടുത്തു.

'ഡാഡി, പക്ഷേ ഇതിനൊരു പെയർ വേണ്ടേ....?' മോൾ സേവിച്ചനെ നോക്കി.

'ആഹ്.... ഞാൻ നിന്റെ മമ്മിയോടു പറഞ്ഞതാ... അപ്പൊ അവൾക്ക് ഒരെണ്ണം മതിയെന്ന്.' സേവിച്ചൻ ഒഴുക്കൻ മട്ടിൽ മറുപടി പറഞ്ഞു.

പിറ്റേന്ന് മക്കളുടെ നിർബന്ധത്തിനു വഴങ്ങിയത് അവരെല്ലാവരും കൂടി ടൗണിലെ പെറ്റ് ഷോപ്പിൽ എത്തിയത്.

ഏതോ മായിക ലോകത്തിൽ ചെന്നതുപോലെ സാറ ചുറ്റും നോക്കി.

പല നിറത്തിലും വലുപ്പത്തിലുമുള്ള ഒരുപാടു മത്സ്യങ്ങൾ ചെറിയ ഫിഷ് ടാങ്കുകളിലും അക്വേറിയങ്ങളിലുമായി നീന്തിത്തുടിക്കുന്നു!

മറ്റൊരു വശത്ത് കൂടുകളിൽ പല വർണ്ണത്തിൽ ലവ് ബേർഡ്സ്!

പെറ്റ് ഷോപ്പിന്റെ ഒരു വശം അലങ്കാരച്ചെടികൾ കൊണ്ടു നിറഞ്ഞിരുന്നു.

കുഞ്ഞു മീനിന് ഒരു ജോഡിയെ വാങ്ങാൻ പോയി തിരിച്ചെത്തിയ സാറയുടെ കയ്യിൽ വലിയൊരു ഫിഷ് ടാങ്കും അതിൽ നിറയെ വർണ്ണ മത്സ്യങ്ങളും, ഒരു കൂട്ടിൽ പല വർണ്ണങ്ങളിൽ ലവ് ബേർഡ്സും പിന്നെ ഓർക്കിഡും ആന്തൂറിയവും ബോൻസായി മരങ്ങളും ഉണ്ടായിരുന്നു. ഒപ്പം ചുവപ്പു ഫൈറ്ററിന് ഒരു വെളുത്ത സുന്ദരിക്കൂട്ടുകാരിയും.

രണ്ടു ദിവസത്തെ അവധി കഴിഞ്ഞ് കുട്ടികൾ മടങ്ങിപ്പോയതും സേവിച്ചൻ ഓഫീസിൽ പോകുന്നതുമൊന്നും സാറയെ കാര്യമായി ബാധിച്ചില്ല.

അവൾ മറ്റൊരു ലോകത്തായിരുന്നു. ഒച്ച വയ്ക്കുന്ന സ്നേഹക്കുരുവികളോട് കിന്നാരം പറഞ്ഞു!

ഫിഷ് ടാങ്കിനുൾ വശം പല നിറത്തിലുള്ള കല്ലുകളും സസ്യങ്ങളും വച്ച് അലങ്കരിച്ചു!

അതുവരെ ശൂന്യമായിരുന്ന ആറാം നിലയിലെ ബാൽക്കണി ആന്തൂറിയവും, ഓർക്കിഡും, കാക്റ്റസും ബോൻസായി മരങ്ങളും ചേർന്നപ്പോൾ മറ്റൊരു വർണ്ണ പ്രപഞ്ചമായി.

ഒന്നും ചെയ്യാനില്ലാത്ത പകലുകൾക്കു പകരം തിരക്കിന്റെയും സംതൃപ്തിയുടെയും പകലുകൾ സാറയ്ക്കു മുന്നിൽ വിരുന്നു വന്നു.

അമ്മയെ മാത്രമല്ല തന്റെ കയ്യിൽ ഫോൺ നമ്പർ ഉണ്ടായിരുന്ന എല്ലാവരെയും വിളിച്ച് സാറ സംസാരിക്കുമ്പോൾ അവളുടെ ശബ്ദത്തിലെ പഴയ പ്രസരിപ്പു തിരിച്ചറിഞ്ഞ് അമ്മയുടെ കണ്ണുകൾ നിറഞ്ഞു.

സാറയുടെ സന്തോഷം വീട്ടിലെ ഭക്ഷണത്തിന്റെ രുചികളിൽ നിറയാൻ തുടങ്ങി. വീട്ടിനുള്ളിലെ ശൂന്യത മാറി പുതിയ അന്തരീക്ഷം വന്നപ്പോൾ സേവിച്ചന് ജോലി കഴിഞ്ഞ് വീട്ടിലെത്താനുള്ള തിടുക്കം കൂടി. ഓരോ വർണ്ണ മത്സ്യങ്ങളെക്കുറിച്ചും കിളികളെയും ചെടികളെയും കുറിച്ച് സാറ വാതോരാതെ സംസാരിക്കുമ്പോൾ അയാൾ സന്തോഷത്തോ

ടെ കേട്ടിരുന്നു.

ഒരു ദിവസം ഉച്ച തിരിഞ്ഞ നേരം. ബാൽക്കണിയിലെ ഒരു ബോൻസായിച്ചെടിയിലെ പഴുത്തു തുടങ്ങിയ ഇലകൾ പറിച്ചു മാറ്റുകയായിരുന്ന സാറ. അശ്രദ്ധമായ ഒരു നോട്ടം ഒരു നിമിഷം അപ്പാർട്ടുമെന്റിന്റെ ഗേറ്റിനരുകിലുള്ള സെക്യൂരിറ്റി കാബിനിലെത്തി നിന്നു.

ഗേറ്റിനരുകിൽ യൂണിഫോമിൽ പഴയ സെക്യൂരിറ്റി ചെറുപ്പക്കാരൻ!

അപ്പോൾ ആ വയസ്സൻ സെക്യൂരിറ്റി എവിടെപ്പോയി?

താൻ അങ്ങോട്ടൊക്കെ ശ്രദ്ധിച്ചിട്ടുതന്നെ ഒരുപാടു നാളുകളായിയെന്ന് സാറ ഓർത്തു.

സെക്യൂരിറ്റി അവളെ നോക്കി ചിരിച്ചിട്ട് സല്യൂട്ട് ചെയ്തു. അവൾ പോലും അറിയാതെ അവളുടെ കയ്യും ഉയർന്നു.

ബാൽക്കണിയിൽ നിന്ന് വീടിനുള്ളിലേക്കു വന്നിട്ടും അവളുടെ ചിന്ത ആ വയസ്സൻ സെക്യൂരിറ്റിയെപ്പറ്റിത്തന്നെയായിരുന്നു.

കുറേ നേരത്തെ ആലോചനയ്ക്കു ശേഷം അവൾ ഫ്ലാറ്റിന്റെ വാതിൽ ലോക്കു ചെയ്ത് താഴേക്കു ചെന്നു.

ക്യാബിനുനേരെ സാറ നടന്നു വരുന്നതു കണ്ടപ്പോഴേ സെക്യൂരിറ്റി ഓടിയെത്തി.

'എന്താ മാഡം....? എന്തെങ്കിലും വേണോ..?'

'ഇവിടെയൊരു പ്രായമുള്ളയാൾ ഉണ്ടായിരുന്നില്ലേ...? അയാളെവിടെ?'

സെക്യൂരിറ്റിയുടെ മുഖം മങ്ങി.

'എന്താ മാഡം....? എന്തെങ്കിലും പ്രശ്നമുണ്ടോ..?'

'ഹേയ്.... ഒന്നുമില്ല... അയാളെവിടെ?'

'അതെന്റെ അമ്മാവനായിരുന്നു മാഡം. എന്റെ അമ്മയുടെ നേരെ ഇളയ ആങ്ങള. എന്റെ ഭാര്യ ആശുപത്രിയിലായിരുന്നു, പ്രസവത്തിന്. ഞാൻ പോയപ്പോ പകരം നിർത്തിയതാ...'

'അയാളെവിടെ...? തിരിച്ചുപോയോ?'

'ഉം... തിരിച്ചു പോയി... പക്ഷേ ആളിപ്പോ എവിടെയുണ്ടെന്ന് പറയാൻ പറ്റില്ല!'

'അതെന്തേ അയാൾക്കു വീടൊന്നുമില്ലേ...?'

'അയ്യോ, വീടൊക്കെയുണ്ട്. പക്ഷേ കുറച്ചു നാളായി അമ്മാവൻ അങ്ങനെയാണ്... ഇവിടെ നിർത്തിയപ്പോഴും എത്ര ദിവസം നിൽക്കുമെന്ന് യാതൊരു ഉറപ്പുമില്ലായിരുന്നു. പക്ഷേ എന്തോ കക്ഷി പിടിച്ചു നിന്നു.'

സാറയ്ക്ക് അവന്റെ മറുപടിയിൽ അത്ര തൃപ്തി തോന്നിയില്ല. ഇനിയും എന്തൊക്കെയോ ചോദിക്കാനും അറിയാനുമുള്ളതു പോലെ.

'അമ്മാവൻ ഇങ്ങനെയൊന്നും ആയിരുന്നില്ല മാഡം....!'

അവളുടെ മുഖത്തെ സന്ദേഹം കണ്ടിട്ട് സെക്യൂരിറ്റി പറഞ്ഞു.

'പിന്നെ എന്തുപറ്റി...?'

സെക്യൂരിറ്റി ക്യാബിന്റെ പിൻവശത്ത് രണ്ടാൾ ഉയരത്തിൽ മാത്രം വളർന്ന് ചുറ്റും പടർന്നു നിന്നിരുന്ന ഗുൽമോഹർ മരത്തിന്റെ തണലിലേക്ക് മാറി നിന്നുകൊണ്ട് സാറ ചോദിച്ചു.

'ഗായത്രി, അമ്മാവന്റെ മകളായിരുന്നു. ഒരേ ഒരു മകൾ. രണ്ടു കൊല്ലം മുൻപ് അവൾക്ക് ഒരു വിവാഹാലോചന വന്നു. ചെറുക്കൻ ഗൾഫിൽ ഡ്രൈവറാണ്. അവധിക്കു വന്ന സമയം.

കല്യാണം കഴിഞ്ഞാൽ അവളെയും കൊണ്ടുപോകും എന്നറിഞ്ഞപ്പോൾ ഞങ്ങൾക്കെല്ലാം സന്തോഷമായി. പെട്ടെന്നായിരുന്നു എല്ലാം. കല്യാണം കഴിഞ്ഞു, അവൻ ഗായത്രിയെയും കൊണ്ട് തിരിച്ചു പോയി.

അവിടെ ഒരു ചെറിയ നഗരത്തിലെ ഒരു പഴയ കെട്ടിടത്തിലെ ഒറ്റമുറി വീട്ടിലായിരുന്നു അവനും അവളും താമസിച്ചിരുന്നത്.

ഞങ്ങളൊക്കെ പാവങ്ങളല്ലേ മാഡം. ഏതു സാഹചര്യത്തിലും അഡ്ജസ്റ്റ് ചെയ്തു ജീവിക്കാൻ ഞങ്ങൾക്കറിയാം.'

അയാൾ സാറയെ നോക്കി.

'നിന്റെ പേരെന്താ...?' സാറ ചോദിച്ചു.

'ദീപു..... പക്ഷേ കുട്ടായീന്നാ എല്ലാരും വിളിക്കുന്നേ...' അവൻ ചിരിച്ചു.

'ഗായത്രി ഇപ്പൊ എവിടെയാ...?'

'അത്........ അവിടെയൊരു കമ്പനീല് ട്രക്ക് ഡ്രൈവർ ആയിരുന്നു അവളുടെ ഭർത്താവു സുരേഷ്. ചിലപ്പോൾ കമ്പനിയിൽ നിന്ന് ഓട്ടം പോയാൽ തിരിച്ചെത്താൻ ഒന്നും രണ്ടും ദിവസങ്ങൾ എടുക്കും.

ആ സമയമെല്ലാം ചുട്ടുപൊള്ളുന്ന ചൂടിൽ അടച്ചിട്ട ഒറ്റ മുറിയിൽ അവൾ തനിച്ചായിരുന്നു.'

'അതെന്താ അവിടെ മലയാളികൾ ആരുമില്ലേ...? അവൾക്കു പുറത്തിറങ്ങി ആരെങ്കിലുമൊക്കെയായി മിണ്ടീം പറഞ്ഞും ഇരുന്നു കൂടായിരുന്നോ?' സാറ ഇടയ്ക്കു കയറി.

'ഞങ്ങടെ ഗായത്രി സുന്ദരിയായിരുന്നു മാഡം, വെറും സുന്ദരിയല്ല അതിസുന്ദരി. അവൾ പുറത്തിറങ്ങിയാൽ ആരുടെയെങ്കിലും കണ്ണ് അവളുടെ മേൽ പതിഞ്ഞെങ്കിലോയെന്നു ഭയപ്പെട്ട് അവളെ മുറിക്കുള്ളി

ലാക്കി മുറി വെളിയിൽ നിന്നും പൂട്ടിയിട്ടായിരുന്നു സുരേഷ് ജോലിക്കു പോയ്ക്കൊണ്ടിരുന്നത്.

ആകെ ഒരു ഫോൺ ഉള്ളത് അവന്റെ കയ്യിലായിരുന്നു. ഇടയ്ക്കൊക്കെ അവൾ നാട്ടിലേക്കു വിളിക്കുമ്പോൾ എനിക്ക് ഇവിടെ നിൽക്കണ്ട നാട്ടിലേക്കു പോന്നാൽ മതിയെന്ന് അവൾ പറയുമായിരുന്നു. അപ്പോഴൊക്കെ ഞങ്ങളെ പിരിഞ്ഞു നിൽക്കുന്നതിന്റെ സങ്കടമായിരിക്കുമെന്ന് ഞങ്ങളോർത്തു.

ഒരു ദിവസം ഫോൺ മുറിയിൽ വച്ചു മറന്ന് സുരേഷ് ജോലിക്കു പോയി. അന്നാണ് ഞങ്ങളുടെ ഗായത്രിയുടെ ശരിക്കുള്ള അവസ്ഥ ഞങ്ങൾ മനസ്സിലാക്കുന്നത്.

നാട്ടുകാർ ഇടപെട്ട് അവിടെയുള്ള മലയാളികളുമായി ബന്ധപ്പെട്ട് ഒരുവിധത്തിൽ ഞങ്ങൾ അവളെ തിരികെ നാട്ടിൽ എത്തിച്ചു.

കത്തുന്ന ചൂടിലും സൂര്യപ്രകാശമേൽക്കാതെ വിളറി വെളുത്തു പോയ വല്ലാത്തൊരു രൂപമായിരുന്നു അന്നവൾ. തിരികേ നാട്ടിൽ എത്തിയിട്ടും ഗായത്രി ആരോടും മിണ്ടാൻ കൂട്ടാക്കിയില്ല.

ഒറ്റയ്ക്ക് ഒരു മുറിയിൽ കയറി വാതിലടച്ചിരിക്കും. അവൾക്ക് എല്ലാവരെയും ഭയമായിരുന്നു.

തിരിച്ചെത്തുമ്പോൾ നാലു മാസം ഗർഭിണിയായ അവൾ കടുത്ത വിഷാദരോഗത്തിനടിമയാണെന്ന് വൈകാതെ ഞങ്ങളറിഞ്ഞു.

രണ്ടു മാസക്കാലം നിരന്തരമായ പരിചരണവും കൗൺസിലിംഗും അവളിൽ വളരെയധികം മാറ്റങ്ങൾ വരുത്തി.

ഒരു ദിവസം അവളെക്കാണാൻ സുരേഷെത്തി.

അമ്മാവൻ പുറത്തു പോയിരുന്നു. അമ്മായി വീടിനോടു ചേർന്നുള്ള അരുവിയിൽ തുണി കഴുകുകയായിരുന്നു.

സുരേഷിനെക്കണ്ട് ഗായത്രി ഓടി മുറിയിൽ കയറി വാതിലടച്ചു. ഒരുപാടു തവണ മുട്ടിയിട്ടും തുറക്കാതെ വന്നപ്പോൾ അവൻ വെളിയിൽ വന്ന് തുണി കഴുകിക്കൊണ്ടിരുന്ന അമ്മായിയുടെ അടുത്തു ചെന്നു സംസാരിച്ചിരുന്നു.

കുറേ നേരം കഴിഞ്ഞ് അവർ തിരിച്ചെത്തിയിട്ടും ഗായത്രി വാതിൽ തുറന്നില്ല. അവർ ബലം പ്രയോഗിച്ചു വാതിൽ തുറന്നു.

വീടിനരുകിലുള്ള അരുവിയിലൂടെ നീന്തിക്കളിക്കുന്ന മീൻകുഞ്ഞുങ്ങളെ കച്ചത്തോർത്തു കൊണ്ട് വീശിപ്പിടിക്കുന്ന മോൾക്കു കൊടുക്കാൻ വഴിയരുകിൽ നിന്ന് രണ്ടു മനോഹര മത്സ്യങ്ങളെ വാങ്ങിക്കൊണ്ട് വീട്ടിലേക്കു വന്നതായിരുന്നു അമ്മാവൻ.

മലർക്കെതുറന്ന വാതിലിനു മുന്നിൽ അമ്മാവന്റെ കയ്യിലിരുന്ന പ്ലാസ്റ്റിക് കവർ താഴെ വീണു പൊട്ടി ജീവനു വേണ്ടി രണ്ടു മീനുകൾ പിടയുമ്പോൾ വീടിനുള്ളിൽ ജീവനില്ലാതെ തൂങ്ങിയാടുകയായിരുന്നു ഗായത്രി! പൊലിഞ്ഞു പോയത് ഒന്നല്ലായിരുന്നു രണ്ടു ജീവനുകൾ!'

ദീപുവിന്റെ കണ്ണുകളിൽ നിന്നും നീർച്ചാലുകൾ പടർന്നിറങ്ങുമ്പോൾ ചലനമറ്റു നിൽക്കുകയായിരുന്നു സാറ.

'പിന്നെ അമ്മാവൻ ആരോടും മിണ്ടിയിട്ടില്ല. എന്തു പറഞ്ഞാലും കേൾക്കും. പക്ഷേ പറയുന്നതൊന്നും അനുസരിക്കില്ല... കുറച്ചു കാലം സ്ഥിരമായി നിന്നത് ഇവിടെയാണെന്നു തോന്നുന്നു!!' അയാൾ കണ്ണുകൾ തുടച്ചു.

സാറ ഇടറുന്ന കാലുകളോടെ തിരിഞ്ഞു നടന്നു.

'ആഹ്.... ചേച്ചി പറയാൻ മറന്നു... ആറാം നിലയിലെ ബാൽക്കണി നല്ല ഭംഗിയായിട്ടുണ്ട്ട്ടോ....' ദീപു പിന്നിൽ നിന്നും വിളിച്ചു പറഞ്ഞു.

അവൾ മുകളിലേക്കു നോക്കി. തന്റെ ബാൽക്കണിയിലേക്ക്. ദൂരെ നിന്നേ കാണാം നല്ല ഭംഗിയുള്ള പച്ചപ്പും വർണ്ണപ്പൂക്കളും!

തീർത്തും ശൂന്യവും വിരസവുമായിരുന്ന ആറാം നിലയിലെ ബാൽക്കണിയിൽ ജീവൻ തുളുമ്പുന്നു.

തന്റെ ജീവിതം പോലെ!

ഒറ്റക്കൊരു വീട്ടിലെ ഏകാന്തതയിൽ തന്റെ മനസ്സ് മരവിപ്പിലേക്ക് നീങ്ങിയിരുന്നുവെന്ന് സാറ തിരിച്ചറിഞ്ഞത് അപ്പോൾ മാത്രമാണ്.

തന്നോടൊപ്പമുള്ള സേവിച്ചൻ പോലുമറിഞ്ഞില്ല തന്റെയുള്ളിലെ ശൂന്യതയും വിഷാദവും!

പക്ഷേ ഒരാൾ മാത്രം അതു തിരിച്ചറിഞ്ഞു!!

ലിഫ്റ്റിനുള്ളിൽ കടന്ന് ആറ് അമർത്തിയ ശേഷം അവൾ കണ്ണുകൾ ഇറുക്കിയടച്ചു.

കയ്യിൽ നീട്ടിപ്പിടിച്ച ബൗളിലെ ചുവന്ന മീനുമായി വയസ്സൻ സെക്യൂരിറ്റി അവളുടെ കൺ മുന്നിൽ നിന്നു പുഞ്ചിരിച്ചു.

♦

പ്രണയ മൂക്കുത്തി

'എനിക്കൊരു യാത്ര പോകണം...'

പെട്ടെന്ന് തൊട്ടടുത്തു നിന്ന് ശബ്ദം കേട്ടപ്പോൾ ഞാൻ നടുങ്ങിപ്പോയി.

മുന്നിൽ അഭിരാമിറ്റീച്ചർ. മുഖത്ത് എപ്പോഴുമുള്ള നിസ്സംഗഭാവത്തിനപ്പുറം ഒന്നുമില്ല.

കുട്ടികളില്ലാത്ത ഒരു ക്ലാസ്സ് മുറിയിൽ ടേബിളിനോട് ഇണ ചേർന്ന് താഴ്ന്നു കിടന്നിരുന്ന തടി ബെഞ്ചിൽ വെറുതെ കിടന്നതാണ്, അറിയാതെ മയങ്ങിപ്പോയി.

ഒരു ഞെട്ടലോടെ കയ്യിൽക്കിടക്കുന്ന വാച്ചിലേക്കു നോക്കി.

'ബെല്ലടിക്കാൻ സമയമായില്ല. ഞാൻ നിങ്ങളെ കുറേ അന്വേഷിച്ചു നടന്നു. അപ്പോഴാ ഇവിടെ കിടക്കുന്നതു കണ്ടത്. ശല്യമായോ വിളിച്ചത്..?'

'ഹേയ്... ഒട്ടുമില്ല ടീച്ചറേ... അറിയാതെ മയങ്ങിപ്പോയോ എന്നൊരു സംശയം....'

'എനിക്കൊരു യാത്ര പോകണം. എന്റൊപ്പം ഒന്നുവരുമോ ....?' ടീച്ചർ ചോദ്യം ആവർത്തിച്ചു.

'അയ്യോ അതിനെന്താ ടീച്ചറേ... ദാ ഇപ്പൊ പോകാം... പത്തു മിനിറ്റല്ലേയുള്ളൂ ബെല്ലടിക്കാൻ, അതു കഴിഞ്ഞാൽ അരമണിക്കൂർ നേരത്തെ പണി. പിന്നെ ഹെഡ്മാസ്റ്ററോടു ചോദിച്ചിട്ട് അല്പം നേരത്തെയിറങ്ങാം.... ടീച്ചറിന് എവിടെയാണ് പോകേണ്ടത് എന്നു പറഞ്ഞാൽ ഞാൻ കൊണ്ടു പോകാം..!!'

'എനിക്ക് അല്പം ദൂരേയ്ക്കാണ് പോകേണ്ടത്....'

'അയ്യോ അപ്പൊ തിരിച്ചു വരുമ്പോഴേക്കും നേരം ഇരുട്ടത്തില്ലേ... വീട്ടിൽ അച്ഛനോട് ഒന്നു പറയണം.'

'ദേവാ... എനിക്ക് ഇന്നല്ല പോകേണ്ടത്, തന്നെയുമല്ല പോയി വരാൻ ഒരു ദിവസം കൊണ്ടാവില്ലെന്നു തോന്നുന്നു.'

'പിന്നെ....?' എന്റെ ശബ്ദത്തിൽ ആകാംക്ഷക്കൊപ്പം ആശ്ചര്യവും കലർന്നിരുന്നു.

ഈ സ്കൂളിൽ പ്യൂൺ ആയി ജോലിക്കു കയറിയിട്ട് രണ്ടു വർഷം ആകുന്നു.

കുട്ടികളും ടീച്ചർമാരുമെല്ലാം 'പ്യൂൺ' എന്നതിനപ്പുറം പേരു വിളിച്ചു കേട്ടിട്ടില്ല.

ആദ്യമൊക്കെ ഒരു വിഷമം തോന്നിയിരുന്നു, പിന്നെപ്പിന്നെ അതൊരു ശീലമായി.

ഈ വർഷം ആദ്യമാണ് അഭിരാമി ടീച്ചർ സ്കൂളിൽ ചാർജെടുക്കുന്നത്. ഇരുനിറത്തിൽ സുന്ദരിയായ ടീച്ചറുടെ മുഖത്ത് രണ്ടു മറുകുകളുണ്ടായിരുന്നു. അതിൽ ഒന്ന് മൂക്കിനോടു ചേർന്നിട്ടായിരുന്നു. ടീച്ചറുടെ മൂക്കിലെ മൂക്കുത്തിയുടെ കല്ലിൽ നിന്നുള്ള പ്രകാശത്തിൽ ആ മറുകു തിളങ്ങുന്നത് ഒരു ദിവസം ഞാൻ കൗതുകത്തോടെ നോക്കി നിന്നു.

അന്നാണ് ടീച്ചറുടെയും എന്റെയും നോട്ടങ്ങൾ ആദ്യമായി കൂട്ടി മുട്ടിയത്.

അന്ന് ക്ലാസ്സിൽ നിന്നിറങ്ങിയ ടീച്ചർ നേരെ എന്റെ മുന്നിൽ വന്നു നിന്നു.

'എന്തേ....?' ടീച്ചറുടെ ചോദ്യത്തിൽ ദേഷ്യമാണെന്നു തോന്നി. പക്ഷേ മനസ്സിൽ തോന്നിയതു പറയാതിരിക്കാനായില്ല.

'ടീച്ചറുടെ മൂക്കുത്തിയുടെ തിളക്കത്തിൽ ആ മറുകു കാണാൻ നല്ല ഭംഗി!'

നീണ്ടു വിടർന്ന ആ കണ്ണുകളുടെ കോണിൽ ഒരു പുഞ്ചിരി വിടർന്നു. പക്ഷേ അത് അധരങ്ങളിലേക്കു പടരാതിരിക്കാൻ അവർ പെട്ടെന്നു തന്നെ മുഖം തിരിച്ചു കളഞ്ഞു.

പക്ഷേ പിറ്റേന്നു മുതൽ ടീച്ചറുടെ മൂക്കുത്തിയിലെ കല്ലുകളുടെ നിറം മാറി മാറി വന്നു. ഒരു ദിവസം പച്ച, പിന്നെ ചുവപ്പ്, മഞ്ഞ അങ്ങനെ.

മൂക്കുത്തിക്കല്ലിലെ നിറങ്ങൾക്കൊപ്പം എന്റെ കണ്ണുകളിലെ തിളക്കവും ഏറി വരുന്നതു കണ്ടിട്ടാവാം ഒരു വട്ടം ചോദിച്ചു.

'മൂക്കുത്തി ഇഷ്ടമാണോ..?'

'എനിക്കിഷ്ടമാ ടീച്ചറേ... പെൺകുട്ടികൾ കാതിൽ കമ്മലും, മൂക്കിന്മേൽ മൂക്കുത്തിയും കാലിൽ പാദസ്വരവും ഒക്കെയിട്ടു നടക്കുന്നതു കാണാൻ നല്ല ചന്തമാ...!'

ഞാൻ സന്തോഷത്തോടെയാണു പറഞ്ഞതെങ്കിലും ടീച്ചറുടെ മുഖത്ത് ചിരി കണ്ടില്ല.

പിന്നെയൊരു ദിവസം സ്റ്റാഫ് റൂമിലെ അലമാരയിൽ അറ്റൻഡൻസ് രജിസ്റ്ററുകൾ വച്ചിട്ടു തിരിച്ചിറങ്ങുമ്പോൾ അഭിരാമി ടീച്ചർ വിളിച്ചു.

'ദേവാ.... ഇത് പത്ത് എ യിലെ കുട്ടികൾക്കു കൊടുത്തേക്കുമോ..?'

ചെക്കു ചെയ്തു കഴിഞ്ഞ കുറേ ബുക്കുകളുണ്ടായിരുന്നു ടീച്ചറുടെ ടേബിളിൽ.

ടീച്ചറുടെ ചോദ്യം കേട്ടുകൊണ്ടാണ് ഹെഡ്മാസ്റ്റർ ശശിധരൻ ഓഫീസിലേക്കു കയറിവന്നത്.

'സ്കൂളിന്റെ ഹെഡ്മാസ്റ്ററായ ഈയുള്ളവൻ വെറും ശശി... വെറുമൊരു പ്യൂണായ യെവൻ ദേവൻ.... പേരിലൊന്നും ഒരു കാര്യവുമില്ല അല്ലേ ടീച്ചറേ...?'

അഭിരാമി ടീച്ചർ ഒഴികെ എല്ലാവരും ചിരിച്ചു.

അതിനു ശേഷം ടീച്ചറുടെ 'ദേവൻ' എന്നുള്ള വിളി കേൾക്കുന്നത് ഇന്നാണെന്നു തോന്നുന്നു.

'എപ്പോ പോകണമെന്ന് ടീച്ചർ പറഞ്ഞാ മതി... ഞാൻ വരാം..' ഞാൻ ക്ലാസ്സ് മുറിയിൽ നിന്ന് പുറത്തേക്കിറങ്ങി.

'മറ്റന്നാൾ പോയാലോ .. ശനിയാഴ്ച രാവിലെ പോയാൽ ഞായറാഴ്ച വൈകുന്നതിനു മുൻപ് തിരിച്ചെത്താം...'

'പോകാം, പക്ഷേ നമ്മൾ എങ്ങനെയാ ടീച്ചറേ പോകുന്നേ...? എന്റെ കയ്യിൽ വണ്ടിയൊന്നുമില്ലല്ലോ.'

'ബസിൽ പോകുന്നതിനു ദേവനു ബുദ്ധിമുട്ടുണ്ടോ....?'

'അയ്യോ... എന്തു ബുദ്ധിമുട്ട്..? ഞാൻ ശനിയാഴ്ച രാവിലെ റെഡിയായി നിൽക്കാം...'

'ഉം... ഒരു ദിവസത്തേക്കുള്ള ഡ്രസ്സ് എടുത്തോളൂ... ഞാൻ നാളെ ലീവാണ്, മറ്റന്നാൾ രാവിലെ ആറുമണിക്ക് ബസ് സ്റ്റോപ്പിൽ കാണാം...'

എന്നാലും ടീച്ചർക്ക് എങ്ങോട്ടാവും പോകാനുള്ളത്...?

അതിന് എന്നെയെന്തിനായിരിക്കും കൂട്ടത്തിൽ കൂട്ടുന്നത്..?

കുറേ ചോദ്യങ്ങളല്ലാതെ ഉത്തരങ്ങളൊന്നും എന്റെ പക്കലുണ്ടായിരുന്നില്ല.

ടീച്ചർ സ്കൂളിൽ വന്ന ശേഷം ഒരിക്കൽ ഒരു ചെറുപ്പക്കാരൻ അവരെയന്വേഷിച്ചു വന്നത് ഓർക്കുന്നു. അത് ഒരു ഉച്ച നേരമായിരുന്നു.

അയാളുടെ ബുള്ളറ്റിന്റെ പിന്നിൽക്കയറി ടീച്ചർ പോകുന്നത് കുട്ടികളും മറ്റുള്ളവരും ആകാംക്ഷയോടെ നോക്കി നിൽക്കുന്നുണ്ടായിരുന്നു. പിന്നീട് ആരോ പറഞ്ഞു, അതാണ് ടീച്ചറെ കല്യാണം കഴിക്കാൻ പോകുന്നയാൾ എന്ന്.

പിന്നെ കുറച്ചു ദിവസത്തേക്ക് ടീച്ചറുടെ മുഖത്ത് ഒരു ചെറിയ പുഞ്ചിരി തങ്ങിനിൽക്കുന്നതു കണ്ടിരുന്നു. പിന്നെ കുറേശ്ശേ കുറേശ്ശേയാ

യി അതു കുറഞ്ഞ് പഴയ നിസ്സംഗ ഭാവം കൈവന്നു.

പിന്നീടൊരിക്കൽ സ്കൂളിലെ ലാൻഡ് ഫോണിലേക്ക് ടീച്ചർക്ക് ഒരു കോൾ വന്നു.

ഫോണിൽ ആരോടോ കയർത്തു സംസാരിക്കുന്നത് കേട്ടുകൊണ്ട് ഞാൻ വെളിയിൽ നിൽപ്പുണ്ടായിരുന്നു.

പുറത്തേക്കിറങ്ങി വന്ന ടീച്ചറുടെ കണ്ണുകൾ നിറഞ്ഞു തുളുമ്പിയിരുന്നു.

കണ്ണുനീർ തുള്ളികളെ കയ്യിലിരുന്ന കർച്ചീഫ് മായ്ച്ചു കളഞ്ഞെങ്കിലും വിടർന്ന മിഴികളിലെ ചുവപ്പു മായാതെ നിന്നു.

ശനിയാഴ്ച രാവിലെ 5.30 നു ബസ്സ്റ്റോപ്പിലെത്തി ടീച്ചർക്കു വേണ്ടി കാത്തുനിൽക്കുമ്പോൾ ജനുവരി മാസത്തിലെ കുളിരുള്ള കാറ്റ് ഷർട്ടിന്റെ ഇത്തിരി വിടവിലൂടെ ഉള്ളിൽക്കടന്ന് നെഞ്ചിൽ ചെറിയ വിറയൽ പടർത്തി. ടീച്ചർ എത്തുമ്പോഴേക്കും ആറുമണി ആയിക്കഴിഞ്ഞിരുന്നു.

തമ്മിൽ എന്തെങ്കിലും സംസാരിക്കുന്നതിനു മുന്നേ ടൗണിലേക്കുള്ള ബസ് വന്നു.

ടൗണിലെ ബസ് സ്റ്റേഷനിലെത്തിയപ്പോൾ ഉള്ളിലെ സംശയം മറച്ചു വയ്ക്കാനായില്ല.

'നമ്മൾ എങ്ങോട്ടാണു ടീച്ചറേ പോകുന്നത്...?'

'എന്തേ ദേവനു ഭയമാകുന്നുണ്ടോ..?'

ഞാൻ ചിരിച്ചു പോയി. ഇളം മഞ്ഞ നിറത്തിലുള്ള ചുരിദാറിൽ ടീച്ചർ അതീവ സുന്ദരിയായിരുന്നു. നെറ്റിയിൽ ചെറിയ പൊട്ടിനു മുകളിലായി ചെറുവിരൽ കൊണ്ട് വരച്ച സിന്ദൂരരേഖ. കഴുത്തിന്റെ ഒത്ത നടുവിലും ചെറിയൊരു കുങ്കുമപ്പൊട്ട്.

ഹൈറേഞ്ചിലേക്കുള്ള ദീർഘദൂര ബസുകളിലൊന്നിൽ കയറി കയ്യിലിരുന്ന ബാഗും ടീച്ചറുടെ ബാഗും ഭദ്രമായി ഉറപ്പിച്ചു വച്ച ശേഷം ഇരിക്കാൻ സീറ്റിനു വേണ്ടി ചുറ്റും നോക്കുമ്പോൾ ടീച്ചർ വിളിച്ചു.

'ദേവാ.... ഇവിടെ..!'

ഒരേ സീറ്റിൽ ടീച്ചർക്കൊപ്പമിരിക്കാൻ അല്പം മടി തോന്നി.

സീറ്റിൽ ഞങ്ങൾക്കിടയിലെ അകലം കണ്ടിട്ടെന്നോണം ടീച്ചറുടെ ചുരിദാറിന്റെ ഇളം വെള്ള നിറമുള്ള ഷാൾ സീറ്റിൽക്കിടന്നു തലതല്ലിച്ചിരിക്കുന്നുണ്ടായിരുന്നു.

'ടീച്ചറുടെ വീട് ഹൈറേഞ്ചിലാണോ...?'

മൗനം അസഹ്യമായപ്പോൾ ഞാൻ ടീച്ചറെ നോക്കി.

'ആയിരുന്നു, ഇപ്പോൾ ഇവിടെ ടൗണിൽ സെറ്റിലാണു ദേവാ... പി

ന്നെ തിരിച്ചു സ്കൂളിൽ എത്തും വരെയെങ്കിലും ഈ ടീച്ചർ വിളി ഒന്നൊഴിവാക്കിക്കൂടെ... ദേവൻ അങ്ങനെ വിളിക്കുമ്പോ എനിക്കു വല്ലാതെ പ്രായമായതുപോലൊരു തോന്നൽ.'

ഞാൻ ചിരിച്ചു പക്ഷേ മുഖത്തു നോക്കി അഭിരാമി എന്നു വിളിക്കാൻ തോന്നിയില്ല.

'ഇതെന്തിനാ ഈ നെറ്റിയിലും പിന്നെ കഴുത്തിലും ഓരോ പൊട്ടുകൾ..?' സ്കൂളിൽ വച്ചു പലപ്പോഴും തോന്നിയ സംശയം.

'ഒന്ന് മാതാപിതാക്കൾക്ക് ഇനിയൊന്ന് ഇഷ്ടദൈവത്തിന്...' അഭിരാമി ചിരിച്ചു.

'അപ്പോൾ ഭർത്താവിന്.....?'

'അതിനെനിക്ക് ഭർത്താവില്ലല്ലോ ദേവാ....'

'അപ്പൊ അന്നു വന്ന ചെറുപ്പക്കാരൻ...?'

'ആഹാ ദേവൻ എല്ലാം ശ്രദ്ധിക്കുന്നുണ്ടായിരുന്നോ..?'

'ഞാൻ മാത്രമല്ല.... എല്ലാവരും...!!'

'അതു ഹരികൃഷ്ണൻ....' അഭിരാമിയുടെ സ്വരം നന്നേ താണിരുന്നു.

'അവനുമായി എന്റെ വിവാഹം നിശ്ചയിച്ചതാണ്...'

'എല്ലാരും പറഞ്ഞു കേട്ടിരുന്നു... ടീച്ചർക്ക് നല്ല ചേർച്ചയുണ്ട്..!'

അകലങ്ങളിലെവിടെയോ ഒരു നിമിഷം നഷ്ടപ്പെട്ട മിഴികളെ തിരിച്ചെടുത്ത് അവർ എന്നെ നോക്കി. ടീച്ചർ എന്ന് വീണ്ടും വിളിച്ചതിന്റെ ഇഷ്ടമില്ലായ്മയാണോ അതോ ഞാൻ പറഞ്ഞത് ഇഷ്ടപ്പെടാത്തതു കൊണ്ടാണോ എന്നറിയില്ല അവരുടെ മുഖം മ്ലാനമായിരുന്നു.

വണ്ടി ഒരു വളവു വീശിയെടുത്തപ്പോൾ ഞങ്ങൾക്കിടയിൽ വിശ്രമിച്ചിരുന്ന ചുരിദാറിന്റെ ഷാൾ ഞെരിഞ്ഞമർന്നു. അഭിരാമിയുടെ മെടഞ്ഞിട്ടിരുന്ന നീളൻ മുടി എന്റെ കൈത്തണ്ടയോളമെത്തി ഒന്നു തൊട്ടുനോക്കി മടങ്ങിപ്പോയി.

'ചേർച്ചയുള്ള കാര്യങ്ങൾ അത്രമാത്രം ശ്രദ്ധിക്കുന്നെങ്കിൽ പോസ്റ്റുഗ്രാജുവേഷൻ കഴിഞ്ഞ ദേവൻ എങ്ങനെ ഈ കൊച്ചു സ്കൂളിലെ പ്യൂൺ ആയി...? '

'അയ്യോ.... എന്നെക്കുറിച്ച്...?' ഞാൻ അമ്പരന്നു പോയി. പ്രായമായ അച്ഛനെയും കൂട്ടി ഇന്നാട്ടിൽ വന്ന് ഒരു വാടക വീട്ടിൽ താമസിക്കുന്ന സ്കൂളിലെ പ്യൂൺ എന്നതിനപ്പുറം എന്നെക്കുറിച്ച് എന്തെങ്കിലും ആർക്കെങ്കിലും അറിയാം എന്നത് എനിക്കൊരു പുതിയ അറിവായിരുന്നു.

'എന്റെ മൂക്കുത്തിക്കല്ലിനൊപ്പം തിളങ്ങുന്ന മറുകു പോലും കണ്ടെത്തിയ ആൾ ആരാണെന്നെങ്കിലും ഞാൻ അറിഞ്ഞിരിക്കണ്ടേ....?'

'പക്ഷേ എങ്ങനെ...?'

അഭിരാമി ഒന്നും പറഞ്ഞില്ല, വെറുതേ ഒന്നു ചിരിച്ചു.

കയറ്റിറക്കങ്ങൾക്കിടയിൽ മെയിൻ റോഡിനോട് ഒരു ചെറിയ പഞ്ചായത്ത് റോഡ് വന്നു ചേരുന്നിടത്തു ബസിൽ നിന്നിറങ്ങുമ്പോൾ നിഴലുകൾക്ക് നീളം വച്ചു കഴിഞ്ഞിരുന്നു.

'ടീച്ചർ വരുമെന്നു സേതു വിളിച്ചു പറഞ്ഞപ്പോ വിശ്വാസം വന്നില്ല കേട്ടോ..!'

ചെറിയ പഞ്ചായത്തു റോഡിന്റെ ഓരം ചേർന്നു നിർത്തിയിട്ടിരുന്ന കാറിന്റെ സമീപത്തു നിന്നും ഞങ്ങൾക്കരുകിലെത്തിയ മധ്യവയസ്കൻ നിറഞ്ഞു ചിരിച്ചു.

'ഹരികൃഷ്ണനല്ലേ... ഞങ്ങൾക്കറിയാം...' എന്റെ മറുചിരി ഏറ്റെടുത്തു കൊണ്ട് കൈപിടിച്ചു കുലുക്കി.

'ഹേയ്.... ഞാൻ ദേവനന്ദൻ..'

'അയ്യോ...' അബദ്ധം പിണഞ്ഞ മട്ടിൽ അയാൾ അഭിരാമിയെ നോക്കി.

'എന്റെ കൂട്ടുകാരനാണ്... ദേവൻ..!!' അവർ ചിരിച്ചതേയുള്ളു.

'കുട്ടികൾക്ക് ആളെ ആദ്യം പരിചയപ്പെടുത്തിക്കോളൂ ടീച്ചറേ... കാരണം ഹരികൃഷ്ണനോട് എല്ലാവർക്കും ദേഷ്യമാണ്...' അയാൾ ചിരിച്ചു.

എനിക്ക് ഒന്നും മനസ്സിലായില്ല.

അയാളുടെ ഭാര്യയും രണ്ടു കുട്ടികളും ഏറെ സന്തോഷത്തോടെ ടീച്ചറെ സ്വീകരിച്ചു. നേരം സന്ധ്യയോടടുക്കുമ്പോഴേക്കും ആരൊക്കെയോ ടീച്ചറെ കാണാൻ വന്നുകൊണ്ടിരുന്നു. ഏറെയും കുട്ടികൾ! ഏറെ നാളുകൾക്കു ശേഷം ഏറ്റവും പ്രിയപ്പെട്ട ഒരാളെ കാണുന്ന സന്തോഷം എല്ലാ മുഖങ്ങളിലും.

അത്താഴം കഴിഞ്ഞ് വീടിനു പുറത്തേക്കിറങ്ങി ഒന്നു നടക്കണമെന്നു തോന്നി.

തണുത്ത കാറ്റു വീശുന്നുണ്ടെങ്കിലും നിറഞ്ഞ മനസ്സ് ശരീരത്തെ ചൂടുപിടിപ്പിച്ചു നിർത്തി.

'ദേവാ...' പിന്നിൽ നിന്ന് അഭിരാമിയായിരുന്നു.

'എങ്ങോട്ടാ...?'

'ഹേയ് വെറുതെ...'

'ദേവനു ബോറടിച്ചു അല്ലേ...?'

'ഞാൻ ടീച്ചറെ ഇത്രയും സന്തോഷത്തോടെ കാണുന്നത് ആദ്യമാ

യിട്ടാ.....!!'

'ഇതാണ് എന്റെ നാട്.... ഞാൻ ജനിച്ചു വളർന്നതും പഠിച്ചതുമെല്ലാം ഇവിടെയാണ്. ടീച്ചറായി ജോലി ചെയ്തതും ഇവിടുത്തെ സ്കൂളിൽ ത്തന്നെ...!!'

'നല്ല ആളുകൾ, നല്ല സ്ഥലം, ഇവിടെ നിന്നും ട്രാൻസ്ഫർ വേണ്ടാ യിരുന്നു അല്ലേ...?'

'ചോദിച്ചു വാങ്ങിയതായിരുന്നു ആ ട്രാൻസ്ഫർ...'

'അയ്യോ എന്തിന്...?'

'ഞാനല്ല.... '

'പിന്നെ....?'

ഞങ്ങൾ നടന്ന് പറമ്പിനെ പഞ്ചായത്തു റോഡുമായി അതിരിടുന്ന സ്ഥലത്തെത്തിയിരുന്നു. വഴിയുടെ ഒരു വശത്ത് അല്പം ഉയർന്നു നിൽ ക്കുന്ന ഒരു കല്ലിന്മേൽ അഭിരാമി ഇരുന്നു.

ഞാൻ സമീപത്തു നിന്ന ചെറുമരത്തിലേക്ക് ഒരു കാൽ ഉയർത്തി ക്കുത്തി അവരെത്തന്നെ നോക്കി നിന്നു. നിലാവിന്റെ നിഴലിൽ ആ മുഖ ത്തെ ഭാവങ്ങൾ എനിക്കന്യമായിരുന്നു.

'അവർ പറഞ്ഞതു കേട്ടിരുന്നോ ഹരികൃഷ്ണനോട് എല്ലാവർക്കും ദേഷ്യമാണെന്ന്.... അവനായിരുന്നു ആ ട്രാൻസ്ഫർ വാങ്ങിയത് ... ഈ നാട്ടിൽ നിന്ന് എന്നെ അകറ്റിയത്.... രണ്ടു വർഷങ്ങൾക്കു മുൻപ് പറ ഞ്ഞുറപ്പിച്ചതാണ് ഞങ്ങളുടെ വിവാഹം.

ഒരു ഡിമാന്റുമില്ലാതെ ഇങ്ങോട്ടു വന്ന ബന്ധം. അവൻ ഗൾഫിലാ ണ്. വാക്കു പറഞ്ഞുറപ്പിച്ച് അടുത്ത അവധിക്കു വരുമ്പോൾ വിവാഹം എന്നു തീരുമാനിച്ചത് ഞങ്ങൾ രണ്ടാളുടെയും ഇഷ്ടത്തിനായിരുന്നു... കുറച്ചു കാലം പ്രണയിക്കാൻ വേണ്ടി.... തമ്മിലറിയാൻ വേണ്ടി...'

'അയാൾ വന്നു അല്ലേ.... അപ്പൊ വിവാഹം ഉടനെയുണ്ടാകും ല്ലേ...?'

അഭിരാമി മുഖമുയർത്തി എന്നെയൊന്നു നോക്കി.

'പ്രണയം എന്നത് ഒരാളുടെ ഇഷ്ടങ്ങൾ മറ്റൊരാളിലേക്കു അടിച്ചേൽ പ്പിക്കാനുള്ള ലൈസൻസാണെന്ന് ദേവനു തോന്നിയിട്ടുണ്ടോ....?'

'അതിപ്പോ... ഞാൻ പ്രണയിച്ചിട്ടില്ലല്ലോ...!!'

'ഞാൻ കാലിലിട്ടിരുന്ന വെള്ളി പാദസ്വരങ്ങൾ.... എന്റെ നീളമുള്ള തലമുടി.... ഇഷ്ടത്തോടെ ഞാൻ ഞൊറിഞ്ഞുടുക്കുന്ന സാരി... പിന്നെ ഞാൻ ഒരുപാടിഷ്ടപ്പെടുന്ന എന്റെ മൂക്കുത്തി..., ഇതെല്ലാം ഹരിയുടെ അനിഷ്ടങ്ങളുടെ പട്ടികയിലായിരുന്നു.

എനിക്കിഷ്ടമുള്ളവയിൽ നിന്ന് ഓരോന്നോരോന്നായി എടുത്തു മാ

റ്റാൻ അവൻ ഒരുപാടിഷ്ടത്തോടെ ആവശ്യപ്പെട്ടു കൊണ്ടിരുന്നു.

അതിൽ അവസാനത്തേതായിരുന്നു എന്റെ ഈ നാട്....'

'അങ്ങനെയാണോ ട്രാൻസ്ഫർ വാങ്ങി അങ്ങോട്ടു വന്നത്...?'

'വന്നതല്ല, അവൻ കൊണ്ടുപോയി... അച്ഛനെയും അമ്മയെയും പറഞ്ഞു സമ്മതിപ്പിച്ച്.... ടൗണിൽ വീടു വാങ്ങി...'

'പക്ഷേ മുടി ഇപ്പോൾ നന്നായി നീണ്ടിട്ടുണ്ടല്ലോ.... പിന്നെ മൂക്കുത്തി...' എന്റെ സ്വരത്തിൽ ആകാംക്ഷ നിറഞ്ഞിരുന്നു.

'ആറു മാസങ്ങൾക്കു മുൻപ് ഹരി വന്നിരുന്നു... ഇനിയും അവന്റെ ഇഷ്ടങ്ങൾക്കനുസരിച്ചു മാറാൻ എനിക്കു കുറച്ചു കൂടി സമയം തന്ന് തിരിച്ചു പോയി...'

'പക്ഷേ....' ഞാൻ പകുതിയിൽ നിർത്തി.

'ദേവൻ പറയാൻ വന്നത് എന്താണെന്ന് എനിക്കറിയാം..... ഞാൻ ആരോടു മിണ്ടണം....

ഞാൻ ഏതു വസ്ത്രം ധരിക്കണം... ഞാൻ എവിടെയൊക്കെ പോകണം എന്നിങ്ങനെ എന്റെ തീരുമാനങ്ങൾ പോലും അവൻ എടുക്കാൻ തുടങ്ങിയപ്പോൾ ഞാൻ എന്റെ ഇഷ്ടങ്ങളിലേക്ക് പതിയെ തിരികെ നടക്കാൻ തുടങ്ങി..... ദാ മുടി നീണ്ടു തുടങ്ങിയിരിക്കുന്നു, മൂക്കുത്തിയിലെ കല്ലിന്റെ നിറങ്ങൾ മാറുന്നു..' മെടഞ്ഞിട്ട നീണ്ട തലമുടിയെ കയ്യിലെടുത്തു താലോലിച്ചുകൊണ്ട് അവർ ചിരിച്ചു.

'ട്രാൻസ്ഫർ വാങ്ങി ഇങ്ങോട്ടു തിരികെ വരണമെന്നുണ്ടോ....?' ടീച്ചർ എന്നു വിളിക്കാൻ മടിച്ച് ഞാൻ എന്റെ ചോദ്യം പകുതിയിൽ മുറിച്ചു.

'അറിയില്ല ദേവാ.... എത്രമാത്രം തിരിച്ചു പോകാനാവുമെന്ന്... ഞങ്ങളുടെ വീടും സ്ഥലവും ഇപ്പോഴും ഇവിടെത്തന്നെയുണ്ട്.., നാളെ ഞാൻ ദേവനെ കൂട്ടിക്കൊണ്ടു പോകാം...'

പിറ്റേന്നു കാലത്ത് ബ്രൗൺ നിറത്തിൽ ഇടകലർന്ന വർണ്ണങ്ങളുള്ള സാരിയിൽ അഭിരാമിയെ കണ്ട് ഞാൻ ഇമവെട്ടാതെ നോക്കി നിന്നുപോയി. സ്കൂളിൽ ഒരിക്കൽ പോലും സാരിയിൽ കണ്ടതായി ഓർമ്മയില്ല.

'അച്ഛൻ മാത്രമേയുള്ളോ ദേവന്...?' പിറ്റേന്ന് ചെറിയ പഞ്ചായത്തു റോഡിലൂടെ അല്പം മുന്നോട്ടു നടന്ന് നീളൻ പുല്ലുകളും കാട്ടുസൂര്യകാന്തിയും അതിർ തിരിച്ചു നിൽക്കുന്ന പുരയിടത്തിനുള്ളിലേക്ക് നടന്നു കയറുമ്പോൾ അഭിരാമി ചോദിച്ചു.

'എന്നെക്കുറിച്ച് അന്വേഷിച്ചപ്പോൾ ഇതിനുള്ള ഉത്തരം കിട്ടിയില്ലേ...?' ഞാൻ അവളുടെ നേരെ നോക്കി.

അവളുടെ കണ്ണുകളിൽ തെളിഞ്ഞ കാഴ്ച്ചയിൽ മെല്ലെ മയങ്ങി ഞാൻ മുഖം തിരിച്ചു.

അത്ര മനോഹരമായിരുന്നു ആ ദൃശ്യം. അവിടവിടെ ചില ഫലവൃക്ഷങ്ങൾ മാത്രം വളർന്നു നിൽക്കുന്ന മണ്ണ്. പുരയിടത്തിനു കുറുകേയൊഴുകുന്ന ചെറിയ അരുവിയുടെ രണ്ടു വശവും കല്ലുകൊണ്ടു കെട്ടിത്തിരിച്ചിരിക്കുന്നു.

പുരയിടത്തിനു പിന്നിലെ ദൂരക്കാഴ്ചയിൽ നീലമലയിൽ നിന്ന് ഒഴുകിയിറങ്ങുന്ന പാലരുവി. ചെറിയ നടപ്പുവഴി എത്തി നിൽക്കുന്നത് ഒരു പഴയ വീടിന്റെ മുറ്റത്തായിരുന്നു.

'ദാ... അവിടൊരു കുളമുണ്ട്.. അതിൽ നിറയെ മീനുകളും...'

ഏതോ മായിക ലോകത്തെത്തിയതു പോലുള്ള എന്റെ നിൽപ്പു കണ്ട് അവർ നിറഞ്ഞു ചിരിച്ചു.

'ഈ മണ്ണും ഈ വീടുമുപേക്ഷിച്ച് നിങ്ങൾക്കെങ്ങനെ ടൗണിലേക്കു പോകാൻ തോന്നി.....?'

'ഇതിനും മുൻപേ പലതും ഉപേക്ഷിക്കാൻ തുടങ്ങിയിരുന്നു, ഹരിക്കു വേണ്ടി..... അതിന്റെ തുടക്കം എവിടെനിന്നായിരുന്നു എന്നറിയുമോ..?'

വല്ലാത്തൊരാവേശത്തോടെ അഭിരാമി ആ പഴയ വീടിന്റെ വാതിൽ തുറന്ന് ഉള്ളിലേക്കു കടന്നു.

'എന്റെ മുറി...!!'

പൊടി പിടിച്ചു നിറം മങ്ങിപ്പോയ ചുവരുകൾക്കിടയിലെ ഒരു വാതിൽ തള്ളിത്തുറന്ന് അവൾ അകത്തേക്ക് കയറി.

പൂപ്പൽ പിടിച്ച തടിയലമാര തുറന്ന് എല്ലാം വലിച്ചു വാരിയിട്ട് അവൾ എന്തോ തിരയുന്നുണ്ടായിരുന്നു.

ഒടുവിൽ പച്ചനിറത്തിൽ ക്ലാവു പിടിച്ചു തുടങ്ങിയ ഒരു വെള്ളിപ്പാദസരം കയ്യിലെടുത്തു പിടിച്ച് അഭിരാമി നിറഞ്ഞു ചിരിച്ചു.

'ഹരിക്കു വേണ്ടി ഞാൻ ത്യജിച്ച എന്റെ ആദ്യത്തെ ഇഷ്ടം...!!'

കളഞ്ഞു പോയ യൗവ്വനം തിരിച്ചു കിട്ടിയ സന്തോഷമായിരുന്നു അവളുടെ വിടർന്ന മിഴികളിൽ.

'ഇതു തിരിച്ചെടുക്കണമായിരുന്നു എനിക്ക്..... അതിനു സാക്ഷിയായി എന്റെ ഇഷ്ടങ്ങളെ ഇഷ്ടപ്പെടുന്ന ഒരാൾ എന്റൊപ്പം വേണമെന്നു തോന്നി....!!'

അഭിരാമിയുടെ മിഴികളുമായി എന്റെ മിഴികൾ ഒന്നു കൂട്ടിമുട്ടി. ഹൃദയത്തിനു തൊട്ടരുകിൽ ചെറിയൊരു പിടച്ചിൽ പോലെ എനിക്കു തോന്നി.

ഞൊറിയിട്ടുടുത്ത സാരി അല്പം ഉയർത്തിവച്ച് അവൾ രണ്ടു കാലി

ലും പാദസ്വരമണിഞ്ഞു.

'വരൂ ഞാൻ കാണിച്ചു തരാം എന്റെ കൊച്ചു വീടിനു ചുറ്റും ഞാൻ ഇട്ടെറിഞ്ഞു പോന്ന എന്റെ സന്തോഷങ്ങൾ...' പാദസരത്തിന്റെ കിലുക്കത്തിനൊപ്പം മുത്തു കിലുങ്ങും പോലെ അവൾ ചിരിച്ചു.

തൊടിയിലെ കോവലും വെള്ളരിയും പൂവിട്ടു നിന്നിരുന്നു. പപ്പായയും വാഴയും വിളയാറായി നിൽക്കുന്നു.

'ഞങ്ങൾ ഉപേക്ഷിച്ചു പോയിട്ടും തൊടിയിൽ ഉള്ളവയൊന്നും ഞങ്ങളെ ഉപേക്ഷിച്ചു പോയിട്ടില്ല....' ഓരോ മരത്തോടും ചെടിയോടും കിന്നാരം പറഞ്ഞ് എന്നെ പരിചയപ്പെടുത്തിക്കൊണ്ട് ഒരു കുട്ടിയെപ്പോലെ അഭിരാമി അവിടെയാകെ ഓടി നടന്നു.

'മഴയെ എപ്പോഴെങ്കിലും ഓടിത്തോല്പിച്ചിട്ടുണ്ടോ...?'

നിറയെ മീനുകൾ ഓടിക്കളിക്കുന്ന കുളത്തിന്റെ അരുകിൽ കാലുകൾ താഴേക്കു നീട്ടിയിട്ടിരിക്കുകയായിരുന്നു ഞങ്ങൾ.

അഭിരാമി ദൂരേയ്ക്കു വിരൽ ചൂണ്ടി. അകലെ നീല മലയുടെ മുകളിലേക്ക് മേഘങ്ങൾ പറന്നിറങ്ങുന്നുണ്ടായിരുന്നു.

'അതു മഴയാണ്.... അവൾ അവിടെ നിന്ന് ചിറകുകൾ വിരിച്ചു പറന്നു വരും...!!'

'ഈ ജനുവരിയിൽ മഴയോ...?'

'ഒരുപാടു നാളുകൾക്കു ശേഷം കൂട്ടുകാരിയെ കണ്ട സന്തോഷത്തിലല്ലേ... അവൾ വരും!'

അഭിരാമി പറഞ്ഞതുപോലെ തന്നെ മഴ പതിയെ മലയിറങ്ങി വന്നു. അകലെ നിന്നും പറന്ന്, വരുന്ന വഴിയിലെ കാഴ്ചകൾ മറച്ച് അരികത്തെത്തുമ്പോഴേക്കും അഭിരാമി ചാടി എഴുന്നേറ്റിരുന്നു.

'അവളുടെ ആദ്യത്തെ തുള്ളി ദേഹത്തു പതിക്കുമ്പോൾ നമുക്ക് ഓടണം, പിന്നെയൊരു തുള്ളി പോലും ദേഹത്തു വീഴാതെ വീട്ടിൽ എത്തിയാൽ നമ്മൾ ജയിച്ചു, അല്ലെങ്കിൽ അവൾ ജയിച്ചു.'

അഭിരാമിയുടെ വലതു കൈ എന്റെ ഇടതു കയ്യുടെ പെരുവിരൽത്തുമ്പിനെ സ്വന്തമാക്കി. ആദ്യത്തെ മഴത്തുള്ളിക്കൊപ്പം ഇടതു കൈ കൊണ്ടു സാരി ഉയർത്തിപ്പിടിച്ച് അവൾ മുന്നോട്ടോടി. ഒപ്പം ഞാനും.

കുളത്തിന്റെ പടവുകൾക്കരികിലൂടെ തൊടിയിലെ പുല്ലുവളർന്ന കൊച്ചു വഴിയിലൂടെ ഓടി അരുവിക്കരുകിലെത്തുമ്പോഴേക്കും മഴ പിന്നാലെയെത്തിയിരുന്നു.

അരുവിക്കു കുറുകെയിട്ടിരുന്ന പഴയ തടിപ്പാലത്തിൽ നിന്നുയർന്നു നിന്നിരുന്ന ചെറിയ ശിഖരത്തിൽ അഭിരാമിയുടെ പാദസരം ഉടക്കി. അ

ഴിഞ്ഞു വീണ പാദസരം അരുവിയിലെ വെള്ളത്തിൽ മുങ്ങി.

ഒരു നിമിഷം തിരിഞ്ഞു നിന്ന അവളുടെ കണ്ണിലേക്കു നോക്കിയിട്ട് ഞാൻ അരുവിയിലേക്ക് ചാടാൻ ആഞ്ഞു.

'വേണ്ട..... വാ മഴ അടുത്തെത്തി...' അവൾ എന്റെ വിരൽത്തുമ്പിൽ നിന്നും വിട്ടില്ല.

പക്ഷേ മഴത്തുള്ളികൾ ഞങ്ങളെയും കടന്ന് വീടിന്റെ അരുകിലേക്ക് നീങ്ങാൻ തുടങ്ങിയിരുന്നു.

ചാറ്റൽ മഴയിൽ പാതി നനഞ്ഞ് വീടിന്റെ പിന്നാമ്പുറത്തെ ചെറിയ വരാന്തയിൽ നിന്നു ഞങ്ങൾ കിതച്ചു.

'കണ്ടോ മഴപ്പെണ്ണു ജയിച്ചത്....!!' അഭിരാമി എന്റെ കണ്ണിലേക്കു നോക്കി.

'പക്ഷേ പാദസരം.....?'

'അരുവി എടുത്തോട്ടെ... ഞാൻ ഇഷ്ടത്തോടെ കൊടുത്തതല്ലേ....!!'

'അതിനു പകരം ഞാനൊരു സ്വർണ്ണ പാദസരം വാങ്ങിത്തരട്ടെ...?' ഞാൻ പോലുമറിയാതെയായിരുന്നു എന്റെ ചോദ്യം.

അവിശ്വസനീയമായതെന്തോ കേട്ടതു പോലെ അവൾ എന്റെ കണ്ണിലേക്കു നോക്കി.

'എനിക്കൊരു പിങ്ക് കളർ കല്ലു വച്ച മൂക്കുത്തി കൂടി വാങ്ങിത്തരാൻ പറ്റുമോ ദേവന്...?'

അവളുടെ മുടിയിഴകളിൽ നിന്നിറ്റു വീഴുന്ന മഴത്തുള്ളികൾ കവിളിലെ ചുവപ്പിലേക്കു പടർന്നു.

'ഈ പഴയ വീടിന്റെ സ്ഥാനത്ത് നമുക്കു ഭംഗിയുള്ള ഒരു കൊച്ചു വീട് പണിയണം.... ഈ വശത്തുള്ള ബാൽക്കണിയിൽ നിന്ന് മഴ കുന്നിറങ്ങി വരുന്നതു കാണാൻ.' എന്റെ ശ്വാസഗതി മാറിത്തുടങ്ങിയിരുന്നു.

'ഇനിയെന്നെ ടീച്ചർ എന്നു വിളിക്കുമോ..?' അവളുടെ വിറയാർന്ന കരതലം എന്റെ നെഞ്ചിടിപ്പിന്റെ താളമറിഞ്ഞു.

'ആമിയെന്നു വിളിച്ചോട്ടെ....?' എന്റെ കൈ വിരലുകൾ അവളുടെ നനഞ്ഞ മുടിയിഴകൾക്കിടയിലൂടെ പരതി നടന്നു.

'ഇനിയെനിക്കൊന്നും നഷ്ടപ്പെടാൻ വയ്യ... ഇഷ്ടങ്ങൾ നഷ്ടമാവാതിരിക്കാൻ വേണ്ടിയാണ് ഇഷ്ടങ്ങളെ പ്രണയിച്ചയാളെ കൂടെ കൂട്ടിയത് ...!' അവളുടെ വിടർന്നു പിടയുന്ന മിഴികളും വിറയാർന്ന അധരങ്ങളും എന്തിനോ വേണ്ടി തുടിക്കുന്നുണ്ടായിരുന്നു.

'നിന്റെ ഇഷ്ടങ്ങളെ ഞാൻ പ്രണയിച്ചിരുന്നുവെന്ന് നിനക്കെങ്ങനെ മനസ്സിലായി...?'

‘എന്റെ മൂക്കുത്തിക്കല്ലുകളുടെ തിളക്കം ഞാൻ നിന്റെ കണ്ണിലും കണ്ടിരുന്നു.’

അനുവാദത്തിനു കാത്തുനിൽക്കാതെ അവളുടെ കൂമ്പിയടഞ്ഞ കണ്ണുകൾക്കരുകിലൂടെ ഒലിച്ചിറങ്ങിയ മഴത്തുള്ളിക്കൊപ്പം തിളങ്ങിനിന്ന മൂക്കുത്തിക്കരുകിലെ കുഞ്ഞു മറുകിൽ എന്റെ അധരങ്ങൾ അമർന്നു.

ഞങ്ങളെ ഓടിത്തോല്പിച്ച മഴപ്പെണ്ണിനേയും തോൽപിച്ച് അകലെ നീല മലയ്ക്കു മുകളിൽ സൂര്യൻ എത്തി നോക്കി.

അവന്റെ പ്രകാശം വീണു തിളങ്ങിയ മൂക്കുത്തിക്കല്ലിന്റെ തിളക്കത്തിൽ എന്റെ മിഴികളും അടഞ്ഞു പോയി.

♦

ഓതി

'നീ ആരെയെങ്കിലും കാത്തു നിൽക്കുകയായിരുന്നോ....?'

പെട്ടെന്ന് വീടിന്റെ ഗേറ്റു തുറന്ന് ഓതി പുറത്തേക്കു വന്നപ്പോൾ എനിക്ക് അത്ഭുതമായി.

അവൾ മറുപടിയൊന്നും പറയാതെ ചിരിച്ചു കൊണ്ട് എന്റെ വണ്ടി അകത്തേക്കു കയറിപ്പോകാൻ പറ്റുന്ന വിധത്തിൽ ഗേറ്റ് മലർക്കെത്തുറന്നു.

വീടിന്റെ മുന്നിലുള്ള പോർച്ചിലേക്ക് വണ്ടി നിർത്തി ഇറങ്ങുമ്പോൾ ശ്രദ്ധിച്ചു വീട് ഇരുളിൽ മുങ്ങിയിരിക്കുന്നു. നിലാവിന്റെ അരണ്ട വെളിച്ചത്തിലും പതിവില്ലാതെ മുറ്റവും വീടിന്റെ പരിസരങ്ങളും കാടുപിടിച്ചു കിടക്കുന്നതു കണ്ടു.

'കുറേക്കാലങ്ങളായി അതിഥികൾ ആരെങ്കിലുമൊക്കെ ഇങ്ങോട്ടു വന്നിട്ട്...!!' ഞാൻ ചുറ്റുപാടും ശ്രദ്ധിച്ചതു കണ്ടിട്ടാവാം അവൾ പറഞ്ഞു.

അവൾ പാതി ചാരിയിട്ടിരുന്ന വീടിന്റെ മുൻവശത്തെ വാതിൽ തുറന്നു. മുറിക്കുള്ളിൽ അരണ്ട പ്രകാശം മാത്രമേയുണ്ടായിരുന്നുള്ളു.

'അതിഥികൾ ആരുമില്ലാത്തതു കൊണ്ട് കരണ്ടുകാശ് അടയ്ക്കാൻ പറ്റിയില്ല....!'

മേശപ്പുറത്ത് അടുത്ത സമയത്തെപ്പോഴോ കത്തിച്ചു വച്ച ഒരു മെഴുകുതിരിയുണ്ടായിരുന്നു. അതിന്റെ വെളിച്ചം ഒരു ഗോളം പോലെ മുറിയുടെ നടുവിൽ മാത്രം നിൽക്കുകയാണെന്ന് എനിക്കു തോന്നി.

'നിന്റെ മോനെവിടെ...?'

'അവനിപ്പോ അച്ഛന്റെ കൂടെയാണ്, താഴെ വീട്ടിൽ.'

കടൽത്തീരത്തോട് അതിരിട്ടു നിൽക്കുന്ന ചെറിയ കുന്നിന്റെ മുകളിലായിരുന്നു ഓതിയുടെ വീട്. വില്ലയുടെ മോഡലിൽ പണികഴിപ്പിച്ചിട്ടുള്ള നല്ല ഭംഗിയുള്ള ഒരു കൊച്ചു വീടായിരുന്നു അത്.

'നീ ഗേറ്റിന്റെ അരികിൽ വന്നു നിൽക്കുകയായിരുന്നോ...?'

'ഞാൻ മുറ്റത്തു നിൽക്കുമ്പോഴാണ് സാറിന്റെ കാർ കുന്നുകയറി വരുന്ന വെട്ടം കണ്ടത്!'

'പക്ഷേ എന്നെ...? അതും ഈ സമയത്ത് നീ ഒട്ടും പ്രതീക്ഷിച്ചില്ല

ല്ലോ അല്ലേ?'

ഞാൻ പിന്നെയും സംശയം തീരാതെ കയ്യിൽക്കിടന്ന വാച്ചിലേക്കു നോക്കി.

'പത്തു മണി...!!' മറുപടി പറഞ്ഞത് അവളായിരുന്നു.

രണ്ടു വർഷങ്ങൾക്കു മുൻപ് കടൽത്തീരവും ചുറ്റുമുള്ള കാഴ്ചകളും കാണാനായി വന്നപ്പോൾ തങ്ങാനുള്ള ഒരു സ്ഥലം അന്വേഷിച്ചു നടന്ന രാത്രി ഒരു ഓട്ടോ ഡ്രൈവറാണ് എന്നെയീ വീട്ടിൽ ആദ്യം കൊണ്ടു വരുന്നത്.

അന്നു കിടന്ന മുറിയിലേക്കാണ് ഓതി ഇന്നും എന്നെ കൂട്ടിക്കൊണ്ടു പോയത്.

മുറിയുടെ പിൻവാതിൽ തുറക്കുന്നത് കടൽക്കാഴ്ചകളിലേക്കാണ്.

'സാർ എന്തെങ്കിലും കഴിച്ചിരുന്നോ..?'

മേശപ്പുറത്ത് ഉറപ്പിച്ചു വച്ച മെഴുകു തിരിയുടെ ഇരുണ്ട വെട്ടത്തിൽ തുറന്നിട്ട ജനലിൽ ചാരി നിൽക്കുന്ന ഓതിയുടെ മുഖം എനിക്ക് അവ്യക്തമായിരുന്നു.

'ഈ സമയത്ത് നിന്റെയരുകിൽ ഒന്നും കഴിക്കാനുണ്ടാവില്ലെന്ന് എനിക്കറിയില്ലേ...?' ഞാൻ ബെഡിലേക്കിരുന്നിട്ട് എന്റെ കാലിൽ നിന്ന് ഷൂസും സോക്സും ഊരി മാറ്റി.

'കുളിക്കുന്നോ...?'

'ഇപ്പൊ വേണ്ട.... പക്ഷേ എനിക്കു നിന്റെ ദ്വാരകയിൽ പോയി അൽപനേരമിരിക്കണം....!!'

അവൾ മെഴുകുതിരി കയ്യിലെടുത്തു കൊണ്ട് വീടിന്റെ നടുത്തളത്തിലേക്കു നടന്ന് പിൻവശത്തെ വാതിൽ തുറന്നു.

വാതിലിനു വെളിയിൽ തിരക്കു കൂട്ടി നിന്നിരുന്ന പോലെ ഉപ്പുരസമുള്ള കടൽക്കാറ്റ് വീടിനുള്ളിലേക്ക് ഇരച്ചു കയറി വന്നു. അവളുടെ കയ്യിലിരുന്ന മെഴുകുതിരിയുടെ നാളം അല്പം ആടിയുലഞ്ഞതല്ലാതെ അണഞ്ഞു പോയില്ല.

വീടിന്റെ പിൻവശത്ത് അതിഥികൾക്ക് കടൽക്കാഴ്ച്ച കണ്ടിരിക്കാൻ ഒരുക്കിയിരുന്ന മനോഹരമായ ഇരിപ്പിടങ്ങൾ മിക്കവാറും തകർന്നു നിലം പൊത്തിയിരിക്കുന്നു.

അതിന്റെ നടുവിലൂടെ താഴേക്കു നടക്കുമ്പോൾ മുളന്തണ്ടുകളും മരത്തടികളും ചേർത്ത് അതിർത്തി കെട്ടിത്തിരിച്ചിരുന്നതായിരുന്നു ഓതിയുടെ ദ്വാരക. അപൂർവ്വം ചില അതിഥികൾക്കു മാത്രമേ അവൾ ദ്വാരകയുടെ വാതിൽ തുറന്നിട്ടുള്ളു.

കടലിൽ നിന്ന് ഒരുപാടുയരത്തിൽ വളർന്നു നിൽക്കുന്ന ഒരു മൺതിട്ട പോലെയായിരുന്നു ആ കുന്ന്. പക്ഷേ കടൽത്തീരത്തു കാണുന്ന ഉപ്പുരസമുള്ള വെളുത്ത മണൽ തന്നെയായിരുന്നു ദ്വാരകയിലും.

ചക്രവാളത്തിൽ വിരിയുന്ന സൂര്യവർണ്ണങ്ങളും പച്ചയും നീലയും മാറി മാറി ഇതൾ വിരിയുന്ന കടലിന്റെ അഗാധതയും വെള്ളമണൽ വളഞ്ഞു പുളഞ്ഞൊരു വരപോലെ അതിരിടുന്ന കരയും.......!! വിടരുന്ന പുലരികളിലും അസ്തമിക്കുന്ന സന്ധ്യകളിലും അതൊരു കാഴ്ച തന്നെയായിരുന്നു.

ഒരിക്കൽ ദ്വാരകയിലേക്ക് ഓതിയെന്നെ കൂട്ടിക്കൊണ്ടു വന്നില്ലായിരുന്നെങ്കിൽ ഞാൻ വീണ്ടും വീണ്ടും അവളുടെ കൊച്ചുവീടു തേടി വരികയില്ലായിരുന്നു!

'ഞാൻ വീണ്ടും വരുമെന്ന് നീ വിചാരിച്ചിരുന്നോ...?'

വിരിച്ചിട്ട മണലിലേക്ക് കാലുകൾ നീട്ടി, കൈകൾ പിന്നോട്ടു കുത്തിയിരുന്നിട്ട് ഞാൻ അങ്ങു താഴെ കടലിൽ ഓളങ്ങൾക്കൊപ്പം ചാഞ്ചാടിക്കളിക്കുന്ന ചന്ദ്രനെ നോക്കി.

'അന്നത്തെ സംഭവം കഴിഞ്ഞിട്ട് ഇപ്പോൾ എട്ടു മാസങ്ങൾ കഴിഞ്ഞില്ലേ എന്നിട്ടും സാറിനെ കാണാതെ വന്നപ്പോൾ.....!'

'ഇനി വരില്ല എന്നു വിചാരിച്ചു അല്ലേ...?'

എട്ടു മാസങ്ങൾക്കു മുൻപായിരുന്നു അത്. ദ്വാരകയിലെ ഈ മണലിൽ തണുത്ത കാറ്റേറ്റു കിടന്നുറങ്ങിയ ഒരു വേനൽക്കാല രാത്രിയുടെ അവസാനം ആരുടെയോ ഉച്ചത്തിലുള്ള സംസാരം കേട്ടുകൊണ്ടാണ് ഞെട്ടി കണ്ണു തുറന്നത്.

ഉറക്കച്ചടവോടെ പിൻവശത്തെ വാതിൽ തള്ളിത്തുറന്ന് അകത്തേക്ക് കാലെടുത്തു വയ്ക്കുമ്പോൾ മുന്നിൽ കത്തുന്ന കണ്ണുകളുമായി ശ്രീപ്രിയ!

ഓതിയുടെ മുഖം ചുമന്നിരിക്കുന്നു. കവിളത്തെ അടികൊണ്ടു തിണിർത്ത പാട് ഞാൻ കാണാതിരിക്കാൻ അവൾ കൈകൊണ്ടു മറച്ചു.

'എന്താ.... എന്തു പറ്റി...?' ഞാൻ എല്ലാവരെയും മാറിമാറി നോക്കി.

'അളിയന്റെയീ ചുറ്റിക്കളി നമ്മടെ പിള്ളേരു കാണാൻ തൊടങ്ങീട്ടു കുറച്ചു കാലമായിരുന്നു. അന്നു മൊതലു സ്കെച്ചിട്ടു വച്ചേരുന്നതാ....' ശ്രീപ്രിയയുടെ ആങ്ങള ശ്രീജിത്ത് മുറിയിലേക്കു കയറി വന്നു. അവന്റെ പിന്നാലെ രണ്ടുപേരും.

'നിങ്ങക്കൊക്കെ എന്തുപറ്റി...? എന്നതാ നീയൊക്കെ പറയുന്നേ..?' ഞാൻ പതിയെ ശ്രീപ്രിയയുടെ അടുത്തേക്കു ചെന്നു.

'നിങ്ങളിവിടെ എന്തിനു വന്നതാ...?' ശ്രീപ്രിയയുടെ കണ്ണിൽ അഗ്നിയായിരുന്നു.

'ഞാൻ ചുമ്മാ ഒരു ചേഞ്ചിന്.... അല്ല ഇടയ്ക്കിടക്ക് ഞാനങ്ങനെ പോകുന്നതല്ലേ... അതിനിപ്പോ എന്തുപറ്റി...?'

'വല്ല്യ വല്ല്യ ബിസിനസ്സുകാരൊക്കെ ഇടയ്ക്കിടയ്ക്ക് ട്രിപ്പ് പോകുമെന്നു പറഞ്ഞു കേട്ടിട്ടൊണ്ട്... ചെല എഴുത്തുകാരൊക്കെ ഒരു ചേഞ്ചിന് ഇതുപോലുള്ളവളുമാരെ ഒരു സെക്കന്റ് സെറ്റപ്പാക്കി വച്ചേക്കുന്ന കഥകളും കേട്ടിട്ടൊണ്ട്..... പക്ഷേ സ്വന്തം പറമ്പിൽ പണിതും കിളച്ചും നടക്കുന്ന അളിയന് ഇതെന്തോന്ന് ചേഞ്ചിന്റെ അസുഖമാന്നാ എനിക്കു മനസ്സിലാകാത്തത്.....!!' ശ്രീജിത്ത് പല്ലിറുമ്മി.

'ഡാ... അനാവശ്യം പറയരുത്....' ഞാൻ ശ്രീജിത്തിനെ താക്കീതു ചെയ്തുകൊണ്ട് ശ്രീപ്രിയയുടെ നേർക്കു തിരിഞ്ഞു.

'പ്രിയാ.... ഞാൻ പറയുന്നതു കേൾക്ക്....!!'

'ദേവേട്ടാ വേണ്ട.... എന്റെ അടുത്തേക്കു വരരുത്...!' അവൾ കയ്യെടുത്തു വിലക്കി.

'അളിയനെയല്ല ചേച്ചി...., ഇവൾക്കിട്ടു വേണം കൊടുക്കാൻ...' ശ്രീജിത്ത് ഓതിയുടെ തലമുടിയിൽ കുത്തിപ്പിടിച്ചു പിന്നോട്ടു വളച്ചു.

ഓതിയുടെ വായിൽ നിന്നു വീണ കരച്ചിലിന്റെ ചീള് എന്റെ നിയന്ത്രണം തകർത്തു കളഞ്ഞു.

എന്റെ കൈത്തലം ശ്രീജിത്തിന്റെ കവിളത്ത് പടക്കം പൊട്ടുന്ന ശബ്ദം തീർത്തു. ഓതിയുടെ മുടിക്കുത്തിൽ നിന്ന് അവന്റെ കൈ മെല്ലെ അയഞ്ഞു. ഒന്നു പിന്നോട്ടു വേച്ചു പോയിട്ട് അവൻ നിലത്തേക്കിരുന്നു.

എല്ലാം കൈവിട്ടു പോയിക്കഴിഞ്ഞിരുന്നു. ഞാനും ഓതിയും തമ്മിൽ അരുതാത്തതെന്തോ ഉണ്ടെന്നും അവളെക്കാണുവാനാണ് ഞാൻ ഇടയ്ക്കിടയ്ക്ക് ഇവിടെ വരുന്നതെന്നും ശ്രീപ്രിയ ഉറച്ചു വിശ്വസിച്ചു.

അന്ന് ശ്രീജിത്തിനൊപ്പം കാറിൽക്കയറി അവൾ പോയതിന്റെ തൊട്ടുപിന്നാലെ ഇവിടെ നിന്നിറങ്ങിയതാണ് ഞാൻ, ഓതിയോടു യാത്ര പോലും പറയാതെ.

'ചേച്ചിയെ തെറ്റു പറയാനും പറ്റില്ലല്ലോ സാറേ... സാറ് ഇടയ്ക്കിടെ വീടു വിട്ട് ഇങ്ങനെ മുങ്ങി നടക്കുക... ഈ കടലും തീരവുമല്ലാതെ പ്രതേകിച്ചു കാണാൻ ഒന്നുമില്ലാത്ത ഒരിടത്തേക്ക് മാത്രം യാത്ര ചെയ്യുക.... ഇവിടെ വന്നാലോ ഭർത്താവില്ലാത്ത ഒരു പെണ്ണു നടത്തുന്ന ഒരു ഹോം സ്റ്റേയിൽ മാത്രം തങ്ങുക.... ചേച്ചിയുടെ സ്ഥാനത്തു ഞാനാണെങ്കിലും അങ്ങനെയൊക്കെയേ പെരുമാറുകയുള്ളൂ....' അവൾ ഒരു നിമി

ഷം നിർത്തി.

'.....പക്ഷേ ഭൂമിയിൽ ആണും പെണ്ണും തമ്മിൽ ഒരേയൊരു ബന്ധമേയുള്ളു എന്നു വിശ്വസിക്കുന്ന സാറിന്റെയാ അളിയനും കൂട്ടുകാരുമുണ്ടല്ലോ.....അവരെ മാത്രം വെറുത വിടാൻ പാടില്ല...അവർക്കീ മണ്ണിന്റെ മോളിൽ ജീവിക്കാൻ അവകാശമില്ല.' ഓതിയുടെ അണപ്പല്ലുകൾ ഞെരിഞ്ഞമരുന്ന ശബ്ദം ഞാൻ കേട്ടു.

'പലവട്ടം ശ്രമിച്ചു നോക്കി ഞാൻ ഒന്നു പറഞ്ഞു മനസ്സിലാക്കാൻ... അതെങ്ങനെ....? ഒന്നു കാണാൻ പോലും കൂട്ടാക്കുന്നില്ല അവൾ...'

'കുട്ടി....?'

'അവളു കൊണ്ടു പോയി...' ഞാൻ നെടുവീർപ്പിട്ടു.

ഒരു നിമിഷം മൗനമായി കടന്നു പോയി. താഴെ കടലിലൂടെ തെന്നിത്തെന്നി നീങ്ങിക്കൊണ്ടിരുന്ന ഒരു ബോട്ടിന്റെ വെളിച്ചം തിരയുടെ ചാഞ്ചാട്ടത്തിനൊപ്പം മുകളിലേക്കുവന്ന് ഞങ്ങളുടെ കണ്ണുകളിൽ നോക്കി തിരിച്ചു പോയി.

'ഓതി... നിനക്കെപ്പോഴെങ്കിലും എന്നെ പ്രണയിക്കാൻ തോന്നിയിട്ടുണ്ടോ ..?'

അവൾ തല അല്പം ചെരിച്ച് എന്റെ മുഖത്തേക്കു നോക്കി.

കണ്ണെത്തുന്ന ദൂരത്തു കടലുണ്ടായിട്ടും ദാഹജലത്തിനായി മഴ പെയ്യുന്നതും കാത്ത് മാനത്തു നോക്കിക്കിടക്കുന്ന വരണ്ട മണൽത്തരികളിൽ നിന്ന് ഒരു പിടുത്തം വാരിയെടുത്തു ഞാൻ.

'ഒരിക്കലുമില്ല സർ.... പിന്നെ...'

'പിന്നെ...?' അവൾ ഇടയ്ക്കു നിർത്തിയതു പൂരിപ്പിക്കുവാൻ ഞാൻ കാത്തു.

'ചിലപ്പോഴൊക്കെ മനസ്സിന്റെ ഭാരം ഒരുപാടു കൂടി, ഒന്നാർത്തലച്ചു പെയ്യണം എന്നു തോന്നുമ്പോൾ, അതിനൊരു നെഞ്ചിന്റെ തണലു വേണമെന്നു തോന്നുമ്പോൾ അതു നിങ്ങളായിരുന്നെങ്കിൽ എന്നു മാത്രം വിചാരിച്ചിട്ടുണ്ട്.'

'ഭർത്താവു മരിച്ചിട്ടും നീയെന്താ മറ്റൊരു വിവാഹം കഴിക്കാത്തത്...?'

'സാറിനോടാരു പറഞ്ഞു എന്റെ ഭർത്താവു മരിച്ചു പോയെന്ന്....?' അവൾ ചിരിച്ചു.

'പിന്നെ....?'

'എന്റച്ഛൻ എന്നെ കടൽതീരത്തു നിന്നും എടുത്തുകൊണ്ടു വരുമ്പോ എനിക്കു നാലോ അഞ്ചോ വയസ്സു പ്രായമുണ്ടാവും....

കടലുകാണാൻ വരുന്നവർക്ക് കഞ്ചാവു വില്പനയായിരുന്നു അച്ചു

തന്റെ തൊഴിൽ. ആരുടെയൊക്കെയോ അടുത്തുനിന്നും വാങ്ങിക്കൊണ്ടു വരുന്ന കഞ്ചാവ് ചെറിയ പൊതികളാക്കി ആവശ്യക്കാരെ തപ്പിയിറങ്ങും.

ഒരു ദിവസം അച്ഛൻ വീട്ടിൽ വരുമ്പോ അച്ഛന്റൊപ്പം ഒരാളുമുണ്ടായിരുന്നു. ചാര നിറത്തിലുള്ള കണ്ണുകളും സ്വർണ്ണത്തിന്റെ കളറുള്ള നീണ്ട തലമുടിയുമുള്ള ഒരു സായിപ്പ്. എനിക്കയാളുടെ ഭാഷ അറിയില്ലായിരുന്നു. പക്ഷേ ഞങ്ങൾ വേഗം തന്നെ നല്ല കൂട്ടുകാരായി.

അയാളാണ് എന്നെ 'ഓതി' എന്നു പേരിട്ടു വിളിച്ചത്. അയാളുടെ ഭാഷയിൽ അതിന്റെ അർത്ഥം ഭാഗ്യം എന്നാണെന്ന് അയാൾ അച്ഛനോട് പറഞ്ഞു.

പിന്നെ പല വട്ടം അയാൾ വന്നു. കുഞ്ഞു ഓതി വളർന്നു വലുതായി പതിനേഴു വയസ്സുള്ള ഒരു പെൺകുട്ടി ആകുന്നതു വരെ.

ഒന്നോ രണ്ടോ വർഷങ്ങൾ കൂടുമ്പോൾ ഒരു മാസം വന്നു താമസിക്കാൻ വേണ്ടി അയാൾ വാങ്ങിയതാണ് ഈ സ്ഥലവും വീടും.

പക്ഷേ ആ അവസാനത്തെ വരവ്....'

ഓതി കുറച്ചു നേരത്തേക്ക് മൗനമായി. ചെറിയൊരു മേഘത്തിന്റെ ഇടയിൽ നിന്നും പുറത്തേക്കു തല നീട്ടിയ ചന്ദ്രന്റെ പ്രകാശത്തിൽ അവളുടെ കണ്ണിൽ നിന്നും ഒഴുകിയിറങ്ങിയ നീർച്ചാലുകൾ തിളങ്ങുന്നതു ഞാൻ കണ്ടു.

'അന്നുവരെ അച്ഛനെപ്പോലെയോ അല്ലെങ്കിൽ ഒരു സഹോദരനെപ്പോലെയോ എന്നെ താലോലിച്ചിരുന്ന അയാളുടെ മറ്റൊരു മുഖമായിരുന്നു അന്നു ഞാൻ കണ്ടത്. കഞ്ചാവിന്റെ ലഹരിയിൽ അടച്ചിട്ട മുറിക്കുള്ളിൽ അയാൾ ചെയ്തു കൂട്ടിയ ലൈംഗികവൈകൃതങ്ങൾക്കെല്ലാം ഇരയായി എത്രദിവസം കിടന്നുവെന്നു പോലും എനിക്കോർമ്മയില്ല.

പിന്നീടൊരിക്കലും അയാൾ വന്നില്ല. പോകുമ്പോൾ ഞാനറിയാതെ രണ്ടു കാര്യങ്ങൾ എനിക്കായി തന്നിരുന്നു. ഒന്ന് ഈ വീടും പിന്നെ വയറ്റിൽ ഒരു കുഞ്ഞും.

എനിക്കു വെറുപ്പാണ് ഈ വീടിനോട്. ഈ ദ്വാരകയിൽ വന്നിരിക്കുമ്പോൾ മാത്രമാണ് ഞാൻ ജീവിച്ചിരിക്കുന്നു എന്ന തോന്നൽ ഉണ്ടാവുന്നത്.

പിന്നീടെപ്പോഴെങ്കിലും ഞാൻ ഒരാണിനെ ഇത്തിരിയെങ്കിലും സ്നേഹത്തോടെ, അല്പമെങ്കിലും ബഹുമാനത്തോടെ നോക്കിയിട്ടുണ്ടെങ്കിൽ അതു നിങ്ങളെ മാത്രമാണ്.'

അവളുടെ ശബ്!ദം വല്ലാതെ നേർത്തിരുന്നു.

ഞാൻ പൂഴിമണലിൽ കൈകൾ കുത്തി അവൾക്കടുത്തേക്കു നീങ്ങിയിരുന്നു. പിന്നെ അവളുടെ മുഖം പിടിച്ചു മെല്ലെയുയർത്തി എന്റെ നെഞ്ചോടു ചേർത്തു.

നിലാപ്പക്ഷികൾ മാത്രം പറക്കുന്ന രാത്രിയുടെ യാമങ്ങളിൽ ഒന്നാകാൻ കൊതിച്ചിട്ടും കഴിയാതെപോയ രണ്ടു നക്ഷത്രങ്ങൾ കണ്ണിറുക്കി കളിക്കുന്നതും നോക്കി ഉപ്പിന്റെ നനവു പേറുന്ന പൂഴി മണൽത്തരികളിൽ മലർന്നു ഞാൻ കിടക്കുമ്പോൾ അവളുടെ കവിളിന്റെ തുടിപ്പെന്റെ നെഞ്ചിന്റെ താളത്തെയറിയുന്നതും പിന്നെ ചെറു ചൂടുള്ള ലാവ പോലെ ഒഴുകിയിറങ്ങിയ മിഴിനീർത്തുള്ളികൾ നനഞ്ഞ തണുപ്പായി എന്റെ നെഞ്ചിൻ കൂടിനുള്ളിലേക്ക് ഉരുകിയിറങ്ങുന്നതുമറിഞ്ഞ് പതിയെപ്പതിയെ കണ്ണുകൾ പൂട്ടി ഏതോ ലഹരിയിൽ എന്നപോലെ അലസമായ് ഞാൻ മയങ്ങിപ്പോയി.

പുലർച്ചെ ഉണരുമ്പോൾ വെയിലേറ്റു തിളങ്ങുന്ന മണൽത്തരികൾക്കു മേൽ ഞാൻ ഒറ്റക്കായിരുന്നു.

വീടിന്റെ പിൻവാതിലും മുൻവാതിലും തുറന്നു കിടപ്പുണ്ടായിരുന്നു. രാത്രി അങ്ങനെ രണ്ടുപേർ ആ വീടിനുള്ളിൽ വന്നിരുന്നുവെന്നതിന്റെ യാതൊരു അടയാളങ്ങളും അവിടെയെങ്ങും കാണാനില്ലായിരുന്നു. മേശപ്പുറത്തു കത്തിച്ചു വച്ചിരുന്ന മെഴുകുതിരിയുടെ അടയാളം പോലുമില്ല.

കുളിമുറിയിൽ വെള്ളം ഇല്ലാതായിട്ട് നാളുകൾ കഴിഞ്ഞ മട്ടുണ്ട്. ഞാൻ ഇട്ടിരുന്ന ഡ്രസ്സ് പോലും മാറാതെ കാർ സ്റ്റാർട്ടു ചെയ്തു.

ഓതിയുടെ കുന്നിനു താഴെയുള്ള വീടെനിക്കറിയാം. അച്ചുതന്റെയൊപ്പം അവിടെ പോയിട്ടുണ്ട്. കാർ വഴിയിൽ പാർക്കു ചെയ്തിട്ട് മൺതിട്ടയിൽ ചെങ്കല്ലുകൾ കൊണ്ടുണ്ടാക്കിയ പഴയ ഒതുക്കുകല്ലുകൾ കയറി ഞാൻ ആ കൊച്ചു വീടിന്റെ മുറ്റത്തേക്കു ചെന്നു.

ഹോം സ്റ്റേ പോലെ തന്നെ വീടിന്റെ മുൻവശവും ദിവസങ്ങളോളം വൃത്തിയാക്കാതെ പുല്ലും കാടും വളർന്നു നിൽക്കുന്നു.

ഞാൻ മുറ്റത്തേക്കു കയറിച്ചെല്ലുന്ന ശബ്ദം കേട്ടിട്ടാവാം അച്യുതൻ പുറത്തേക്കിറങ്ങി വന്നു. വളരെ ചെറിയ കാലം കൊണ്ട് വല്ലാത്തൊരു മാറ്റം അയാളുടെ മുഖത്തുണ്ടായിരിക്കുന്നു. മുഴുവൻ നര കയറി മെലിഞ്ഞ് വല്ലാത്ത കോലം.

'ആഹ് സാറോ.... സാറു വരുന്ന വഴിയാണോ?' അയാൾ എന്റെ മുഷിഞ്ഞ വസ്ത്രത്തിലേക്കു നോക്കി.

'അല്ല.... ഇന്നലെ രാത്രി വന്നു...!!'

'എന്നെങ്കിലും സാറു വരുമെന്ന് എനിക്കറിയാമായിരുന്നു..... അത്രയ്ക്കു നല്ല മനസ്സാ സാറിന്റെ....!!'

നല്ല വെളുത്ത നിറവും നീലക്കണ്ണുകളുമുള്ള ഒരാൺകുട്ടി വീടിനുള്ളിലെ ഇരുട്ടിൽ നിന്ന് പുറത്തേക്കു തല നീട്ടി.

'സാറിന് ഓതിയെ കാണണ്ടേ...?' അച്യുതൻ മുറ്റത്തേക്കിറങ്ങി വന്നു. പിന്നാലെ ചെക്കനും.

'കാണണം.... പറയാതെ പോന്നതെന്തിനാന്നു ചോദിക്കണം....'

അയാൾ എന്റെ നേർക്കു നെറ്റി ചുളിച്ചു നോക്കി. പിന്നെ കയ്യെത്തിച്ചു വരാന്തയിലെ ഞാന്നു കിടന്ന അയയിൽ നിന്നും ഒരു തോർത്തു വലിച്ചെടുത്ത് നഗ്നമായ തോളിലേക്കിട്ടു.

'വാ....!!'

മുറ്റം കടന്ന് മണ്ണുകൊണ്ട് തിട്ടകൾ പോലെ തീർത്തിട്ടുള്ള സ്റ്റെപ്പുകൾ കയറി അയാൾ വീടിന്റെ മേൽഭാഗത്തേക്കു നടന്നു. തൊട്ടുപിന്നാലെ ചെക്കനും. അവൻ ഇടയ്ക്കിടെ എന്നെ തിരിഞ്ഞു നോക്കുന്നുണ്ടായിരുന്നു.

നല്ല ചെരിവുള്ള സ്ഥലത്തു കൂടി കുറച്ചു മുകളിലേക്ക് നടന്ന് ഞാൻ കുറച്ചു നിരപ്പായ ഒരു സ്ഥലത്തെത്തി. എനിക്കു മുന്നേ പോയ അച്യുതനും ചെക്കനും അവിടെ നിൽപ്പുണ്ടായിരുന്നു.

'ദാ സാറേ.... ദേ ഇതിനുള്ളിലൊണ്ട് അവൾ...!!'

അച്യുതൻ വിങ്ങിപ്പൊട്ടിക്കൊണ്ട് നിലത്തേക്കു പടിഞ്ഞിരുന്നു.

അയാൾക്കു തൊട്ടു മുന്നിൽ ഒരു കുഴിമാടം!! മുൻപു പെയ്ത മഴകൾകൊണ്ട് മണ്ണ് രണ്ടുവശത്തേക്കും ഒലിച്ചുപോയി ചെറിയൊരു കൂന മാത്രം!!

അപ്പോൾ ഇന്നലെ രാത്രി എന്നോടൊത്തുണ്ടായിരുന്ന ഓതി....!!!!!!!

ഒരു നിമിഷം കൊണ്ട് ഞാൻ നടുങ്ങിത്തരിച്ചു പോയി. കാൽച്ചുവട്ടിൽ നിന്ന് മണ്ണ് ഇളകിപ്പോകും പോലെ!! കണ്ണുകൾ മേല്പോട്ടു മറിഞ്ഞ് ഞാൻ നിലത്തേക്കു പതിച്ചു.

വീണ്ടും കണ്ണു തുറക്കുമ്പോൾ എനിക്കും സൂര്യനുമിടയിൽ രണ്ടു കറുത്ത രൂപങ്ങൾ പോലെ അച്യുതനും ചെക്കനും നിൽപുണ്ടായിരുന്നു.

എന്നെ താങ്ങിപ്പിടിച്ചിരുത്തി അയാൾ എനിക്കരുകിലിരുന്നു.

'അന്ന് പ്രശ്നമുണ്ടായി സാർ പോയതിന്റെ രണ്ടാം ദിവസം രാത്രിയിൽ ആ ചെക്കനും കൂട്ടുകാരും വന്നു.'

ആര് എന്നയർത്ഥത്തിൽ ഞാൻ തലയുയർത്തി.

'സാറിന്റെ ഭാര്യയുടെ ആങ്ങളചെക്കനും കൂട്ടുകാരും... എന്നെ തല്ലി

അവശനാക്കി ഒരു മുറിയിൽ അടച്ചിട്ടു..... അവർ ഓതിയെ.....' എന്റെ തല അറിയാതെ താഴ്ന്നു പോയി. കണ്ണിനു മുന്നിൽ കാഴ്ചയെ മറച്ച് അണ പോലെ ജലം നിന്നു.

'..... ഈ കൊച്ചിനെപ്പോലും അവന്മാർ തല്ലിച്ചതച്ചു...' ഓതിയുടെ മോനെ അയാൾ കയ്യുയർത്തി തലോടി.

'എന്റെ മോൾക്ക് അതൊന്നും താങ്ങാനുള്ള ശക്തിയില്ലാരുന്നു സാറേ... പിറ്റേന്നു ബോധം വീണപ്പോ അവൾ എല്ലാം അവസാനിപ്പിച്ചു... അവളുടെ പ്രിയപ്പെട്ട ദ്വാരകയുടെ അറ്റത്തു നിന്നും താഴേക്കു ചാടി.......!! ചിതറിപ്പോയ കുറച്ചു കഷ്ണങ്ങളാ തീരത്തു നിന്നും ഞങ്ങൾക്കു കിട്ടിയേ...!! ആരോടും പറയാൻ നിന്നില്ല.... ഇനിയെങ്കിലും അവൾ സ്വസ്ഥമായുറങ്ങട്ടെ!!' അയാൾ ഓതിയുടെ കുഴിമാടത്തിലേക്കു നോക്കി വിതുമ്പി.

എനിക്ക് അങ്ങോട്ടു നോക്കാൻ തോന്നിയില്ല. കുറേനേരം അങ്ങനെ തന്നെയിരുന്നു. പിന്നെ പതിയെ എഴുന്നേറ്റു. ഒപ്പം അച്യുതനും.

'നാലോ അഞ്ചോ വയസ്സുള്ളപ്പോ ആ കടപ്പുറത്തുനിന്നും കിട്ടിയതാ സാറേ എനിക്കവളെ. എനിക്കവൾ മകളെപ്പോലെയല്ല, മകൾ തന്നെയായിരുന്നു.'

അയാൾ തൊട്ടടുത്തു നിന്നിരുന്ന ഓതിയുടെ മോനെ തന്റരുകിലേക്ക് ചേർത്തു നിർത്തി.

'അവൾക്കാരുമില്ലായിരുന്നു..... ഇപ്പൊ ഇവനും.... പക്ഷേ ഇവന് ഇവന്റെ അമ്മയാരാണെന്നറിയാം.... അച്ഛൻ...'

തീഷ്ണമായ ഒരു നോട്ടം കൊണ്ട് ഞാൻ അയാളുടെ വാക്കുകളെ മുറിച്ചു കളഞ്ഞു. പിന്നെ പതിയെ ആ കുഞ്ഞിന്റെ മുന്നിലേക്കു മുട്ടുകുത്തി.

'എന്താ മോന്റെ പേര്..?'

'ദേവനന്ദൻ....!!'

ഞാൻ അവന്റെ കുഞ്ഞുകൈകൾ രണ്ടും എന്റെ കൈയ്യിലേക്കെടുത്തു.

'മോൻ അച്ഛന്റെയൊപ്പം പോരുന്നോ...?' എന്റെ ശബ്!ദത്തിനു വല്ലാത്തൊരു വിറയൽ ഉണ്ടായിരുന്നു. അവൻ തലയുയർത്തി അച്യുതനെ നോക്കി.

അയാളുടെ ചുക്കിച്ചുളിഞ്ഞ കണ്ണിൽ നിന്നും രണ്ടു നീർത്തുള്ളികൾ ഒഴുകിയിറങ്ങി അവന്റെ നിറുകയിൽ പതിച്ചു.

എന്റെ ഇടതു കയ്യിൽതൂങ്ങി ഉറക്കാത്ത ചുവടുകളുമായി കുന്നിറ

ങ്ങുമ്പോൾ അവൻ ഇടയ്ക്കിടെ തിരിഞ്ഞു നോക്കുന്നുണ്ടായിരുന്നു.

ഓതിയുടെ വീടിനരുകിൽ നിന്നുള്ള ചെറിയറോഡ് മെയിൻ റോഡിനരുകിലേക്കു ചേരുന്നതിന്റെ തൊട്ടു മുൻപുള്ള വളവിൽ എന്റെ കാറിനെ വിലങ്ങിക്കൊണ്ട് ഒരു താർ ജീപ്പ് വട്ടം കയറി വന്നു. ഞാൻ സഡൻ ബ്രേക്കിട്ടു.

'ആഹാ.... അളിയൻ പണി കഴിഞ്ഞു വെളുപ്പാൻ കാലത്തേ കുന്നിറങ്ങിയോ...? ഡ്രൈവിംഗ് സീറ്റിൽ ശ്രീജിത്ത്.

ഞാൻ ദേവനന്ദനെ നോക്കി. അവൻ ഭയപ്പെട്ട് സീറ്റിലേക്കു കുനിഞ്ഞിരിക്കുകയായിരുന്നു.

'പഴയ അക്കൗണ്ട് തുറക്കാൻ അളിയൻ വീണ്ടും വന്നിട്ടുണ്ടെന്ന് ഇവന്മാരോട് ആരോ പറഞ്ഞത്രേ! എന്നാപ്പിന്നെ ഒന്നു നോക്കിയേക്കാമെന്നു വച്ചു.'

ശ്രീജിത്ത് ഡ്രൈവിംഗ് സീറ്റിൽ നിന്നും പുറത്തേക്കിറങ്ങി കൈകൾ രണ്ടും മേല്പോട്ടുയർത്തി ശക്തിയായി കുടഞ്ഞു.

'രാത്രി മുഴുവൻ വണ്ടിയോടിക്കുവാരുന്നേ... നടുവിനൊക്കെ ഒരു പിടുത്തം... ഡാ ആരെങ്കിലും വണ്ടിയെടുക്ക് അവിടെച്ചെന്നിട്ടു പണിയൊള്ളതാ... അഞ്ചു മിനിറ്റ് റെസ്റ്റെടുക്കട്ടെ...' നിന്ന നിൽപ്പിൽ തല പിറകോട്ടു തിരിച്ച് അവൻ കൂട്ടുകാരെ നോക്കി.

ജീപ്പിൽ നിന്ന് ഒരുത്തൻ ചാടിയിറങ്ങി വണ്ടി അല്പം പിന്നോട്ടെടുത്ത് റോഡിന്റെ അങ്ങേ വശത്തായി നിർത്തി.

'എന്നാപ്പിന്നെ അളിയൻ വിട്ടോ... അളിയൻ അത്താഴം കഴിച്ചേന്റെ ബാക്കി പഴങ്കഞ്ഞി വല്ലോം മിച്ചമൊണ്ടെങ്കി രണ്ടു കാന്താരിയൊക്കെ തിരുമ്മി ഞങ്ങളു പങ്കുവച്ചോളാം...'

പോക്കറ്റിൽ നിന്ന് ഒരു സിഗരറ്റ് തപ്പിയെടുത്തു ചുണ്ടിൽ ഉറപ്പിച്ചുകൊണ്ട് ശ്രീജിത്ത് ജീപ്പിലേക്കു ചാടിക്കയറി.

ജീപ്പ് ഓതിയുടെ വീടിനെ ലക്ഷ്യമാക്കി മലമുകളിലേക്കു കുതിച്ചു.

എനിക്കവരെ തിരിച്ചു വിളക്കണമെന്നുണ്ടായിരുന്നു. പക്ഷേ പെട്ടെന്നു തന്നെ വേണ്ട എന്നു മനസ്സു വിലക്കി.

അവർ കുന്നുകയറിച്ചെല്ലട്ടെ! തനിക്കുള്ള അവസാനത്തെ അതിഥികളെയും കാത്ത് ഓതി നിൽപ്പുണ്ടാവും ഗേറ്റിന്റെ അരികിൽത്തന്നെ!

♦

സന്തോഷത്തിന്റെ താക്കോൽ

ഉണങ്ങിയ ബ്രെഡ് പീസിന്റെ മുകളിലേക്ക് അല്പം ചീസ് തേച്ചു പിടിപ്പിച്ചു വായിലേക്കു വയ്ക്കുമ്പോൾ മഞ്ജുവിന് നാട്ടിലെ പ്രഭാതഭക്ഷണം ഓർമ്മ വന്നു. തേങ്ങയും കാന്താരിമുളകും ലേശം മഞ്ഞളും കൂടി കല്ലിൽ വച്ചരച്ച്, പാകത്തിന് ഉപ്പും ചേർത്തു വേവിച്ചെടുത്ത കപ്പ അൽപാൽപ്പമായി എടുത്ത് വറുത്തരച്ചുവച്ച നാടൻ അയലക്കറിയുടെ ചാറിൽ മുക്കി വായിലേക്കു വയ്ക്കുമ്പോൾ കിട്ടുന്ന ആ സുഖം..... അതിന്റെ ചെറുചൂടും എരുവും നാവിൽ അങ്ങനെ ഊറിനിന്നപ്പോൾ യാതൊരു രുചിയുമില്ലാത്ത ബ്രെഡും ചീസും അറിയാതെ തന്നെ വയറ്റിലേക്കു പൊയ്ക്കൊണ്ടിരുന്നു.

നാട്ടിലേക്ക് വീഡിയോ കാൾ വിളിച്ച് അല്പനേരം സംസാരിക്കാനും ഷാജിയേട്ടനെയും മോളെയും കാണാനും സമയം കിട്ടുന്നത് ഇപ്പോൾ മാത്രമാണ്. പ്രഭാതഭക്ഷണത്തിനു ശേഷം തുടങ്ങുന്ന ജോലികൾ മിക്കവാറും തീരുമ്പോൾ രാത്രിയാവും. അപ്പോഴേക്കും അവർ ഉറക്കം പിടിച്ചിട്ടുണ്ടാവും. മൂന്നുനാലു വട്ടം മോളുടെ ഫോണിലേക്ക് വിളിച്ചു നോക്കി. ഫോൺ റിംഗ് ആകാതെ വന്നപ്പോൾ ഷാജിയേട്ടന്റെ നമ്പറിൽ നെറ്റ് കാൾ വിളിച്ചു. ബെൽ ആകുന്നുണ്ട് പക്ഷേ എടുക്കുന്നില്ല. എന്തെങ്കിലും തിരക്കായിരിക്കും അല്ലെങ്കിൽ അപ്പായും മുത്തും തമ്മിലുള്ള ചക്കര വർത്തമാനത്തിൽ തന്റെ ഫോൺ ബെൽ മുങ്ങിപ്പോയതാവാം.

അക്കാര്യം ഓർത്തപ്പോൾ മഞ്ജുവിന്റെ ചുണ്ടിൽ അറിയാതെ ഒരു പുഞ്ചിരി വിരിഞ്ഞു. മോൾക്ക് പത്തൊൻപതു വയസ്സു കഴിഞ്ഞു. ഇന്നു വരെ ഷാജിയേട്ടന്റെ നാവിൽ നിന്ന് അവളുടെ ശരിക്കുള്ള പേര് വീണു കേട്ടിട്ടില്ല.

'മുത്തേ' എന്നുള്ള വിളി ഒരു വട്ടം കേൾക്കുന്നവർ പോലും ആ പേര് നെഞ്ചിൽ വച്ചു താലോലിച്ചു പോകും.

അവൾക്കു തിരിച്ചും അങ്ങനെ തന്നെ. അപ്പാ ആണ് അവളുടെ ഹീറോ, അമ്മയൊക്കെ എത്രയോ പടികൾ താഴെ! പക്ഷേ ഒരിക്കലും അസൂയ തോന്നിയിട്ടില്ല, അഭിമാനം മാത്രം.

കുടുംബസ്വത്തായി ഒന്നും കിട്ടിയിട്ടില്ല ഷാജിയേട്ടന്. തനിയെ അ

ദ്ധ്വാനിച്ചു ഉണ്ടാക്കിയെടുത്തതാണ് ഒന്നരയേക്കർ ഭൂമിയും അതിലൊരു കൊച്ചു വീടും. ആ വീട് ഒന്ന് പുതുക്കിപ്പണിയുക എന്നത് വലിയൊരു ആഗ്രഹം ആയിരുന്നു.

'എന്നെക്കൊണ്ടു കൂട്ടിയാൽ കൂടുമെന്നു തോന്നുന്നില്ല മഞ്ജു' എന്നു പലവട്ടം പറയുന്നത് കേട്ടിട്ടുണ്ട്.

മോൾ പത്താം ക്ലാസ് കഴിഞ്ഞപ്പോഴാണ് താൻ വിദേശത്ത് ജോലിക്കു പോകുന്ന കാര്യം ഷാജിയേട്ടനോട് സൂചിപ്പിച്ചത്. പോകുന്നത് വീട്ടുവേലക്കാണെന്ന് അറിയാവുന്നതു കൊണ്ടുതന്നെ ആദ്യമൊക്കെ എതിർത്തുവെങ്കിലും നല്ലൊരു വീട്, മോളുടെ വിവാഹം അങ്ങനെ മുൻപോട്ടു നോക്കുമ്പോൾ ഉണ്ടാകുന്ന ചിലവുകൾ ഒരു സാധാരണ കൃഷിക്കാരന് താങ്ങാൻ കഴിയില്ല എന്നുറപ്പുള്ളതു കൊണ്ട് അവസാനം സമ്മതിച്ചു.

ജോലിക്കു വന്നിട്ടു മൂന്നു വർഷങ്ങൾ കഴിഞ്ഞിരിക്കുന്നു. വീടു പണി പൂർത്തിയായി. ഈ വർഷം നാട്ടിൽ പോകണം. ഇന്ന് പക്ഷേ ഒരിക്കലും ഇല്ലാത്ത പോലെ മനസ്സിന് ഒരു ഭാരം തോന്നി മഞ്ജുവിന്. വീണ്ടും മോളെയും ഷാജിയേട്ടനെയും മാറിമാറി വിളിച്ചു നോക്കി. ഒരു പ്രതികരണവും ഇല്ല. മനസ്സ് വീട്ടിൽ കടമായി വച്ച് ശരീരം കൊണ്ട് ജോലികൾ ചെയ്യുന്നതിനിടയിൽ ഫോണിൽ സന്തോഷിന്റെ വാട്സാപ്പ് കാൾ വന്നു. മഞ്ജുവിന്റെ ഒരേയൊരു ആങ്ങളയാണ് സന്തോഷ്.

'ചേച്ചി എവിടെയാ?'

'ഞാൻ ഡ്യൂട്ടിയിലാടാ...... എടാ മോനെ ഞാൻ വീട്ടിലേക്കു വിളിച്ചിട്ട് മുത്തിനെയും അപ്പയെയും കിട്ടുന്നില്ലെടാ... നീയൊന്നു നോക്കിക്കേ...'

മഞ്ജുവിനെക്കാൾ പത്തു വയസ്സിനു ഇളയതാണ് സന്തോഷ്. വീടിന്റെ അടുത്ത് ഒരു കിലോമീറ്റർ മാത്രം അകലത്തിൽ ആണ് മഞ്ജുവിന്റെ തറവാട്.

'ഞാൻ ഇവിടെ ഷാജിയേട്ടന്റെ അടുത്തുണ്ട് ചേച്ചി...'

'ആഹ് ഹാ.... മുത്ത് എന്തിയേടാ?'

'ചേച്ചി.... അത്... നമ്മുടെ മുത്ത് ഒരു ചെറിയ അബദ്ധം കാണിച്ചു...'

കാല്പാദത്തിൽ നിന്ന് ഒരു തരിപ്പ് വിറയൽ പോലെ ശരീരം മുഴുവൻ പടർന്നു മഞ്ജുവിനെ ഒന്നു പിടിച്ചു കുലുക്കി.

'എടാ...... എന്തുപറ്റി എന്റെ കൊച്ചിന്......?'

'അവൾ ഒരു ചെറുക്കന്റെ കൂടെ ഇറങ്ങിപ്പോയി ചേച്ചീ...'

'സന്തോഷേ നീ വേണ്ടാതീനം പറയല്ലേ....' മഞ്ജുവിന്റെ ശബ്ദം ഉയർന്നു.

'..... നീ ഷാജിയേട്ടന്റെ കയ്യിലേക്ക് ഫോൺ കൊടുത്തേ...'

'മഞ്ജു...'

'ഷാജിയേട്ടാ... അവനെന്തൊക്കെയാ ഈ പറയുന്നത്.... മുത്തെന്തിയെ.....?'

'നമ്മുടെ മുത്തിനു നമ്മളെ വേണ്ടാന്ന്....... ആ ഓട്ടോക്കാരൻ ദിവാകരന്റെ മകനെ അവളു കല്യാണം കഴിച്ചൂന്ന്.....' നെഞ്ചു പൊട്ടിയുള്ള ഒരു പിടച്ചിൽ പോലെ ആയിരുന്നു ആ ശബ്ദം.

'...... നീയിങ്ങോട്ടു വാ മഞ്ജു... നീ വിളിച്ചാൽ നമ്മുടെ മോളു തിരിച്ചു വന്നെങ്കിലോ.....'

അതു ഷാജിയുടെ ശബ്ദം പോലെയായിരുന്നില്ല മഞ്ജുവിന്റെ ചെവികളിൽ പതിച്ചത്. ഇടതു നെഞ്ചിൽ നിന്ന് ഒരു പുകച്ചിൽ...... അതു മുകളിലേക്കു പടർന്ന് തൊണ്ടക്കുഴിയെ ചുട്ടുപൊള്ളിച്ചുകൊണ്ട് നീരാവി പോലെ എന്തോ ഒന്ന് അവളുടെ കണ്ണുകളെ മറച്ചു കളഞ്ഞു. ശരീരം തളർന്നു താഴേക്കിരിക്കുമ്പോൾ ഷാജിയേട്ടന്റെ നെഞ്ചിൽ പറ്റിക്കൂടിക്കിടന്ന് ഒരേ ശ്വാസ താളത്തിൽ കണ്ണോടു കണ്ണിൽ നോക്കി കൊഞ്ചിക്കൊണ്ട് പരസ്പരം വിളിക്കുന്ന രണ്ടു രൂപങ്ങൾ മുന്നിൽ തെളിഞ്ഞു.

'അപ്പേ....'കിലുങ്ങുന്ന കൊലുസിന്റെ മുത്തുമണികൾക്കൊപ്പമുള്ള ചിരി...

'അപ്പേടെ മുത്തേ...' നക്ഷത്രങ്ങൾ പോലെ തിളങ്ങുന്ന കൊച്ചുകണ്ണുകളിൽ നോക്കി ഒരു ജന്മത്തിന്റെ മുഴുവൻ വാത്സല്യവും നിറഞ്ഞ മറുചിരി....

വളർന്നു വലിയ പെൺകുട്ടിയായിട്ടും അപ്പയുടെ നെഞ്ചിന്റെ ചൂടിൽ മുഖം പൂഴ്ത്തിയിരുന്നാൽ എപ്പോൾ വേണമെങ്കിലും ശാന്തമായി ഉറങ്ങുന്ന മകളും, മകളുടെ ഉറക്കത്തിനു ശല്യമാവാതിരിക്കാൻ കൈകാലുകൾ പോലുമനക്കാതെ ചലനമറ്റിരിക്കുന്ന അപ്പയും..... ആ അപ്പയെ ഇട്ടിട്ട് ഇറങ്ങിപ്പോകാൻ തന്റെ മോൾക്ക് കഴിയുമോ.

ജോലി ഉപേക്ഷിച്ച് കയ്യിൽ കിട്ടിയതെല്ലാം വാരിയെടുത്ത് നാട്ടിൽ വിമാനമിറങ്ങുമ്പോഴും മഞ്ജുവിനു വിശ്വാസമുണ്ടായിരുന്നു താൻ വിളിച്ചാൽ അവൾ തിരിച്ചു വരുമെന്ന്. അപ്പയുടെ കണ്ണിൽ ഒരു ചെറു കരടു വീണ് നിറഞ്ഞാൽപ്പോലും ഒപ്പം കരയുന്ന മുത്തിന് എങ്ങനെ എല്ലാം ഇട്ടെറിഞ്ഞു പോകാനാവും?

വീട്ടിലെത്തി ഷാജിയെ കണ്ടപ്പോൾ മഞ്ജു അതുവരെ അടക്കി വച്ചിരുന്ന മുഴുവൻ നിയന്ത്രണങ്ങളും വിട്ട് എങ്ങലടിച്ചു കരഞ്ഞുകൊണ്ട് നിലത്തേക്കിരുന്നു പോയി.

മുഖവും ഇട്ടിരിക്കുന്ന ഷർട്ടും നിറയെ ചെളിയും മണ്ണും. ചൊടിയുടെ ഒരു വശത്ത് ചോര ഉണങ്ങിപ്പിടിച്ചിരിക്കുന്നു. ചതഞ്ഞു നീലച്ച വലതു കണ്ണ്.

'രണ്ടു ദിവസമായി ചേച്ചീ ഒരേ ഇരുപ്പിരിക്കാൻ തുടങ്ങീട്ട്...... എന്തെങ്കിലും മിണ്ടിയിട്ടില്ല..വെള്ളം പോലും കുടിക്കാൻ കൂട്ടാക്കാതെ.... എന്തിന്?.... ഒന്നു കരഞ്ഞെങ്കിൽ മതിയായിരുന്നു....' സന്തോഷിന്റെ സ്വരം പതറി, കണ്ണുകളും നിറഞ്ഞു തുളുമ്പിയിരുന്നു.

ഷാജിയെ അളിയാ എന്നല്ല ഏട്ടാ എന്നാണ് അവൻ വിളിച്ചിരുന്നത്. ഷാജി മഞ്ജുവിനെ കല്യാണം കഴിക്കുമ്പോൾ വെറും എട്ടു വയസ്സു പ്രായമുള്ള മൂന്നാം ക്ലാസ്സുകാരൻ ആയിരുന്നു അവൻ.

ഷാജിയുടെ ആ ഇരുപ്പു കണ്ടിട്ട് വീട്ടിനുള്ളിലേക്ക് കയറാൻ മഞ്ജുവിനു തോന്നിയില്ല.

'നിനക്കറിയാമോടാ അവളുടെ വീട്..?''അവൾ സന്തോഷിനെ നോക്കി.

ബൈക്ക് ഡ്രൈവ് ചെയ്യുന്നതിനിടയിൽ സന്തോഷ് പറഞ്ഞു കൊണ്ടിരുന്നു.

'എന്റെ കൂട്ടുകാർ പറിഞ്ഞറിഞ്ഞു ഞാൻ ഏട്ടനെ വിളിക്കുമ്പോഴും വീടിനു പരിസരത്ത് മുത്തിനെ തിരയുകയായിരുന്നു ചേച്ചീ.... ഷാജിയേട്ടൻ. അവൾ അപ്പയോടു പറയാതെ എങ്ങോട്ടോ പോയി എന്നു വിശ്വസിക്കാൻ പോലും ഏട്ടനു കഴിഞ്ഞിട്ടില്ല.'

'അവൾക്ക് കോളേജിൽ പോകുന്ന വഴിക്ക് കണ്ടുള്ള പരിചയവും ഇഷ്ടവുമാണ് അവനുമായി എന്ന് എല്ലാരും പറയുന്നു.'

വിവരം അറിഞ്ഞ ഉടനേ ഞാൻ എത്തി. എന്റെ ബൈക്കിനു പിന്നിൽ ഉടുത്തിരുന്ന വസ്ത്രങ്ങളുമായി ഷാജിയേട്ടൻ കയറി. ഞങ്ങൾ ഓട്ടോക്കാരൻ ദിവാകാരന്റെ വീട്ടിൽ എത്തുമ്പോൾ അമ്പലത്തിൽ വച്ചു വിവാഹം കഴിച്ച് പെണ്ണും ചെറുക്കനും വീട്ടിലേക്ക് എത്തിയിട്ടേ ഉണ്ടായിരുന്നുള്ളൂ.

ഓടു മേഞ്ഞ ചെറിയ വീടിന്റെ മുറ്റത്തും താഴെ റോഡിലുമായി കുറച്ചു ആളുകൾ നിൽപ്പുണ്ടായിരുന്നു. റോഡിൽ നിന്ന് മുറ്റത്തേക്ക് കെട്ടിയുയർത്തിയ ചെറിയ ഒതുക്കു കല്ലുകൾ കയറി ഷാജിയും സന്തോഷും മുറ്റത്തേക്ക് എത്തുമ്പോൾ ദിവാകരൻ ആർക്കോ ഉച്ചത്തിൽ വിശദീകരണം നൽകുകയായിരുന്നു.

'ദിവസോം കാണുമ്പോൾ എന്നെ ഉപദേശിച്ചു കൊണ്ടിരുന്നവനാ ഷാജി..... കള്ളുകുടിക്കരുത്, ജീവിതം ഇങ്ങനെ നശിപ്പിക്കാതെ എന്തെങ്കി

ലും സമ്പാദിക്ക് എന്നൊക്കെ..... എന്നിട്ടിപ്പോ എന്തായി.....? അവനും അവന്റെ പെമ്പറന്നോരും തുപ്പലു വിഴുങ്ങി ഉണ്ടാക്കിയതു മൊത്തം അനുഭവിക്കാൻ യോഗം ആർക്കാ...... എന്റെ ചെക്കനും എനിക്കും...' ഒരു വഷളച്ചിരിയോടെ അയാൾ തിരിഞ്ഞു നോക്കിയത് ഷാജിയുടെ കണ്ണുകളിലേക്കായിരുന്നു.

ദിവാകരനെ ദഹിപ്പിക്കാൻ പോന്ന ഒരു നോട്ടം നോക്കിയിട്ട് ഷാജി വീട്ടിനുള്ളിലേക്കു നടന്നു.

ചെറിയ ഹാളിനുള്ളിൽ അയല്പക്കത്തെ കുറച്ചു പെണ്ണുങ്ങളുടെ നടുക്ക് മുത്ത്. ഉടുക്കാനറിയാതെ വാരി വലിച്ചു ചുറ്റിയപോലെ പാട്ടുസാരിയിൽ തന്റെ മോൾ!

ഷാജിയെ കണ്ടതും പെണ്ണുങ്ങൾ ചാടി എഴുന്നേറ്റു. ഒപ്പം മുത്തും!

ഒരക്ഷരം പോലും മിണ്ടാതെ മകളുടെ കയ്യിൽ പിടിച്ച് ഷാജി തിരിഞ്ഞു നടന്നു മുൻവാതിൽ കടന്നു വരാന്തയിലേക്ക് വന്നു.

ഒരു നിമിഷം അമ്പരന്നു പോയ ദിവാകരൻ ഓടി വന്ന് അവരുടെ വഴി തടഞ്ഞു നിന്നുകൊണ്ടു പറഞ്ഞു.

'എന്റെ മകൻ കെട്ടിക്കൊണ്ടു വന്ന പെണ്ണാ അവള്.... കൊണ്ടുപോകാൻ ഞാൻ സമ്മതിക്കൂല...'

'മുന്നീന്നു മാറി നിക്കടാ നായേ.....' ഷാജിയുടെ പരുക്കൻ ശബ്ദം പല്ലുകൾക്കിടയിലൂടെ അമർന്ന് ഒരു മുരൾച്ച പോലെ പ്രകമ്പനം കൊണ്ടു.

ദിവാകരൻ അറിയാതെ ഒരു സൈഡിലേക്ക് മാറിപ്പോയി!

'ദേ ചേട്ടാ.... ചേട്ടന്റെ ഭരണം അങ്ങു വീട്ടിൽ മതി.... ഇതു ഞങ്ങടെ വീടാ....' ദിവാകരന്റെ അരികിൽ നിന്ന ഒരു ചെറുപ്പക്കാരൻ മുത്തിനെ മുറുക്കിപ്പിടിച്ചിരുന്ന ഷാജിയുടെ കൈത്തണ്ടയിൽ കയറിപ്പിടിച്ചു.

വലതു കൈകൊണ്ട് അവന്റെ കൈ വിടുവിച്ച് ഒറ്റക്കൈകൊണ്ട് ഷാജി അവനെ ചുരുട്ടിയെടുത്തു മുറ്റത്തേക്കെറിഞ്ഞു. റോഡരുകിൽ കെട്ടിയുയർത്തിയിരുന്ന മുറ്റത്തിന്റെ അരികുതോറും നട്ടുവളർത്തിയിരുന്ന ചെടികൾക്കിടയിലൂടെ അവൻ റോഡിലേക്കു തെറിച്ചു വീണു.

ദിവാകരനൊപ്പം വന്നിരുന്ന ഓട്ടോ ഡ്രൈവർമാരിൽ ആജനാബാഹുവായ സജി ഷാജിക്കു നേരെ കുതിച്ചു. ഷാജിക്കൊപ്പം വരാന്തയിൽ നിന്നിറങ്ങി വന്നിരുന്ന സന്തോഷിന്റെ ഒരിടി അവന്റെ താടിയെല്ലു തകർത്തു! ദയനീയമായ ഒരു ഞരങ്ങലോടെ സജി നിലത്തേക്കിരുന്നു!

പുരക്കകത്തു നിന്ന് ദിവാകരന്റെ മകൻ അജയൻ, മുത്തിന്റെ ഭർത്താവ്, ചാടിയിറങ്ങി വന്നു. പക്ഷേ ഷാജിയുടെ പിന്നിൽ നിന്നവർ അവനെ ബലമായി വീടിനുള്ളിലേക്കു വലിച്ചു.

എല്ലാം കൈവിട്ടു പോകുകയാണെന്ന് ദിവാകരനു മനസ്സിലായി!

ചെറുപ്പം മുതൽ മണ്ണിനോടു മല്ലടിച്ചു കാരിരുമ്പുപോലെ ഉറച്ച ശരീരമുള്ള ഷാജി... കൂട്ടിന് നാട്ടിലെ വടം വലി ടീമിന്റെ പുറം വടം പിടിക്കുന്ന കിന്റൽ സന്തോഷ്.... തനിക്കൊപ്പമുള്ള ഓട്ടോക്കാരും ചെറുക്കന്റെ കൂട്ടുകാരുമടക്കമുള്ള പത്തു പന്ത്രണ്ടു പേരല്ല ഇനിയുമൊരു പന്ത്രണ്ടു പേരു വന്നാലും എല്ലാവരെയും അടിച്ച് ഒരു വശത്തിട്ടിട്ട് അവർ പെണ്ണിനേയും കൊണ്ടു പോകും!

പെട്ടന്ന് മുത്തിനരുകിലേക്ക് നടന്നുകൊണ്ട് അയാൾ പെണ്ണുങ്ങൾ കരയും പോലെ ഒരു കള്ളക്കരച്ചിൽ കരഞ്ഞു.

'മോളേ... മുത്തേ... പിടിവാശിക്കാരനായ നിന്റെ അപ്പനെക്കൊണ്ട് എന്നേം എന്റെ ചെറുക്കനേം തല്ലിച്ചതപ്പിക്കാൻ വേണ്ടിയാണോടീ മോളേ നീ ഇഷ്ടമാണെന്നു പറഞ്ഞു കല്യാണം കഴിപ്പിച്ചത്......?'

ഷാജിയുടെ കയ്യിൽത്തൂങ്ങി യാന്ത്രികമായി ചലിച്ചു കൊണ്ടിരുന്ന മുത്ത് ഒന്നു നിന്നു!

'...എന്നാപ്പിന്നെ ഇവനേം കൂടി അങ്ങു കൊന്നേച്ചു പോ മോളെ....' കരഞ്ഞുകൊണ്ട് അയാൾ മകനെ ഷാജിയുടെ മുന്നിലേക്ക് തള്ളി വിട്ടു.

മുത്ത് ഷാജിയുടെ കൈ കുടഞ്ഞു വിടുവിച്ചു.

'മോളെ...' ഷാജിയുടെ അധരം വിറകൊണ്ടു.

'വിട്...ഇവരെ തല്ലാൻ എന്തധികാരമാണ് നിങ്ങൾക്കുള്ളത്...? ഞാൻ എന്റെ സ്വന്തം ഇഷ്ടത്തിന് ഇറങ്ങിപ്പോന്നതാ.... ഇതാണെന്റെ ഭർത്താവ്...'

അവൾ അജയനെ കൈ പിടിച്ച് അടുത്തേക്ക് ചേർത്തു നിർത്തി.

'മുത്തേ..... നിന്റെ അപ്പയാടീ ഞാൻ.....' ഷാജി നിയന്ത്രണം വിട്ട് കൈകൾ കൂപ്പി യാചിച്ചു കൊണ്ട് മകൾക്കു മുന്നിലേക്ക് മുട്ടു കുത്തി.

'ഛെ...' ഒരടി പിന്നോട്ടു മാറിക്കളഞ്ഞു അവൾ.

'..... ഇറങ്ങിപ്പോകുന്നുണ്ടോ ഇവുടുന്ന്...' ഉച്ചത്തിൽ ആക്രോശിച്ചു കൊണ്ട് ഭർത്താവിന്റെ കയ്യും പിടിച്ച് അവൾ അകത്തേക്ക് കയറി മുൻവാതിൽ വലിച്ചടച്ചു!

തകർന്നു താഴെക്കിരുന്നുപോയി ഷാജി!!

ദിവാകരൻ കിട്ടിയ തക്കത്തിന് ചെരുപ്പിട്ട കാലുയർത്തി ഷാജിയുടെ കണ്ണും ചൊടിയും ചേർത്ത് ഒറ്റച്ചവിട്ട്. അയാൾ വരാന്തയിൽ നിന്ന് സ്റ്റെപ്പുകൾക്കു മുകളിലൂടെ ഉരുണ്ട് മുറ്റത്തേക്കു വീണു.

സന്തോഷിന് ഭൂമി കീഴ്മേൽ മറിഞ്ഞതുപോലെ തോന്നി! അവൻ നിന്ന നിൽപ്പിൽ വായുവിൽ ഉയർന്ന് കാലു മടക്കി ദിവാകരന്റെ കരണ

ത്തിന്നിട്ട് ഒന്നു കൊടുത്തു! ദിവാകരൻ വീടിന്റെ ഭിത്തിയിൽ ഇടിച്ച് താഴേക്കു വീണ് കണ്ണറിയാൻ വയ്യാതെ ചുറ്റും പരതിക്കൊണ്ടിരുന്നു.

വായിൽ നിന്ന് കട്ടച്ചോരക്കൊപ്പം അടർന്നു പോയ പല്ലുകളും തറയിലേക്ക് വീണു.

സന്തോഷ് മുറ്റത്തിറങ്ങി ഷാജിയെ പിടിച്ചെഴുനേൽപ്പിച്ചു താങ്ങിയെടുത്തു ബൈക്കിൽ കയറ്റിക്കൊണ്ടു പോരുന്നതു കണ്ടിട്ടും ആരും നിന്നിടത്തു നിന്നും അനങ്ങിയില്ല.

ബൈക്ക് റോഡിൽ നിർത്തുമ്പോഴേ മഞ്ജു കണ്ടു മുറ്റത്തു നിൽക്കുന്ന മുത്തിനെ! ഇടനെഞ്ചിനുള്ളിലെ കൊളുത്തിപ്പിടുത്തം കണ്ണീർതുള്ളികളായി പുറത്തേക്കുവരാതിരിക്കാൻ ദീർഘമായി ഒന്നു നിശ്വസിച്ചിട്ട് മഞ്ജു ബൈക്കിൽ നിന്നിറങ്ങി.

മഞ്ജുവിനെ കണ്ടിട്ടും പ്രത്യേകിച്ച് ഒരു ഭാവവ്യത്യാസവും അവളുടെ മുഖത്തു കണ്ടില്ല. ജീവന്റെ ജീവനായി കരുതിയിരുന്ന തന്റെ മകൾ!! മൂന്നു വർഷങ്ങൾക്കു ശേഷം കാണുമ്പോൾ ഓടിവന്ന് കെട്ടിപ്പിടിച്ച് ഉമ്മവയ്ക്കുമെന്നു കരുതി! പക്ഷേ.....

'അജയേട്ടാ.....' മുത്ത് അകത്തേക്കു നോക്കി വിളിച്ചു. മഞ്ജുവിന്റെ നെഞ്ച് തുടികൊട്ടി. തന്നെ വിളിച്ചു വീട്ടിലേക്ക് ഇരുത്താൻ വേണ്ടി ഭർത്താവിനെ വിളിക്കുന്നു....

അകത്തു നിന്നും കൈലി മടക്കിക്കുത്തിക്കൊണ്ട് അജയൻ വെളിയിലേക്കു വന്നു.

'ദാ...ഇതാണ് എന്റെ അമ്മ.....' അവൾ മഞ്ജുവിനു നേരെ വിരൽ ചൂണ്ടി.

'അമ്മ വന്നു വിളിച്ചാൽ ഞാൻ കൂടെ പോകുമോ എന്നായിരുന്നില്ലേ അജയേട്ടന്റെ സംശയം...? എന്നാൽ കേട്ടോളൂ!'

അവൾ നിന്നിടത്തുനിന്ന് ഒരു പടി മുന്നോട്ടു കടന്നു വന്നു. എന്നിട്ട് മഞ്ജുവിന്റെ കണ്ണുകളിലേക്ക് നോക്കിപ്പറഞ്ഞു.

'ദാ.... ഈ നിൽക്കുന്നതാണ് എന്റെ ഭർത്താവ് അജയൻ! നിങ്ങൾക്ക് നിങ്ങളുടെ ഭർത്താവ് എത്രമാത്രം പ്രിയപ്പെട്ടതാണോ അതുപോലെ എനിക്കും എന്റെ ഭർത്താവ് അത്രമാത്രം പ്രിയപ്പെട്ടതാണ് ഇതുപോലുള്ള ഗുണ്ടകളെയും കൊണ്ട് ഇനി ഞങ്ങളെ ആക്രമിക്കാൻ വരരുത്..... പ്ലീസ്.... അപേക്ഷയാണ്.'

ബൈക്കിന് മുകളിൽ തന്നെ ഇരിക്കുകയായിരുന്ന സന്തോഷ് മുഖത്തു ചൂടുവെള്ളം വീണപോലെ പിടഞ്ഞു. മഞ്ജു പതിയെ അവന്റെ നേരെ തിരിഞ്ഞു.

'അതേയ്.....വീട്ടിൽ ചെല്ലുമ്പോൾ നിങ്ങളുടെ ഭർത്താവിനു കൂടി ഇക്കാര്യങ്ങൾ ഒന്നു പറഞ്ഞു മനസ്സിലാക്കിക്കൊടുക്കണം...' പിന്നിൽ നിന്ന് മുത്തിന്റെ ശബ്ദം വീണ്ടും കേട്ടു.

ആ മുറ്റത്തേക്കുള്ള സ്റ്റെപ്പുകൾ ഓടിക്കയറി അവൾക്കടുത്തെത്തണമെന്നും കവിൾത്തടങ്ങൾ പൊട്ടുന്ന ഒരടിയെങ്കിലും കൊടുക്കണമെന്നും മഞ്ജുവിനു തോന്നി. പക്ഷേ ബൈക്കിലേക്ക് കയറിയിരുന്ന് തല പിന്നോട്ടു തിരിച്ച് അവൾ ഒരു നോട്ടം മാത്രം നോക്കി!

അവൾക്കു പറയാനുള്ളതു മുഴുവൻ ആ നോട്ടത്തിൽ ഉണ്ടായിരുന്നു. ബൈക്ക് വന്നു മുറ്റത്തേക്കു നിന്നപ്പോൾ ഷാജി ചാടിയെഴുന്നേറ്റു.

പക്ഷേ മഞ്ജുവിനെയും സന്തോഷിനെയും മാത്രം കണ്ട് നിരാശയോടെ തല വിലങ്ങനെ ആട്ടി.

'വന്നില്ല അല്ലേ...... എന്റെ മുത്തു വന്നില്ല അല്ലേ...?'

പതറിപ്പതറിച്ചോദിച്ചുകൊണ്ട് അയാൾ മഞ്ജുവിന്റെ കയ്യിൽ പിടിച്ചു.

'എന്നാലും ന്റെ മുത്ത് ഒരു വാക്ക് ഈ അപ്പായോട് പറഞ്ഞില്ലല്ലോ മഞ്ജു...' അയാളുടെ കണ്ണിൽ നിന്നും നീർതുള്ളികൾ ചാലിട്ടൊഴുകി.

'പറഞ്ഞിരുന്നെങ്കിൽ......?' മഞ്ജു ഉച്ചത്തിൽ ചോദിച്ചു കൊണ്ട് ഷാജിയെ പിടിച്ചു കുലുക്കി.

'.... പറഞ്ഞിരുന്നെങ്കിൽ പത്തൊൻപതു വയസ്സു മാത്രം പ്രായം ഉള്ള എട്ടും പൊട്ടും തിരിയാത്ത നിങ്ങടെ മോളേ അതുപോലൊരു വൃത്തികെട്ട ഫാമിലിയിൽ ആണത്തം എന്തെന്നു പോലും അറിയാത്ത ഒരുത്തനു കെട്ടിച്ചു കൊടുക്കുമോ...?'

'ചേച്ചി...' സന്തോഷ് ഇടയ്ക്കു കയറി. '..... എന്നാലും അവൾ എന്തു കണ്ടിട്ടാണ് അതുപോലൊരുത്തന്റെ കൂടെ ഇറങ്ങിപ്പോയത്...?'

'പലതും..... പലതുമുണ്ടാവാം സന്തോഷേ...... അവളുടെ അപ്പനും അമ്മയ്ക്കും അമ്മാവനുമൊന്നും കൊടുക്കാൻ കഴിയാത്ത പലതും അവൾ അവനിൽ കണ്ടിട്ടുണ്ടാവാം...... ലോകത്തെ ഓരോ പെണ്ണിനും ഓരോ മനസ്സാണ്.... അതിലെ ഇഷ്ടങ്ങൾ കണ്ടുപിടിക്കാൻ അവളെ സൃഷ്ടിച്ച ദൈവത്തിനു പോലും കഴിഞ്ഞെന്നു വരില്ല...'

'എന്നാലും ചേച്ചി...അവൾ ഒരാളുടെ സന്തോഷത്തിനു വേണ്ടി എത്ര പേരുടെ ജീവിതം ആണ് ഇല്ലാതാക്കിയത്?'

'സന്തോഷേ.... മുത്ത് ഉണ്ടായപ്പോൾ മുതൽ ഷാജിയേട്ടൻ പറയുന്ന ഒരു കാര്യം ഉണ്ടായിരുന്നു.

'മുത്തേ..... നിന്റെ ചിരിയിലാണ് അപ്പയുടെ സന്തോഷത്തിന്റെ താക്കോൽ... എന്ന്.'

'ഷാജിയേട്ടാ.... ആ സന്തോഷത്തിന്റെ താക്കോൽ അവിടെയുണ്ടോ എന്നന്വേഷിച്ചാണ് ഞാൻ ഇന്നു പോയത്. പക്ഷേ കണ്ടില്ല... ഇനിയത് ഉണ്ടാവില്ല .... അപ്പേടെ മുത്തിന്റെ മുഖത്ത് കളങ്കമില്ലാത്ത ആ ചിരി ഇനി ഉണ്ടാവില്ല.....നിങ്ങടെ സന്തോഷത്തിന്റെ താക്കോൽ എന്നെന്നേക്കുമായി കളഞ്ഞു പോയി..... പക്ഷേ നിങ്ങളുടെ ജീവിതത്തിന്റെ താക്കോൽ.... അത് എനിക്കു വേണം, അതു എന്റെ മാത്രം സ്വന്തമാണ് ഷാജിയേട്ടാ!'

'ജീവിതം.....നമ്മളിനി ആർക്കു വേണ്ടി ജീവിക്കണം മഞ്ജു...?'

'നിങ്ങളിതുവരെ ജീവിച്ചത് ആർക്കൊക്കെയോ വേണ്ടിയായിരുന്നില്ലേ...? ഇനിയുള്ള നാളുകൾ നിങ്ങൾക്കു വേണ്ടി ജീവിച്ചു കൂടെ?.... ഞാനുമുണ്ടാവും കൂടെ, നിങ്ങൾക്കുവേണ്ടിയല്ല..... എനിക്കും ജീവിക്കണം എനിക്കു വേണ്ടി മാത്രം.'

കണ്ണിലെ തിളക്കം എരിയുന്ന കനൽപ്പോലെ ആളിക്കത്തിച്ചു കൊണ്ട് മഞ്ജു ഷാജിയുടെ കൈപിടിച്ചുകൊണ്ട് അകത്തേക്കു നടന്നു.

മൂന്നു മാസങ്ങൾക്കു ശേഷം ഒരു ദിവസം പോലിസ് സ്റ്റേഷനിൽ എസ് ഐ യുടെ മുന്നിൽ ഇരിക്കുകയായിരുന്നു സന്തോഷ്.

'എന്താ സാറേ....? എന്തിനാണ് വിളിപ്പിച്ചത്?'

'തനിക്കെതിരെ ഒരു പരാതി കിട്ടിയിട്ടുണ്ടല്ലോ സന്തോഷേ...'

'എനിക്കെതിരെ..?..എന്താണ് പരാതി?'

'ഈ നിൽക്കുന്ന പെൺകുട്ടിയുടെ അപ്പനെയും അമ്മയെയും താൻ ഒളിപ്പിച്ചു വച്ചിരിക്കുകയാണെന്നും അവരെ കണ്ടു പിടിച്ചു തരണമെന്നും അതോടൊപ്പം ഇവൾക്ക് മാതാപിതാക്കളുടെ സ്വത്തുവകകളിലുള്ള അവകാശം സ്ഥാപിച്ചു കിട്ടണം എന്നുമാണ് പരാതി.'

സന്തോഷിന്റെ വലതുവശത്ത് ടേബിളിന്റെ അങ്ങേ അറ്റത്തുള്ള കസേരയിൽ വിളറി വെളുത്തു വല്ലാത്തൊരു കോലമായി മുത്ത് ഇരിപ്പുണ്ടായിരുന്നു. അടുത്ത് അജയനും.

'സാറേ.... ഈ ഇരിക്കുന്ന പെൺകുട്ടിയാണെങ്കിൽ... ഒരു മൂന്നു മാസം മുൻപുവരെ ഞങ്ങടെ കുടുംബത്ത് ഉണ്ടായിരുന്നതാ കേട്ടോ....'

'ഇവളുടെ അപ്പനേം അമ്മേം താൻ ഒളിപ്പിച്ചു വച്ചിട്ടുണ്ടോ....?'

'അയ്യോ സാറേ.... അല്ലെങ്കിൽ വേണ്ട, സാറ് പറഞ്ഞാൽ വിശ്വസിക്കത്തില്ല. ഞാൻ ഫോണിൽ വിളിച്ചു തരട്ടോ?'

സന്തോഷിന്റെ ഫോണിലെ വീഡിയോ കോളിൽ ഷാജിയും മഞ്ജുവും പ്രത്യക്ഷപ്പെട്ടു.

'ഷാജിയേട്ടാ.... നിങ്ങളിതിപ്പോ എവിടെയാ...?'

'മോനെ ഞങ്ങൾ പാരീസിൽ ഈഫൽ ടവറിന്റെ അടുത്തിരുന്ന് ഇത്തിരി കിന്നാരം പറയുവാടാ.... അല്ല നീയിതെവിടെയാ... വീട്ടിലല്ലേ?'

'അല്ല ഷാജിയേട്ടാ.... പോലിസ് സ്റ്റേഷൻ വരെ വന്നതാ... എസ് ഐക്ക് നിങ്ങളെ ഒന്നു കാണണം എന്ന്...'

സന്തോഷ് ഫോൺ എസ് ഐ ക്കു കൊടുത്തു.

'നിങ്ങൾ എന്തിനാ പാരീസിനു പോയത്?'

'ഞങ്ങൾ ഒരു വേൾഡ് ടൂറിന് ഇറങ്ങിയതാ സാറേ.... ഒരു ആറു മാസം കഴിയും തിരിച്ചെത്താൻ. എന്താ സാറേ.... എന്തെങ്കിലും പ്രശ്നം?'

'ഹേയ് ഒന്നുമില്ല.... എൻജോയ്!'

എസ് ഐ ഫോൺ കട്ട് ചെയ്തു തിരിച്ചു കൊടുത്തു.

'ഹാ... സാറേ സ്വത്തു വകകളിലുള്ള അവകാശം എന്ന് പരാതിയിൽ കേട്ടു.... പിന്നെ എന്റെ അറിവിൽ അവർക്കു രണ്ടുപേർക്കും ഇനി സ്വത്തുവകകൾ ഒന്നും തന്നെയില്ല! ഉള്ളതു മൊത്തം വിറ്റിട്ടല്ലേ ടൂറിനു പോയത്...? ബാക്കിയൊണ്ടാരുന്നത് ശിഷ്ടകാലം സ്വസ്ഥമായി ജീവിക്കാൻ ഏതോ ട്രസ്റ്റിനു കൊടുത്തു എന്നു കേട്ടിരുന്നു...'

'അല്ല എന്തൊക്കെയാണ് സന്തോഷേ ഇത്...?' എസ് ഐ മുന്നോട്ടൊന്നു ആഞ്ഞിരുന്നു.

സന്തോഷ് സംഭവങ്ങൾ ചുരുക്കത്തിൽ പറഞ്ഞു കേൾപ്പിച്ചു.

'അളിയൻ തന്റെ സന്തോഷത്തിന്റെ താക്കോൽ ഏതോ ഒരു ചിരിയിൽ ഒളിപ്പിച്ചു വച്ചിരുന്നെന്നോ.... ആ ചിരി മാഞ്ഞപ്പോൾ താക്കോൽ കാണാതെ പോയെന്നോ ഒക്കെ കേട്ടു സാറേ...... പക്ഷേ ഭാഗ്യത്തിന് അവരുടെ ജീവിതത്തിന്റെ താക്കോൽ പെങ്ങടെ കയ്യിൽ ഉണ്ടാരുന്നു..... അല്ലെങ്കിൽ ഇപ്പൊ രണ്ടും....'

'ഉം...' എസ് ഐ ക്കു കാര്യങ്ങൾ മനസ്സിലായി. അയാൾ അജയനെ നോക്കി പറഞ്ഞു.

'ഡാ.... പറഞ്ഞത് കേട്ടല്ലോ അല്ലേ..... ആരും ആരേം ഒളിപ്പിച്ചു വച്ചിട്ടൊന്നുമില്ല...'

'അത്.... സാറേ സ്വത്ത്....?'

'ഛീ....എഴുന്നേൽക്കടാ .. നാണമില്ലേടാ.... പോ പോയി അധ്വാനിച്ചു ജീവിക്കാൻ നോക്ക്...'

'എന്നാപ്പിന്നെ സാറേ.... ഞാനങ്ങോട്ട്...' സന്തോഷും എഴുന്നേറ്റു.

എല്ലാവരും പോയിക്കഴിഞ്ഞപ്പോൾ എസ് ഐ അടുത്തുനിന്ന പൊലീസുകാരനോട് ചോദിച്ചു.

'ആന്റണി സാറേ... സാറിന്റെ സന്തോഷത്തിന്റെ താക്കോൽ എവി

ടെയാ...?'

'അതു പിന്നെ മക്കടെ ചിരിയിലല്ലിയോ സാറേ....?'

'ഉം...... മിനിമം ജീവിതത്തിന്റെ താക്കോൽ എങ്കിലും ഭാര്യയെ ഏൽപ്പിക്കണം അല്ലെടോ...?'

'അതെന്തിനാ സാറേ ഒള്ളതെല്ലാം വിറ്റിട്ട് ടൂറു പോകാനാണോ?'

'തന്റെ മക്കൾ ഇങ്ങനെ ആവില്ല എന്നുറപ്പു പറയാൻ തനിക്കു കഴിയുമോടോ?...'

'അതു പറ്റത്തില്ല സാറേ...'

'അപ്പോപ്പിന്നെ ജീവിതത്തിന്റെ താക്കോലും മിനിമം ഇന്ത്യൻ ടൂറിനെങ്കിലും ഉള്ള വകയും കരുതി വക്കുന്നത് നല്ലതാടോ.....മരിക്കുന്നതിന് മുൻപ് കുറച്ചു ദിവസമെങ്കിലും നാം നമുക്കു വേണ്ടി ജീവിച്ചു എന്നോർത്തു സന്തോഷിക്കാമല്ലോ.'

♦

വയലറ്റ്

'എന്താണ് നിങ്ങൾക്കു വേണ്ടത്?'

ഗേറ്റു കടന്നു വെളിയിലേക്കു വന്ന സ്കൂട്ടർ എന്റെ അരികത്തു നിർത്തി അവൾ എന്റെ നേരെ നോക്കി.

ഇരുപതു വയസ്സോളം പ്രായമുണ്ടാവും, ഇരുനിറത്തിൽ സുന്ദരിയായ പെൺകുട്ടി.

'കുറച്ചു ദിവസങ്ങളായി ഞാൻ ശ്രദ്ധിക്കുന്നു, മിക്കവാറും വൈകുന്നേരങ്ങളിൽ നിങ്ങളിവിടെത്തന്നെ ഉണ്ടല്ലോ, ഇവിടെ അടുത്തെങ്ങാനുമാണോ താമസം?'

'അല്ല, കുറച്ചു ദൂരത്താണ്...!'

'ആഹാ... അതു കൊള്ളാലോ...!' അവൾ സ്കൂട്ടർ സ്റ്റാൻഡിലേക്കു വച്ചിട്ട് എന്റെ അടുത്തേക്കു വന്നു.

'ഇവിടെ പ്രത്യേകിച്ചു കാഴ്ചകൾ ഒന്നുമില്ല കാണാൻ....പിന്നെന്തിനാ എല്ലാ ദിവസവും ഇവിടെ വന്നിരിക്കുന്നേ..?' അലസമായിട്ടൊതുക്കി, ചെറിയൊരു ബുഷ് കൊണ്ടു പിന്നോട്ടു ബന്ധിച്ചിട്ടും അനുസരണയില്ലാതെ മുഖത്തേക്കു വീണു കിടന്നിരുന്ന കുറച്ചു മുടിയിഴകളെ കണ്മുന്നിൽ നിന്ന് ചെവിക്കു പിന്നിലേക്കൊതുക്കി വച്ചുകൊണ്ട് അവൾ മുന്നിൽ നിന്നു.

'ഈ പഴഞ്ചൻ ഇരുമ്പുബെഞ്ചു വൃത്തിയാക്കിയത് നിങ്ങളല്ലേ...?'

തുരുമ്പുപിടിച്ച് ശല്ക്കങ്ങൾ അടർന്നു പോയ പഴഞ്ചൻ ഇരുമ്പു ബെഞ്ചിലൂടെ എന്റെ കൈവിരലുകൾ മെല്ലെ പരതി നടന്നു.

എന്നിൽ നിന്നും മറുപടി ഒന്നുമില്ലാതെ വന്നപ്പോൾ അവളുടെ ശബ്ദം അല്പമുയർന്നു.

'ഈ വീട് ആരുടേതാണെന്നറിയാമോ?' ഞാനിരുന്നിരുന്ന ഇരുമ്പു ബഞ്ചിനു പിന്നിലെ മതിലിന്റെ ഉള്ളിലേക്കു വിരൽ ചൂണ്ടിക്കൊണ്ട് അവൾ ചോദിച്ചു.

ഞാൻ അറിയില്ല എന്നയർത്ഥത്തിൽ തോളുകൾ മുകളിലേക്ക് ഉയർത്തി.

'ഇതു ഞങ്ങടെ വീടാണ്.... അതിന്റെ മുന്നിലാണ് നിങ്ങൾ എല്ലാ ദി

വസവും വന്നിരിക്കുന്നത്....!'

വീടിന്റെ മുന്നിൽ പതിവായി കാണുന്നയാൾ ആരാണെന്നറിയാനുള്ള അവകാശം തനിക്കുണ്ട് എന്ന് അവളുടെ ശബ്ദത്തിൽ വ്യക്തമായിരുന്നു.

'ഞാൻ പണ്ട് ഇവിടെ വന്നിട്ടുണ്ട്...' പാതിയിലധികവും നര കയറിക്കഴിഞ്ഞ താടി രോമങ്ങളിൽ വെറുതേ തലോടിക്കൊണ്ട് ഞാൻ അവളെ നോക്കി.

'എന്റെ അച്ഛമ്മയെ കാണാനാണോ?' അവളുടെ ശബ്ദത്തിൽ അല്പം അയവു വന്നിരുന്നു.

അല്ല എന്നയർത്ഥത്തിൽ ഞാൻ വീണ്ടും ചുമലുകൾ ഇളക്കി.

'അന്ന് ഈ വീട് ഇങ്ങനെയല്ല, വെളുത്ത നിറത്തിലുള്ള ഒറ്റ നില വീട്. മുന്നിൽ ഒരു പഴയ ഗേറ്റ് ഉണ്ടായിരുന്നു. ദാ ഈ മതിലിനു പകരം കൽത്തൂണുകളിൽ ചുറ്റി വരിഞ്ഞ മുൾക്കമ്പികൊണ്ട് വേലി കെട്ടിയിരുന്നു.

ഒരു ഫെബ്രുവരി മാസത്തിലെ ആദ്യ ദിവസങ്ങളിലൊന്നിൽ ഞാനിവിടെ വരുമ്പോൾ വേലിയിൽ നിറയെ പടർന്നു കയറിയ ബൈഗോണിയയിലെ ഓറഞ്ചു നിറമുള്ള പുഷ്പങ്ങൾ മിക്കവാറും പൊഴിഞ്ഞു തീർന്നിരുന്നു.'

'ഞാൻ ഇവിടെ ഇരിക്കട്ടെ...?' ഇരുമ്പു ബഞ്ചിലെ ഒഴിഞ്ഞുകിടന്ന ഭാഗത്തെ പൊടി കൈകൊണ്ടു തുടച്ചുമാറ്റിയിട്ട് അവൾ എന്റെയരികത്തിരുന്നു.

'നിങ്ങൾ പറയുന്നതു ശരിയാണ്...ആ വീട് എന്റെ അച്ഛമ്മയുടേതായിരുന്നു... പക്ഷേ അതു ഞാൻ ഒരിക്കലും കണ്ടിട്ടില്ല കേട്ടോ....! ഞാൻ ദാ ഇപ്പോഴുള്ള ഈ വീട്ടിലാണ് ആദ്യം വരുന്നത്... അതും ഈ അടുത്ത കാലത്ത്...!'

എന്റെ മുഖത്തെ ചോദ്യഭാവം കണ്ടിട്ട് അവൾ തുടർന്നു.

'അച്ഛമ്മയ്ക്ക് ഒരേയൊരു മകനാണ് എന്റെ പപ്പ. പക്ഷേ പപ്പാ മമ്മയെ പ്രണയിച്ചു വിവാഹം കഴിച്ചത് അച്ഛമ്മയ്ക്കിഷ്ടമായില്ല. രണ്ടാളേം ഇറക്കിവിട്ട് ഗേറ്റടച്ചുവത്രേ! പിന്നെ അച്ഛമ്മ ഒറ്റക്കായിരുന്നു ഇവിടെ. അച്ഛമ്മയുടെ മരണശേഷമാണ് പുതിയ വീടുപണിത് ഞങ്ങൾ ഇവിടേക്കു താമസം മാറിയത്.'

'ഞാൻ തേടി വന്നത് ഈ പഴഞ്ചൻ ഇരുമ്പു ബഞ്ചു മാത്രമാണ്...'

എന്റെ ശബ്ദം പതറുന്നതും ബെഞ്ചിലൂടെ പരതുന്ന എന്റെ വിരലുകളിൽ ഒരു വിറയൽ പടരുന്നതും അവൾ ശ്രദ്ധിക്കുന്നുണ്ടായിരുന്നു.

'കിഴങ്ങിട്ടു വച്ച ചിക്കൻ കറി കഴിച്ചിട്ടുണ്ടോ നീ..?' അവൾ അത്ഭുതത്തോടെ എന്റെ നേരെ നോക്കിക്കൊണ്ട് കണ്ണുകൾ അടച്ചു കാണിച്ചു.

'അത്രയ്ക്കു ടേസ്റ്റുണ്ടോ അതിന്...?'

'ഉം.... ചിക്കന്റെയും മസാലയുടെയും രുചികൾചേർന്ന എരിവുള്ള കിഴങ്ങ് വായിലേക്കു വച്ച്,കണ്ണുകൾ അടച്ച് ആസ്വദിച്ചു കൊണ്ട് അവൾ കഴിക്കുന്നതു കാണാൻ എന്തൊരു ചന്തമായിരുന്നെന്നറിയുമോ....?'

'ആര്.....!!!?' അവളുടെ കണ്ണുകളിൽ അതുവരെയുണ്ടായിരുന്ന അലസഭാവമെല്ലാം നൊടിയിടകൊണ്ടു മാറി. രണ്ടു കണ്ണിലും നക്ഷത്രക്കുഞ്ഞുങ്ങൾ വിടർന്നു.

'നീ എങ്ങോട്ടോ പോകാൻ ഇറങ്ങിയതല്ലേ...?' ഞാൻ അവളുടെ സ്കൂട്ടറിലേക്കു നോക്കി.

'അതുവിട്.... പറഞ്ഞേ... ആരുടെ കാര്യമാ നിങ്ങൾ പറഞ്ഞത്..?'

'ദാ ആ മുന്നിൽ കാണുന്ന വഴിയിലൂടെ അല്പദൂരം നടന്ന് ഇടത്തോട്ടു തിരിഞ്ഞ് പടവുകൾ കയറുമ്പോൾ കടൽ കാണാം...' ഞാൻ മുന്നോട്ടു വിരൽ ചൂണ്ടി.

'എനിക്കറിയാം... ഞാൻ പോയിട്ടുണ്ട്..'

'ഒരു ഉച്ചകഴിഞ്ഞ നേരത്ത് ആ തീരത്തു വച്ചായിരുന്നു ഞാനവളെ ആദ്യമായി കാണുന്നത്...'

'എന്തായിരുന്നു അവളുടെ പേര്..?'

മുഖത്തേക്കു പടർന്നു വീഴുന്ന മുടിയിഴകളെ മാടിയൊതുക്കാൻ പോലും കൂട്ടാക്കാതെ ആകാംഷയോടെ അവൾ ചോദിച്ചു.

'അറിയില്ല... ഒരു വയസ്സായ സ്ത്രീക്കൊപ്പം കടൽക്കാറ്റു കൊണ്ടു നടക്കാൻ വന്നതായിരുന്നു അവൾ.'

'അയ്യോ.... പേരു പോലും ചോദിച്ചില്ലേ..?'

'ഞാൻ കാണുമ്പോൾ അവൾ പരിഭ്രാന്തിയോടെ എന്തോ തിരയുകയായിരുന്നു, തീരത്തെ മണലിൽ....!!'

'എന്തേ എന്തെങ്കിലും കളഞ്ഞു പോയോ..?' ഞാൻ അവളെ നോക്കി.

ദയനീയമായ ഒരു നോട്ടമായിരുന്നു മറുപടി. അവളുടെ കണ്ണുകൾ നിറഞ്ഞു കവിഞ്ഞിരുന്നു.

'എന്റെ മാല...... ഇവിടെവിടെയോ...?' അവൾ ശൂന്യമായ കഴുത്തിൽ തൊട്ടു.

ഉപ്പുകലർന്ന മണൽത്തരികളെ തുടച്ചു കളഞ്ഞുകൊണ്ട് ഞാൻ ഇരുന്നിടത്തു നിന്നും എഴുന്നേറ്റു.

'സ്വർണ്ണമാണോ....?'

'ഉം..... ആകെയുണ്ടായിരുന്നത് നൂലുപോലുള്ള ആ മാലയും ഇതും മാത്രമായിരുന്നു.' അവളുടെ കാതിൽ ഒട്ടിക്കിടന്ന കമ്മലിൽ പിങ്കും ചുവപ്പും നിറങ്ങളിലുള്ള രണ്ടു കല്ലുകൾ ഉണ്ടായിരുന്നു.

വിശാലമായ കടപ്പുറത്ത് അവർ നടന്നു വന്ന വഴികളിലൂടെ അവൾക്കൊപ്പം ആ മാല തിരഞ്ഞു ഞാനും നടന്നു. കടൽത്തീരത്തെ മണലിൽ അവൾക്കൊപ്പമുണ്ടായിരുന്ന വൃദ്ധ അപ്പോഴേക്കും ചീത്ത വിളിക്കാൻ തുടങ്ങിയിരുന്നു.

'ഞാൻ പോകുവാ... ഇനിയും താമസിച്ചാൽ അമ്മച്ചി ചീത്ത വിളിച്ചു കണ്ണു പൊട്ടിക്കും...' അവളുടെ കവിളിലൂടെ നീർത്തുള്ളികൾ ചാലിട്ടൊഴുകുന്നുണ്ടായിരുന്നു.

'അപ്പൊ മാല...?'

'നിങ്ങക്കു കിട്ട്യാ അതെനിക്കു തരുവോ..?'

'നിന്റെ വീടെവിടെയാ...?'

'എന്റെ നമ്പർ പറയട്ടെ...? വിളിച്ചാൽ ഞാൻ വന്നു മേടിച്ചോളാം...'

തിരകൾ നക്കിയിറങ്ങിപ്പോയ തീരത്തെ മണൽത്തരികൾക്കിടയിലൂടെ സന്ധ്യ മയങ്ങുവോളം ആ മാലയും തിരഞ്ഞു ഞാൻ നടന്നു.

രാത്രി വീട്ടിലെത്തുമ്പോൾ അവൾ തന്ന നമ്പറിൽ ഒന്നു വിളിക്കണമെന്നു തോന്നി.

'കിട്ട്യോ...?' ഒറ്റ റിങ്ങിൽ ഫോണെടുത്തു അവൾ.

ഞാൻ ഒന്നും മിണ്ടിയില്ല.

'ഇല്ലാ ല്ലേ....? പോട്ടെ...' ഒരു വിതുമ്പൽ.

'നമുക്ക് നാളെ നോക്കാട്ടോ...!'

'നാളെ ഞാൻ വരില്ല... അമ്മച്ചി വല്ല്യ ദേഷ്യത്തിലാ...!'

'സാരമില്ല ഞാൻ നോക്കാം...!'

പിറ്റേന്നു മാത്രമല്ല, എന്റെ ജോലി കഴിഞ്ഞുള്ള ഒഴിവുസമയങ്ങൾ മിക്കവാറും ഞാൻ തീരത്തു തന്നെയായിരുന്നു... അവളുടെ മാലയും തിരഞ്ഞ്.

എല്ലാ ദിവസവും 'കിട്ട്യോ' എന്ന പതിവു ചോദ്യവും 'പോട്ടെ' എന്ന സ്വാന്തനവും അവളിൽ നിന്നു തന്നെ കേട്ടു.

'ഞാൻ വേറൊരെണ്ണം വാങ്ങിത്തരട്ടെ?' ഒരു ദിവസം ഞാൻ ചോദിച്ചു.

'നിങ്ങളു വെല്ല്യ കാശുകാരനാ...?' അവൾ പൊട്ടിച്ചിരിച്ചു.

'എന്താ നിന്റെ പേര്....?'

'അയ്യടാ... പേരൊക്കെ ചോദിച്ച് പിറകേ നടന്നു പ്രേമിക്കാനല്ലേ...?'

'പ്രേമിച്ചാലോ.....?'

'ഇല്ല, എനിക്കിഷ്ടമില്ല...' ഉടൻ വന്നു മറുപടി.

'എന്ത്...? പ്രേമിക്കുന്നതോ അതോ എന്നെയോ...?'

'നിങ്ങളെ എനിക്കിഷ്ടാ.... പക്ഷേ പ്രേമിക്കാൻ ഇഷ്ടമില്ല...'

'അതെന്തേ അങ്ങനെ....?'

'പ്രണയിക്കാൻ എന്റെ പിന്നാലെ നടക്കുന്നവർ ഒരുപാടു പേരുണ്ട്...!! പക്ഷെ നിങ്ങളെപ്പോലെ നല്ലൊരു ഫ്രണ്ട് എനിക്ക് മാറ്റാരുമില്ല.. പ്രണയം എന്ന വാക്കു മാത്രം ഇനിയൊരിക്കലും പറയരുത്.... !!'

'ഉം...!!' എന്റെ മൂളലിൽ വല്ലാത്തൊരു നിരാശ കലർന്നിരുന്നു.

'കിഴങ്ങിട്ടു വച്ച ചിക്കൻ കറി കഴിച്ചിട്ടുണ്ടോ നിങ്ങള്....?' അവൾ പെട്ടെന്ന് വിഷയം മാറ്റാൻ വേണ്ടി ചോദിച്ചു.

'അയ്യേ ചിക്കൻ കറിയിൽ ആരെങ്കിലും കിഴങ്ങിടുമോ...?'

'ഇടും.... ഇടുമെന്നു മാത്രമല്ല ആ ചിക്കനേക്കാൾ ഒടുക്കത്തെ ടേസ്റ്റ് ആയിരിക്കും അതിലെ കിഴങ്ങിന്...!'

'ആവോ.... എനിക്കറിയില്ല...'

'ആണു മാഷേ..... എന്തേ കാണണോ..?'

'ഉം...'

'ഞാൻ പറയാം മാഷു കേൾക്ക് ...!!'

'നല്ല ചുവന്ന നിറത്തിൽ വറത്തരച്ചു കിഴങ്ങിട്ടു വച്ച ചിക്കൻ കറി. അതിൽ നിന്ന് സ്റ്റീൽ തവിയിൽ അല്പം കോരിയെടുത്ത് ഇങ്ങനെ മുഖത്തോട് അടുപ്പിക്കണം...

കണ്ണുകൾ പാതിയടച്ച് വായ കുറച്ചു തുറന്നു നാക്കു കൊണ്ട് മേൽ ചുണ്ടിന്റെ ഒരു കോണിൽ മുട്ടിച്ച് അതിന്റെ ഗന്ധം ആസ്വദിക്കണം..... എന്നിട്ട് കിഴങ്ങിന്റെ ഒരു കഷ്ണം വായിലേക്കെടുത്തിട്ടു മെല്ലെ രുചിച്ചു കൊണ്ട് കണ്ണുകൾ വിടർത്തി....... ആഹ്.....'

ഏതൊരാളെയും ഒരു വട്ടം കഴിക്കാൻ മോഹിപ്പിക്കുന്ന രുചിയുടെ വശ്യത ആ വാക്കുകളിലൂടെ ഞാൻ കണ്ടു.

പിന്നീടുള്ള ദിവസങ്ങളിൽ പാചകത്തിലെ അവളുടെ നൈപുണ്യങ്ങൾ കാച്ചിയെടുക്കുന്ന മോരിന്റെ മഞ്ഞനിറമായും, തക്കാളി രസത്തിന്റെ പുളിരസമായും, ചക്കപ്പഴം ചേർത്തുണ്ടാക്കിയ ഇലയടയുടെ മധുരമായും എന്റെ മുന്നിൽ തെളിഞ്ഞിട്ടും ചിക്കൻ കറിയിലെ കിഴങ്ങിന്റെ വശ്യത മറ്റൊന്നിനും ഉണ്ടായിരുന്നില്ല.

'നിന്റെ കളഞ്ഞുപോയ മാല തിരിച്ചു തന്നാൽ നീയെനിക്കെന്തു തരും...?' തണുപ്പ് അധികമില്ലാത്ത രാത്രിയായിട്ടും ചുവപ്പു നിറമുള്ള പു

തപ്പ് തല വഴിയേ വലിച്ചിട്ട് ഉറങ്ങാൻ കിടക്കുകയായിരുന്നു അവൾ.

'കിട്ട്യോ അത്.....?' ചാടിയെഴുന്നേൽക്കുന്നതിനിടയിൽ അവളുടെ കയ്യിൽ നിന്ന് ഫോൺ താഴേക്കു വീണ് ഒരു നിമിഷം വാക്കുകൾ എനിക്കന്യമായി.

'കിട്ട്യോ നിങ്ങൾക്കത്.... സത്യം പറ..'

'അതു തിരിച്ചേല്പിച്ചാൽ എന്തു തരുമെന്നു പറ....?'

'എന്തുവേണം....?'

'മ് ഉം...... കിഴങ്ങിട്ടു വച്ച ചിക്കൻ കറി....?'

'അയ്യേ.... അത്രേയുള്ളൂ.....?തരാലോ..'

'നാളെ കടൽത്തീരത്തു വാ...!'

'അയ്യോ.... അമ്മച്ചിക്കു തീരെ വയ്യ.. ഒറ്റക്കാക്കി എങ്ങും പോകാൻ പറ്റില്ല.'

'എന്നാ ഞാൻ അങ്ങോട്ടു വരാം...'

'ഞാൻ വഴി പറഞ്ഞു തരാട്ടോ...!' അവൾ വലിയ ഉത്സാഹത്തിലായിരുന്നു.

'പക്ഷേ നിന്റെ പേരെന്താ...?'

'നിങ്ങളുടെ ഫോണിൽ എന്റെ പേരെന്താ എഴുതിയേക്കുന്നേ...?'

'ഹഹഹ... അതു നിന്നെയാദ്യം കണ്ടപ്പോ നീയിട്ടിരുന്ന ഡ്രെസ്സിന്റെ നിറമാണ്, വയലറ്റ്!'

'വയലറ്റ്....!! നല്ല പേര്... നിങ്ങളെന്നെ അങ്ങനെ തന്നെ വിളിച്ചോ...!!'

പിറ്റേന്ന് അവൾ പറഞ്ഞു തന്ന വഴിയിലൂടെ ഞാൻ എത്തിച്ചേർന്നത് പച്ച നിറത്തിൽ പെയിന്റടിച്ച ഈ പുത്തൻ ഇരുമ്പു ബെഞ്ചിന്റെ അരുകിലായിരുന്നു.

'വയലറ്റ്.....!!'

മതിലിനുള്ളിലെ വീട്ടിൽ നിന്ന് ഉച്ചത്തിൽ ആരോ വിളിച്ചു.

എന്റൊപ്പം ഇരുമ്പു ബഞ്ചിൽ ഇരുന്നിരുന്ന പെൺകുട്ടി ചാടി എഴുന്നേറ്റു.

'എന്റെ പേരാണ് വയലറ്റ്....!! വിളിച്ചത് എന്റെ പപ്പയാണ്...!!'

ഒരു നിമിഷം കൊണ്ട് എന്റെ ചുറ്റും ഭൂമി ഒന്നു കറങ്ങിത്തിരിഞ്ഞു!

'നിങ്ങൾ പോകല്ലേ.... ഞാനിപ്പോ വരാം..' സ്കൂട്ടറിൽ കയറി അവൾ ഗേറ്റിനുള്ളിലേക്ക് ഓടിച്ചു പോയി.

അന്തരീക്ഷത്തിന്റെ തണുപ്പു മുഴുവൻ തന്നിലേക്കാവാഹിച്ച് എന്റെ ശരീരത്തിൽ കുളിരു പടർത്തിയ ബെഞ്ചിൽ ഒരുപാടു നേരം ഞാൻ കാത്തിരുന്നു, അടഞ്ഞു കിടന്ന ഗേറ്റു തള്ളിത്തുറന്ന് അവൾ വീണ്ടും വരു

മെന്നോർത്ത്.

പിറ്റേന്നു ഞാൻ എത്തുമ്പോൾ പഴഞ്ചൻ ഇരുമ്പു ബെഞ്ചിൽ എന്നെയും കാത്ത് അവൾ ഇരിപ്പുണ്ടായിരുന്നു.

'നിങ്ങൾ വരാൻ വൈകില്ലെന്ന് എനിക്കുറപ്പായിരുന്നു.' അവൾ ചിരിച്ചു.

'നിനക്കു വയലറ്റ് എന്നു പേരിട്ടതാരാണ്?' ഞാൻ അവൾക്കരുകിൽ ബെഞ്ചിലേക്കിരുന്നു.

'അന്ന് ഈ ബെഞ്ചിൽ വന്നിരുന്ന ശേഷം എന്തു സംഭവിച്ചുവെന്നു പറയൂ...' ഞാൻ പറഞ്ഞു വന്നതു പൂർത്തിയാക്കാതെ അവളുടെ കണ്ണുകൾ പറയുന്നുണ്ടായിരുന്നു.

'പറയ്.... വയലറ്റു വന്നോ...?'

'ഉം...' എന്റെ കണ്ണുകൾ വീണ്ടും തുരുമ്പടർന്നു കിടന്ന ബെഞ്ചിൽ ഉടക്കി.

'കിഴങ്ങിട്ടു വച്ച ചിക്കൻ കറിയുടെ ഒരു പാത്രവും എന്റെ മുന്നിൽ തുറന്നു വച്ച് അവൾ ഇവിടെയിരുന്നു.

ഫോണിലൂടെ പറയുമ്പോഴുള്ള ധൈര്യമൊന്നും അപ്പോൾ അവളുടെ മുഖത്തില്ലായിരുന്നു. ഞാൻ നേരെ നോക്കുന്ന ഓരോ വട്ടവും അവൾ മുഖം തിരിച്ചു.

തുറന്നു വച്ച പാത്രത്തിലെ ചിക്കൻ കറിയിൽ നിന്നുയർന്ന ഗന്ധത്തിനു പോലും രുചിക്കൂട്ടുകളെ വിസ്മയിപ്പിക്കുന്ന മാസ്മരികതയുണ്ടായിരുന്നു. പക്ഷേ എനിക്കതു കഴിക്കണമെന്നില്ലായിരുന്നു. അതിൽ നിന്ന് ഒരു കഷ്ണം കിഴങ്ങ് അവളുടെ വായിൽ വച്ചു കൊടുക്കണം, അന്ന് ആദ്യമായി കേട്ടറിഞ്ഞ ആ ആസ്വാദനത്തിന്റെ വിസ്മയം ഒന്നു കാണണം.

ഞാനതു പറഞ്ഞപ്പോൾ അവൾ ചിരിച്ചു. പിന്നെ എന്റെ നേർക്കു കൈ നീട്ടി.

'എന്റെ മാല....?'

ഞാൻ പോക്കറ്റിൽ നിന്ന് നൂലുപോലുള്ള ആ മാല പുറത്തെടുത്തു.

'ഞാനിതു കഴുത്തിലിട്ടു തരട്ടേ....?'

'വേണ്ട... ഞാനിട്ടോളാം....'

'ഇതിന്റെ അറ്റത്ത് ഒരു താലിയും കോർത്ത് ആ കഴുത്തിൽ ഞാൻ ഇട്ടു തരാം..' എന്റെ സ്വരം മെല്ലെ വിറയാർന്നിരുന്നു.

'നിങ്ങൾ ദേവനല്ലേ.... ഒരുപാട് അപ്സരസുന്ദരിമാർ പിന്നാലെ നടക്കാൻ ഉണ്ടാവും, അതിലാരുടെയെങ്കിലും കഴുത്തിൽ അണിയിച്ചോളൂ..... എനിക്കാ മാല വേണ്ട...!!'

അവൾ തുറന്നു വച്ചിരുന്ന ചിക്കൻ കറിയുടെ പാത്രം അടച്ചു. ഞാൻ സ്തബ്ധനായിരുന്നു പോയി.

'എത്ര വട്ടം ഞാൻ നിങ്ങളോടു പറഞ്ഞിരിക്കുന്നു എനിക്കു പ്രേമിക്കാനും കല്യാണം കഴിക്കാനുമൊന്നും വയ്യെന്ന്..... നിങ്ങളൊരാളെങ്കിലും എന്നെ മനസ്സിലാക്കുമെന്നോർത്തു...' അവളുടെ കണ്ണുകൾ നിറഞ്ഞൊഴുകിയിരുന്നു.

കയ്യിൽ അടച്ചെടുത്ത പാത്രവുമായി പൊഴിഞ്ഞു വീണ ബൈഗോണിയ പൂക്കളെ ചവിട്ടിയരച്ച് അവൾ ആ ഗേറ്റു കടന്ന് വീടിനുള്ളിലേക്ക് നടന്നകലുമ്പോഴും കയ്യിൽ മാലയും പിടിച്ച് അനങ്ങാനാവാതെ ഞാനിവിടെത്തന്നെ തറഞ്ഞിരുന്നു.

ഗേറ്റിൽ നിന്ന് വെളിയിലേക്കിറങ്ങി വന്ന ഒരു കാർ രണ്ടുവട്ടം ഉച്ചത്തിൽ ഹോണടിച്ചു.

'എന്റെ പപ്പയാണ്.....!' വയലറ്റ് പറഞ്ഞു.

'വാ... നമുക്കൊരിടം വരെ പോകാം...' വല്ലാത്തൊരു സ്വാതന്ത്ര്യത്തോടെ അവൾ എന്റെ കയ്യിൽപ്പിടിച്ചു.

ഞാൻ അറിയാതെ എഴുന്നേറ്റു പോയി.

'ഞാൻ ദേവൻ.....!' കാറിനുള്ളിലേക്കു കടന്നിരുന്നുകൊണ്ട് ഞാൻ സ്വയം പരിചയപ്പെടുത്തി. അയാൾ ചിരിച്ചു.

'ഇവൾക്ക് ഒരു ഒന്നൊന്നര മാസം പ്രായമുണ്ടാവും ദേവൻ...' അയാൾ വയലറ്റിനു നേരെ നോക്കിക്കൊണ്ടു പറയാൻ തുടങ്ങി.

'ഒരുച്ച തിരിഞ്ഞ നേരത്ത് ഞങ്ങളെ കാണാൻ ഒരു പെൺകുട്ടി വന്നു. ഇരുനിറത്തിൽ സുന്ദരിയായ ഒരു പെൺകുട്ടി. ശരിക്കുള്ള അഡ്രസ്സ് അറിയാതെ വീടന്വേഷിച്ച് ഒരുപാട് അലഞ്ഞു എന്നവൾ പറഞ്ഞു.

അവളുടെ പഴഞ്ചൻ ബാഗിനുള്ളിൽ കുറച്ചു പ്രമാണങ്ങളുണ്ടായിരുന്നു. എന്റെ അമ്മയുടെ പേരിലുള്ള മുഴുവൻ സ്വത്തിന്റെയും ഉടമസ്ഥാവകാശരേഖകളായിരുന്നു അത്. പക്ഷേ അതിനെല്ലാം അവകാശി അവൾ തന്നെയായിരുന്നു, പടിയടച്ചു പിന്തള്ളിയ മകനെ എന്റെയമ്മ എന്നെന്നേക്കുമായി ഉപേക്ഷിച്ചിരുന്നു.'

'അപ്പോൾ നിങ്ങൾക്ക് അവളുടെ പേരറിയാമായിരിക്കും അല്ലേ...?' എനിക്ക് ആകാംക്ഷയായി.

അയാൾ മുന്നിലെ റോഡിലേക്കു നോക്കി ഡ്രൈവു ചെയ്തതല്ലാതെ ഒന്നും പറഞ്ഞില്ല.

'എന്റെ ഭാര്യയുടെ മടിയിൽ കയ്യും കാലുമിളക്കിക്കളിച്ചു കൊണ്ടിരുന്ന ഇവളെ ഏറെ നേരം കൊഞ്ചിച്ചിട്ട് അവൾ ഒരു പേരു വിളിച്ചു. പിന്നെ

സ്വന്തം പേരിലുണ്ടായിരുന്ന മുഴുവൻ സ്വത്തും എന്റെ പേർക്കെഴുതി ത്തന്നിട്ട് വെറും കയ്യോടെ അവൾ പടിയിറങ്ങിപ്പോയി....'

'അവളാണോ മോൾക്കു വയലറ്റ് എന്നു പേരിട്ടത്...?' ഞാൻ രണ്ടാ ളെയും മാറിമാറി നോക്കി.

'നിങ്ങളിട്ട പേരല്ലേ....?' വയലറ്റ് കുസൃതിയോടെ എന്നെ നോക്കിച്ചി രിച്ചു.

വണ്ടി വളവു തിരിവുകൾ കടന്ന് എനിക്കു പരിചിതമല്ലാത്ത ഏതൊ ക്കെയോ വഴികളിലൂടെ ഓടിക്കൊണ്ടിരുന്നു.

'പിന്നെയും ഒരുപാടു വർഷങ്ങൾ കഴിഞ്ഞാണു ദേവൻ ഇപ്പോളുള്ള വീടു പണിത് ഞങ്ങൾ അങ്ങോട്ടു താമസം മാറിയത്. അതിനുശേഷം ഞങ്ങൾ അവളെ പലയിടത്തും അന്വേഷിച്ചിരുന്നു.'

'ഞാനും..... പക്ഷേ ഈ കോടിക്കണക്കിനു മനുഷ്യർക്കിടയിൽ പേ രു പോലുമറിയാത്ത ഒരാളെ എങ്ങനെ കണ്ടെത്താൻ....!!' എന്റെ സ്വരം ഇടറി.

'എനിക്കു തോന്നുന്നു നിങ്ങൾക്കിറങ്ങാനുള്ള സ്ഥലമെത്തി എന്ന്....!' അയാൾ വണ്ടി നിർത്തി.

ഡോർ തുറന്നു പുറത്തിറങ്ങാൻ തുടങ്ങിയ വയലറ്റിനെ അയാൾ വി ലക്കി.

'ദേവൻ.... നിങ്ങളോടാണ്...!'

ഞാൻ വണ്ടിയിൽ നിന്ന് വെളിയിലേക്കിറങ്ങി.

ഒട്ടും പരിചിതമല്ലാത്ത സ്ഥലം. നിരപ്പായ സ്ഥലത്തിന്റെ കണ്ണെത്തു ന്ന ദൂരത്തിൽ അതിർത്തിരേഖ പോലെ മാനത്തെ തൊട്ട് ഒരു മല നി പ്പുണ്ട്.

ശരീരത്തിന്റെ ഉള്ളറകളിലെങ്ങോ ആലസ്യം പൂണ്ടു കിടന്നിരുന്ന ഒ രു മാസ്മരഗന്ധം പൊടുന്നനെ എന്നെ പിടിച്ചു കുലുക്കി. അത് മുന്നിൽ ക്കണ്ട ഒറ്റയടിപ്പാതയിലൂടെ എന്നെ മുന്നോട്ടു നടത്തി.

മുകളിലത്തെ നിലയിൽ ഒറ്റമുറി മാത്രമുള്ള വീടിന്റെ മുൻവാതിൽ തുറന്നു കിടക്കുകയായിരുന്നു. ഒട്ടും അപരിചിതത്വം കൂടാതെ അകത്തു കടന്ന് പടികൾ ചവിട്ടിക്കയറി ഞാൻ മുകളിലെത്തി.

ഒറ്റ മുറിയുടെ വരാന്തയിൽ ദൂരയുള്ള മലയുടെ നേരെ തിരിച്ചിട്ട ഒരു ചാരുകസേര കിടപ്പുണ്ടായിരുന്നു. അതിന്റെ പടിയിലേക്ക് കൈകൾ ക യറ്റിവച്ച് ദൂരേക്കു നോക്കിക്കിടക്കുകയായിരുന്നു അവൾ.

'പകരം തരാൻ കിഴങ്ങിട്ടു വച്ച ചിക്കൻ കറി ഞാൻ കരുതിയിട്ടു ണ്ട്...'

ആ നോട്ടം ദൂരെ മലയിൽ പെയ്തിറങ്ങാൻ വെമ്പുന്ന മേഘങ്ങളിൽ തന്നെയായിരുന്നു.

'ദാ കളഞ്ഞു പോയ ആ മാല...' ഞാൻ പോക്കറ്റിൽ നിന്ന് നൂലുപോലുള്ള മാല കയ്യിലെടുത്തു.

'കഴുത്തിൽ ചാർത്തിത്തരാൻ തന്നെയാണോ ഇപ്പോഴും മോഹം...?'

'വേണ്ട.... ഇനി അകലാൻ വയ്യ...!!' ഞാൻ പതിയെ ചാരു കസേരയിലേക്കിരുന്നു.

'വേണം.... കഴിയുമെങ്കിൽ അറ്റത്തൊരു താലിയുമിട്ട്...' അവൾ എന്റെ ചുളിവു വീണ കൈത്തലമെടുത്തു കവിളോടു ചേർത്തു.

'അന്നു തന്നെ അതു ഞാൻ ചെയ്യുമായിരുന്നില്ലേ...?'

'അന്നു നിങ്ങൾ ചുറ്റും അപ്സരസുകളുള്ള ദേവനായിരുന്നില്ലേ... ഞാൻ ആരോരുമില്ലാത്ത വെറുമൊരു പാവം പെണ്ണും.'

'എന്നാലും പാഴായിപ്പോയ ഒരുപാടു വർഷങ്ങൾ....' ഞാൻ പൂർത്തിയാക്കിയില്ല.

'പരസ്പരം കാണാതെ, പരസ്പരം അറിയാതെ ഇത്രയും കാലങ്ങൾ അലഞ്ഞപ്പോൾ നിങ്ങളുടെ പ്രണയത്തിന്റെ വീര്യം അല്പമെങ്കിലും കുറഞ്ഞോ മാഷേ....?' അവൾ കളിയാക്കിച്ചിരിച്ചു.

'ഞാൻ നിന്നെത്തേടി വരുമെന്ന് കരുതിയിരുന്നോ...?'

'അതിനുശേഷം ഇന്നാണ് ഞാൻ കിഴങ്ങിട്ടു ചിക്കൻ കറി വയ്ക്കുന്നത്..!'

അവൾ സമീപത്ത് അടച്ചു വച്ചിരുന്ന പാത്രം തുറന്നു.

ചിക്കൻ കഷ്ണങ്ങൾക്കിടയിൽ നിന്ന് ഒരു കഷ്ണം കിഴങ്ങു ഞാൻ കയ്യിലെടുത്തു. ഇടതു കൈകൊണ്ട് അവളുടെ ചുളിവു വീണു തുടങ്ങിയ മുഖം എന്റെ നേർക്കു തിരിച്ച് കയ്യിലിരുന്ന കിഴങ്ങിന്റെ കഷ്ണം അവളുടെ നാവിലേക്കു വച്ചു.

അവൾ കണ്ണുകൾ പാതിയടച്ച് വായ കുറച്ചു തുറന്നു നാക്കു കൊണ്ട് മേൽ ചുണ്ടിന്റെ ഒരു കോണിൽ മുട്ടിച്ച് അതിന്റെ രുചി നന്നായി ആസ്വദിച്ചു. എന്നിട്ട് കിഴങ്ങിന്റെ ഒരു കഷ്ണം മെല്ലെ രുചിച്ചുകൊണ്ട് കണ്ണുകൾ വിടർത്തി.......

'ആഹ്...ഹാ!!!...'

♦

പാലക്ക കമ്മൽ

'ഒരു ജോഡി പാലക്ക കമ്മൽ വേണം.'

ജ്വല്ലറിയുടെ നീളമുള്ള കൗണ്ടറിന്റെ മുന്നിലിട്ടിരുന്ന മനോഹരമായ കസേരകളിലൊന്നിലേക്ക് അമർന്നിരുന്നു കൊണ്ട് ഇന്ദു പറഞ്ഞു.

അവളുടെ കണ്ണുകൾ ജ്വല്ലറിയുടെ തിളക്കമുള്ള കണ്ണാടിക്കൂടുകൾക്കുള്ളിലെ സ്വർണ്ണപ്രപഞ്ചത്തിലൂടെ ചുറ്റിത്തിരിയുകയായിരുന്നു.

'ചേച്ചീ.... ഇതൊന്നു നോക്കിക്കേ...' സെയിൽസ് മാൻ പച്ചക്കല്ലുകൾ പതിച്ച കമ്മലുകൾ നിരയായി വച്ചിരുന്ന ട്രേ അവളുടെ മുന്നിൽ നിവർത്തി.

എല്ലാം ഒന്നിനൊന്നു ഭംഗിയുണ്ട്!

അവൾ ഒരെണ്ണം കയ്യിലെടുത്തു.

'ഇത് മൊട്ടും ഞാത്തും ഒരുമിച്ചുള്ളതല്ലേ....? എനിക്ക് ഞാത്തു മാത്രം മതി.'

അവൾ മടിയിലിരുന്ന് ഉറങ്ങുന്ന കുഞ്ഞിനെ ഒന്നുകൂടി നെഞ്ചോടു ചേർത്തുകൊണ്ട് വലതു തോളിൽ തൂക്കിയിട്ടിരുന്ന ചെറിയ ബാഗ് മടിയിലേക്കു വച്ചു.

സുഖകരമായ ഉറക്കത്തിനു ഭംഗം വന്നപ്പോൾ മോൻ ഞെട്ടിയുണർന്നു. ചുറ്റുമുള്ള പ്രകാശവും അപരിചിതമായ മുഖങ്ങളും കണ്ട് അവൻ ഒന്നു പകച്ചു. പിന്നെ അമ്മയുടെ നെഞ്ചോട് അല്പം കൂടി പറ്റിച്ചേർന്നിട്ട് അവളുടെ കണ്ണിലേക്കു നോക്കി പുഞ്ചിരിച്ചു.

'ഞാത്തും സ്റ്റഡും വെവ്വേറെ വരുന്നത് സെലക്ഷൻ കുറവാണു ചേച്ചി.... പിങ്ക് സ്റ്റഡും പാലക്കാ പച്ചയും, അതാണ് ഇതിന്റെ കോമ്പിനേഷൻ.' സെയിൽസ് മാൻ മറ്റൊരു ട്രേ തുറന്നു വച്ചു.

'എനിക്ക് പിങ്ക് സ്റ്റഡ് ഉണ്ട്....' അവൾ പുതിയ ട്രേയിൽ നിന്ന് ഒരു കമ്മലെടുത്ത് മോന്റെ കണ്ണിനു മുന്നിൽ കൊണ്ടു വന്നു.

അവൻ ചിരിച്ചു കൊണ്ട് കുഞ്ഞിക്കൈ ഉയർത്തി അതിൽ തൊട്ടു.

'ഇതിന് എത്രയാവും...?' അവൾ അത് സെയിൽസ്മാന്റെ നേരെ നീട്ടി.

'ഇപ്പൊ പറയാവേ...'

അയാൾ ഒരു മിനിട്ടുകൊണ്ട് അതിന്റെ തൂക്കവും വിലയും എഴുതി

യ തുണ്ടുപേപ്പർ അവളുടെ മുന്നിൽ വച്ചു. അവളുടെ വലതു കൈ മടിയിലിരുന്ന ബാഗിന്മേൽ തൊട്ടു.

'ഇതിലും തൂക്കം കുറഞ്ഞത് ഉണ്ടാവുമോ...?' അവൾ ട്രേയിലേക്കു നോക്കിക്കൊണ്ടു ചോദിച്ചു.

'ചേച്ചിക്ക് ഏകദേശം എത്ര രൂപയ്ക്കുള്ള സാധനമാണ് വേണ്ടത്?'

ബാഗിന്മേൽ മുറുകിയ അവളുടെ കൈയ്യിൽ നിന്നും നോട്ടം മാറ്റാതെതന്നെ സെയിലിനു നിന്ന ചെറുപ്പക്കാരൻ ചോദിച്ചു. മുപ്പതു വയസ്സിനു മേൽ പ്രായമുണ്ടാവും അവന്.

അവൾ തന്റെ കയ്യിലുള്ള തുക പറഞ്ഞപ്പോൾ അവന്റെ മുഖം മാറി.

'അയ്യോ ചേച്ചി, അത്രയും തുകയ്ക്ക് ഈ മോഡൽ കിട്ടാൻ പ്രയാസമാ, നമുക്കു മറ്റേതെങ്കിലും മോഡൽ നോക്കിയാലോ...? അതാകുമ്പോ തൂക്കം എത്ര കുറവുള്ളതു വേണമെങ്കിലും കിട്ടും...'

'എനിക്ക് പാലക്കാ തന്നെ വേണം... ഒരാൾക്കു കൊടുക്കാനാണ്.!' അവൾ പറഞ്ഞു.

'പക്ഷേ ചേച്ചിയുടെ കയ്യിലുള്ള പൈസ...?'

'നിങ്ങള് പഴയ സ്വർണ്ണം എടുക്കില്ലേ...?' അവനെ പൂർത്തിയാക്കാൻ സമ്മതിക്കാതെ അവൾ ചോദിച്ചു.

'എടുക്കും... ചേച്ചിയുടെ കയ്യിൽ എന്താ ഉള്ളത്...?'

അവൾ കയ്യിലിരുന്ന ബാഗിൽ നിന്ന് ചെറിയൊരു ബോക്സ് പുറത്തെടുത്തു. പഴയ മാലയുടെ ഒടിഞ്ഞു പോയ ഒരു കൊളുത്തും പൊട്ടിപ്പോയ ഒരു കുഞ്ഞുമോതിരവും അതിനുള്ളിലുണ്ടായിരുന്നു.

സെയിലിനു നിന്ന ചെറുപ്പക്കാരൻ അവളുടെ മുഖത്തേക്കും ബോക്സിനുള്ളിലെ സ്വർണ്ണക്കഷ്ണങ്ങളിലേക്കും മാറി മാറി നോക്കി. എന്നിട്ട് ഒന്നും മിണ്ടാതെ ബോക്സിനുള്ളിലെ സ്വർണ്ണം ഒരു ചെറിയ പാത്രത്തിലേക്കു കുടഞ്ഞിട്ടു.

ഇന്ദു ചുറ്റും നോക്കി. ടൗണിലെ വലിയൊരു ജ്വല്ലറിയാണ്. സ്വർണ്ണം വാങ്ങാൻ വന്നിരിക്കുന്നവർ ഒരുപാടു പേരുണ്ട്. ഇത്രയും വലിയൊരു കടയിൽ കയറി ഇതുപോലൊരു കുഞ്ഞു വസ്തു വാങ്ങേണ്ടായിരുന്നു എന്നവൾക്കു തോന്നി.

പക്ഷേ നാട്ടിലുള്ള ചെറിയ സ്വർണ്ണക്കടയിൽ കയറിയാൽ താൻ സ്വർണ്ണം വാങ്ങിയ കാര്യം ശ്രീയേട്ടനറിയും. വിവാഹം കഴിഞ്ഞിട്ട് രണ്ടു വർഷമാകുന്നു. ഇതുവരെ ഏട്ടനറിയാതെ ഒന്നും ചെയ്തിട്ടില്ല. പക്ഷേ ഇത്.....

'ചേച്ചീ ഇതിന്റെ വിലയും ചേച്ചിയുടെ കയ്യിലുള്ള പൈസയും കൂടാ

തെ ഒരു അഞ്ഞൂറു രൂപയും കൂടെയുണ്ടേൽ ആദ്യം കണ്ട കമ്മൽ മേടിക്കാം...'

സെയിൽസ്മാൻ കയ്യിലിരുന്ന പഴയ സ്വർണ്ണം മേശപ്പുറത്തു വച്ചു.

'അഞ്ഞൂറു രൂപ..... അതിപ്പോ...' അവൾ ബാഗു തുറന്ന് അതിലുണ്ടായിരുന്ന പണം മേശപ്പുറത്തേക്കു വച്ചു.

പത്തും, ഇരുപതും, അൻപതും ഇടയ്ക്കെവിടെയോ ഒന്നു രണ്ടു നൂറു രൂപ നോട്ടുകളും!!!

'വണ്ടിക്കൂലിക്കും മോനു ബിസ്കറ്റു വാങ്ങാനും എല്ലാം കൂടി എന്റെ കയ്യിൽ ഇത്രേയുള്ളൂ...!!'

അവളുടെ ശബ്ദം തീരെ താഴ്ന്നിരുന്നു. എന്നിട്ടും ചുറ്റുമുള്ള കസ്റ്റമേഴ്സിൽ ആരൊക്കെയോ അവരെ ശ്രദ്ധിക്കാൻ തുടങ്ങിയിരുന്നു.

സെയിലിൽ ഉണ്ടായിരുന്ന ചെറുപ്പക്കാരൻ അവളുടെ മുഖത്തേക്ക് ഒരുവട്ടം നോക്കിയിട്ട് പെട്ടെന്നു തന്നെ മേശപ്പുറത്തു കിടന്ന നോട്ടുകൾ ഒരു ട്രേക്കുള്ളിലേക്കെടുത്തുകൊണ്ട് അവന്റെ കസേരയിലിരുന്ന് എണ്ണാൻ തുടങ്ങി.

രണ്ടു വർഷങ്ങൾ കൊണ്ട് പണിക്കൂലിയിൽ നിന്ന് മാറ്റി വച്ചും വീട്ടു സാധനങ്ങൾ വാങ്ങാൻ കിട്ടുന്ന പൈസയിൽ മിച്ചം പിടിച്ചും താനുണ്ടാക്കിയ സമ്പാദ്യം. തനിക്ക് അതൊരു വലിയ തുകയാണ് പക്ഷേ കയ്യിൽ കാശുള്ളവന് ഇതു വെറും തുച്ഛമായ തുക മാത്രം.

'ഇതു മതിയാകും ചേച്ചീ... ദാ ഇതു ചേച്ചി വച്ചോ...' അവൻ എണ്ണിത്തിട്ടപ്പെടുത്തിയ നോട്ടുകളിൽ നിന്ന് നാല് അൻപതു രൂപ നോട്ടുകൾ അവൾക്കു നേരെ നീട്ടി.

'തികയുമോ...?' അവളുടെ ശബ്ദത്തിൽ സന്തോഷവും ആകാംഷയും കലർന്നിരുന്നു.

'തികയും.... ചേച്ചിക്ക് വണ്ടിക്കൂലിക്ക് ഇരുന്നൂറു മതിയാകുമോ...?'

'ആം മതി....!!' അവൾ ചാടിപ്പറഞ്ഞു.

'എന്നാൽ ഞാൻ ബില്ലാക്കി വരാം..'

അവൻ സ്വർണ്ണവും പണവുമായി കൌണ്ടറിനരുകിലേക്കു നടന്നു.

പാലക്ക കമ്മൽ കാണുമ്പോഴുള്ള അമ്മയുടെ മുഖഭാവം ഇന്ദു മനസ്സിൽ ഓർത്തു. അവളുടെ മുഖത്ത് സംതൃപ്തിയുടെ മന്ദഹാസം വിരിഞ്ഞു.

അമ്മയുടെ മുഖം അല്പം നീണ്ടിട്ടാണ്. വെളുത്തു സുന്ദരിയായിരുന്നു അമ്മ. കാതുകളിൽ പച്ചക്കൽ കമ്മലില്ലാത്ത അമ്മയുടെ മുഖം സങ്കൽപിക്കാൻ പോലും പ്രയാസമാണ്.

അമ്മയെ പെണ്ണുകാണാൻ ചെല്ലുമ്പോൾ ആദ്യം കണ്ടത് വാതിൽപ്പടിക്കരുകിൽ പാറിക്കളിക്കുന്ന ചുരുണ്ട മുടിയും കാതിൽ തൂങ്ങിക്കിടക്കുന്ന പച്ചക്കൽ കമ്മലുമായിരുന്നെന്ന് അച്ഛൻ പറയുമ്പോൾ അമ്മ നാണത്തോടെ തല കുനിക്കുമായിരുന്നു.

ചുവന്ന കല്ലുകളുള്ള സ്റ്റഡിൽ പച്ചക്കല്ലുകളുള്ള പാലക്ക കമ്മൽ ചുരുണ്ട മുടിയിഴകളെ തഴുകികിടക്കുമ്പോൾ അതിന്റെ തിളക്കം അമ്മയുടെ കവിളുകളിൽ തട്ടി പ്രതിഫലിക്കുന്നത് പലവട്ടം അസൂയയോടെ നോക്കി നിന്നിട്ടുണ്ട്.

കല്യാണം കഴിഞ്ഞ് ശ്രീയേട്ടന്റെ കൈ പിടിച്ച് വീട്ടിൽ നിന്നിറങ്ങുമ്പോഴും ഒട്ടിത്തുടങ്ങിയ കവിളുകളിൽ കണ്ണീർത്തുള്ളികൾ പച്ച നിറത്തിൽ തിളങ്ങിയിരുന്നു.

പക്ഷേ അത് അവസാനത്തെ കാഴ്ചയായിരുന്നു. തന്റെ കല്യാണത്തിന്റെ കടങ്ങൾ വീട്ടുവാൻ മനസ്സില്ലാ മനസ്സോടെ കാതിലെ ഞാത്ത് അച്ഛൻ അഴിച്ചു വാങ്ങിയപ്പോൾ ചുവന്ന കല്ലുകളുള്ള മൊട്ടു മാത്രം കാതിൽ പറ്റിക്കിടന്നു. കഴുത്തിലെ താലി കറുത്ത ചരടിൽ കോർക്കേണ്ടിവന്നിട്ടും പിടിച്ചു നിന്ന അമ്മയുടെ കണ്ണിൽനിന്ന് അന്നു നീർ പൊടിഞ്ഞു.

'ചേച്ചീ.... ദാ ചേച്ചിയുടെ കമ്മൽ...' കുഞ്ഞു ബോക്സിനുള്ളിൽ ഭംഗിയുള്ള വർണ്ണക്കടലാസ്സിൽ പൊതിഞ്ഞു വച്ച കമ്മൽ സെയിൽസ് മാൻ അവൾക്കു മുന്നിലേക്കു വച്ചു.

'പിന്നെ ഇതു ബില്ല്.... ഇതു ബാക്കി പൈസ...'

അവൻ ചിരിച്ചു കൊണ്ട് ബില്ലും ഒരു ഇരുന്നൂറു രൂപ നോട്ടും അവൾക്കു മുന്നിലേക്കു നീക്കി വച്ചു.

'പിന്നേം ബാക്കിയുണ്ടോ...?' ബിൽ കയ്യിലെടുത്തു കൊണ്ട് അവൾ നെറ്റി ചുളിച്ചു.

'ഉം....' അവൻ ചിരിച്ചു.

അവൾ അവനെയും ബില്ലിലെ തുകയും മാറി മാറി നോക്കി. അവന്റെ മുഖത്തെ ചിരി മാഞ്ഞില്ല. പക്ഷേ ആ ചിരിക്ക് ഒരുപാട് അർഥങ്ങൾ ഉണ്ടെന്ന് അവൾക്കു മനസ്സിലായി.

'എനിക്കുമുണ്ടൊരു ചേച്ചി..... പക്ഷേ കുട്ടിയൊന്നും ഇല്ലാട്ടോ..... കല്യാണം കഴിഞ്ഞിട്ടില്ല.' അവന്റെ മുഖം മങ്ങുന്നതും തല കുനിയുന്നതും അവൾ കണ്ടു.

ഒന്നും മിണ്ടാതെ ആ ഇരുന്നൂറു രൂപ നോട്ട് അവന്റെ മുന്നിലേക്കു നീക്കി വച്ചിട്ട് കമ്മലും ബില്ലും ബാഗിനുള്ളിൽ ഭദ്രമാക്കി ജ്വല്ലറിയുടെ

പടിയിറങ്ങി ഇന്ദു ബസ് സ്റ്റോപ്പിലേക്കു നടന്നു.

രണ്ടു ബസുകൾ മാറിക്കയറിയാലേ ശ്രീയേട്ടന്റെ വീട്ടിൽ നിന്നും സ്വന്തം വീട്ടിലെത്താൻ പറ്റൂ. കഴിഞ്ഞ രണ്ടു വർഷത്തിനിടയ്ക്ക് വീട്ടിൽപ്പോയി നിന്നിട്ടുള്ളത് വിരലിലെണ്ണാവുന്ന ദിവസങ്ങൾ മാത്രം.

ബസിൽ കയറി ഒഴിവുള്ള സീറ്റിൽ ഒതുങ്ങിയിരിക്കുമ്പോൾ കല്യാണത്തിനു മുൻപുള്ള നാളുകൾ ഇന്ദു ഓർത്തു. അച്ഛനും അമ്മയും ചേച്ചിയും താനും. ചെറിയ കുടുംബം, ചെറിയ സ്വപ്നങ്ങളും.

ചേച്ചിയുടെ വിവാഹം കഴിഞ്ഞപ്പോൾ മുതലാണ് അച്ഛനമ്മമാരെപ്പറ്റിയുള്ള ചിന്തകൾ മനസ്സിനെ മഥിക്കാൻ തുടങ്ങിയത്. പ്രായമാകുമ്പോൾ അവരെ ആരു സംരക്ഷിക്കും....?

അന്നു താൻ എടുത്ത തീരുമാനമായിരുന്നു അച്ഛനമ്മമാർക്കൊപ്പം തന്റെ വീട്ടിൽ താമസിക്കാൻ തയ്യാറാകുന്ന ആളെ മാത്രമേ വിവാഹം കഴിക്കൂ എന്നത്. തന്റെ വാശിക്കു മുന്നിൽ ഒരുപാടു നല്ല ആലോചനകൾ വഴിമാറിപ്പോയി.

ശ്രീകുമാറിന്റെ ആലോചന വന്നപ്പോൾ അച്ഛൻ പറഞ്ഞു.

'മോളേ നമ്മുടെ കയ്യിൽ കൊടുക്കാൻ ഒന്നുമില്ല. ഇതിപ്പോ ചെക്കന് നിന്നെ ഇഷ്ടമായി, അവന് സ്ത്രീധനം ഒന്നും വേണ്ടാ.... പക്ഷേ....'

'എന്താണച്ഛാ ഈ പക്ഷേ....?' ചോദിച്ചത് ചേച്ചി ബിന്ദുവായിരുന്നു.

'അതിപ്പോ... അവന്റെ കുടുംബത്തിലും ആണായിട്ട് അവൻ മാത്രമേയുള്ളൂ.... അവന്റെ അച്ഛനെയും അമ്മയെയും ഇട്ടിട്ട് ഇവിടെ വന്നു ജീവിക്കാൻ അവനു പറ്റില്ലല്ലോ....'

'എങ്കിൽപ്പിന്നെ ഇതു വിട്ടേരെ...' താൻ ഇരുന്നിടത്തു നിന്നും എഴുന്നേറ്റു.

'നീയവിടെ ഇരിക്കു കൊച്ചേ.... അച്ഛനും അമ്മയും നിന്റെ മാത്രമല്ലല്ലോ.. എന്റേം കൂടിയല്ലേ...' ബിന്ദു ഭർത്താവ് സുധിയെ ഇടം കണ്ണിട്ടു നോക്കി.

'ഇന്ദൂ.... എനിക്കു വല്ല്യ ജോലിയും വരുമാനവുമൊന്നുമില്ല... പക്ഷേ ഇവരെ എനിക്കു പറ്റുന്ന വിധത്തിൽ ഞാൻ നോക്കിക്കോളാം.' സുധിയേട്ടൻ പറഞ്ഞു.

'നീ സമ്മതിക്കു മോളേ.... അറിഞ്ഞിടത്തോളം ശ്രീകുമാർ നല്ലവനാ... നമ്മുടെ സ്വത്തിൽ നിന്ന് ഒരുതരി മണ്ണുപോലും അവനു വേണ്ട, ചേച്ചിക്കു കൊടുത്തേക്കാൻ അവൻ പറഞ്ഞിട്ടുണ്ട്...'

അപ്പോഴാണ് ചേച്ചിയുടെയും സുധിയേട്ടന്റെയും സ്നേഹത്തിന്റെ ശരിക്കുള്ള അർത്ഥം തനിക്കു മനസ്സിലായത്. പക്ഷേ പിന്നീട് തന്റെ എ

തിർപ്പുകൾക്കൊന്നും ഒരു വിലയുമില്ലായിരുന്നു. അവർ ആഗ്രഹിച്ചതു പോലെ തന്നെ തന്റെ വിവാഹം നടന്നു.

ശ്രീയേട്ടൻ നല്ലവനായിരുന്നു. ഹോട്ടലിൽ ദിവസക്കൂലിക്ക് ജോലി ചെയ്യുന്നു. കിട്ടുന്ന വരുമാനം കൊണ്ട് അച്ഛനുമമ്മയും താനും ശ്രീയേട്ടനുമടങ്ങുന്ന കുടുംബം അന്നന്നത്തെ ചിലവു നടന്നുപോകും.

കല്യാണം കഴിഞ്ഞു വന്നു കുറച്ചു നാളുകൾ കഴിഞ്ഞപ്പോൾ മുതൽ താനും ചെറിയ ചെറിയ പണിക്കു പോയിരുന്നു. പക്ഷേ മോനെ ഗർഭിണിയായപ്പോൾ മുതൽ ശ്രീയേട്ടന്റെ വരുമാനം മാത്രമായി കുടുംബത്തിന്റെ ആശ്രയം.

തന്റെ വിവാഹം കഴിഞ്ഞതോടെ ചേച്ചിയും സുധിയേട്ടനും തനിനിറം കാട്ടിത്തുടങ്ങി. ബിന്ദുച്ചേച്ചി വല്ലപ്പോഴും മാത്രം വീട്ടിൽ വന്നുപോകുന്ന അതിഥിയായി. തനിക്ക് അതിനും കൂടി സാധിക്കുമായിരുന്നില്ല.

അച്ഛനുമമ്മയും ഏറക്കുറെ ഒറ്റപ്പെട്ടു പോയി. തന്റെ കല്യാണത്തിന്റെ കടങ്ങൾ വീട്ടിത്തീർന്നപ്പോഴേക്കും അച്ഛന്റെ കയ്യിൽ ഒന്നുമില്ലാതായി. തൊഴിലുറപ്പു പണിയും പെൻഷനുമായി കഷ്ടി ജീവിച്ചു പോകുന്നു.

വല്ലപ്പോഴും ഒരിക്കൽ അവരെക്കാണാൻ ഓടിച്ചെന്നിട്ടു തിരിച്ചു വന്നാൽ നെഞ്ചിന്റെയുള്ളിൽ ഒരു വിങ്ങൽ വല്ലാത്തൊരു ഭാരമായി നിൽപുണ്ടാവും. വായിലേക്കു വയ്ക്കുന്ന ഓരോപിടി ചോറിലും കണ്ണീരിന്റെ ഉപ്പു പടരുന്നുണ്ടാവും. തന്റെ ആ അവസ്ഥ കണ്ടിട്ടു തന്നെയാണ് ശ്രീയേട്ടൻ തന്നെ വീട്ടിൽ പോകാൻ സമ്മതിക്കാത്തതും.

മോൻ ഉണ്ടായപ്പോൾ ആശുപത്രിയിൽ രണ്ടാളും വന്നിരുന്നു. പക്ഷെ അവന്റെ ചോറൂണിന് അച്ഛൻ മാത്രമേ വന്നുള്ളൂ. അമ്മയ്ക്ക് സുഖമില്ലായിരുന്നു, അത്രയും ദൂരം ബസിൽ യാത്ര ചെയ്യാൻ വയ്യാത്രേ!

അന്നു മോന്റെ കാലിലിടാൻ ഒരു ജോഡി കുഞ്ഞു തളകളുമായാണ് അച്ഛൻ വന്നത്. കണ്ടപ്പോൾ കണ്ണു നിറഞ്ഞു പോയി.

'എന്തിനാച്ഛാ ഇതൊക്കെ...?' തന്റെ ശബ്ദം ഇടറിയിരുന്നു.

'ഞങ്ങൾക്കും കുഞ്ഞു കുഞ്ഞ് ആഗ്രഹങ്ങളൊക്കെയില്ലേ മോളേ...?' അച്ഛൻ തന്നെ ചേർത്തു നിർത്തി.

'പക്ഷേ എങ്ങനെ....?'

'ഞങ്ങൾക്കുമുണ്ടെടീ ചെറിയ സമ്പാദ്യങ്ങൾ....!' അച്ഛന്റെ ചുക്കിച്ചുളിഞ്ഞ കവിളുകളിൽ ചിരി പടരുമ്പോൾ തനിക്ക് ഉച്ചത്തിലൊന്നു കരയാനാണ് തോന്നിയത്.

പിന്നീട് പലപ്രാവശ്യം വിളിച്ചു രണ്ടാളെയും. പക്ഷേ ഓരോ ഒഴിവു കഴിവുകൾ പറയും. വരാനും തന്നെയും മോനെയും കാണാനും ആഗ്ര

ഹമില്ലാഞ്ഞിട്ടല്ല എന്നറിയാം. പക്ഷേ വരുമ്പോൾ കൊണ്ടുവരാൻ ഒന്നും കയ്യിലില്ല എന്ന സങ്കടം!

രണ്ടുമൂന്നു ചെറിയ കടകൾ മാത്രമുള്ള ചെറിയ ബസ് സ്റ്റോപ്പിൽ ബസിറങ്ങി മോനെയും തോളിലിട്ട്, ഇരുവശവും പുല്ലു വളർന്നു നിൽക്കുന്ന നാട്ടുവഴിയിലൂടെ വീട്ടിലേക്കു നടക്കുമ്പോൾ പിന്നിൽ നിന്നാരോ വിളിച്ചതുപോലെ തോന്നി.

തിരിഞ്ഞു നോക്കുമ്പോൾ അച്ഛൻ! കയ്യിൽ ചെറിയൊരു പ്ലാസ്റ്റിക് കവറിൽ എന്തോ തൂക്കിപ്പിടിച്ചിട്ടുണ്ട്.

'ഞാൻ കടേല് കുറച്ചു സാധനം മേടിച്ചോണ്ടു നിൽക്കുവാരുന്നു, അപ്പോഴാ ശശി പറഞ്ഞത് നീയും കൊച്ചും ബസിറങ്ങുന്ന കണ്ടൂന്ന്....!!' അവൾക്കൊപ്പമെത്താൻ വേഗത്തിൽ നടന്നതുകൊണ്ടാവാം അച്ഛൻ വല്ലാതെ കിതയ്ക്കുന്നുണ്ട്.

'ഞാൻ കണ്ടില്ലാരുന്നു അച്ഛാ....!' ഇന്ദു മോനെ അച്ഛന്റെ കയ്യിലേക്കു കൊടുത്തു.

അയാളുടെ കുഴിഞ്ഞു താണ കണ്ണുകളിലേക്കും നരച്ച താടി രോമങ്ങളിലേക്കും പകച്ചു നോക്കിയിട്ട് ഇന്ദുവിന്റെ നേരെ കൈകൾ നീട്ടിക്കൊണ്ട് മോൻ കരയാൻ തുടങ്ങി.

അവൾ കുഞ്ഞിനെ തിരികെ വാങ്ങി. അച്ഛൻ കൊച്ചുകുട്ടികളെപ്പോലെ വാതോരാതെ സംസാരിക്കാൻ തുടങ്ങിയിരുന്നു.

'.... ന്നാലും നീ മുന്നറിയിപ്പൊന്നുമില്ലാതെ ഇങ്ങനെ വന്നപ്പോ അങ്ങോട്ട് വിശ്വസിക്കാൻ പറ്റണില്ല മോളേ... അമ്മേം അത്ഭുതപ്പെടും നോക്കിക്കോ...'

അച്ഛൻ ചിരിക്കുകയാണോ അതോ കരയുകയാണോ എന്നുപോലും ഇന്ദുവിനു മനസ്സിലായില്ല.

'ജീവിതത്തിൽ ഒരുവട്ടമെങ്കിലും നിങ്ങളെ അത്ഭുതപ്പെടുത്തണം എന്നെനിക്കുണ്ടായിരുന്നു അച്ഛാ...' അവൾ മനസ്സിൽ പറഞ്ഞു.

അതിനു വേണ്ടിയാണ് ശ്രീയേട്ടൻ പോലുമറിയാതെ ചില്ലറകൾ കൂട്ടി വച്ച് നിധി പോലെ പാലക്കാ കമ്മൽ വാങ്ങിയത്.

അത് അമ്മയ്ക്ക് കൊടുത്തു കഴിയുമ്പോൾ..... കാതിലെ പഴയ തിളക്കം തിരിച്ചു വരുമ്പോൾ..... അമ്മയുടെയും അച്ഛന്റെയും നിറഞ്ഞ മുഖങ്ങൾ ഒരു വട്ടം കാണണം!

അമ്മ വീടിന്റെ അകത്തെവിടെയോ ആയിരുന്നു. അച്ഛന്റെ നീട്ടിയുള്ള വിളി കേട്ട് തിണ്ണയിലേക്കിറങ്ങി വന്ന് ശിലപോലെ നിന്നുപോയി പാവം!!

പിന്നെ മോനെ ഇന്ദുവിന്റെ കയ്യിൽ നിന്ന് പിടിച്ചു വാങ്ങി തുരു തുരെ ഉമ്മ വച്ചു. അവൻ ഞെട്ടിക്കൊണ്ട് കരയാൻ തുടങ്ങി.

ഇന്ദു അമ്മയെത്തന്നെ നോക്കി നിൽക്കുകയായിരുന്നു. പഴയ സൗന്ദര്യവും പ്രസരിപ്പുമെല്ലാം എവിടെയോ പോയി മറഞ്ഞിരിക്കുന്നു. വെളുത്ത മുഖത്ത് വെയിൽകൊണ്ടു കരുവാളിച്ച പാടുകൾ. അവൾക്ക് അമ്മയെ ഒന്നു കെട്ടിപ്പിടിക്കണമായിരുന്നു. പക്ഷേ അവർ അവളെ ഒന്നു നോക്കി ചിരിച്ചിട്ട് മോനെ വീണ്ടും വീണ്ടും ഉമ്മ വച്ചു.

പൊടുന്നനെ അവളുടെ കണ്ണുകൾ അമ്മയുടെ കാതുകളിൽ പതിഞ്ഞു. ചുവന്ന കല്ലുകളുള്ള മൊട്ടുകൾ കിടന്നിരുന്ന സ്ഥാനത്ത് കാതുകൾ ശൂന്യം!!!

'അമ്മയുടെ കമ്മൽ എവിടെ...?' അവൾ അവരുടെ നര കയറിയ ചുരുണ്ട മുടി ഒതുക്കിക്കൊണ്ടു ചോദിച്ചു.

മുറ്റത്തു നിന്നു വരാന്തയിലേക്കു കയറിക്കൊണ്ടിരുന്ന അച്ഛൻ പൊടുന്നനെ തിരിഞ്ഞു നിന്നു.

'ആഹ്.... അതവിടെ ഊരി വച്ചിട്ടുണ്ട്...' അവർ അതു കാര്യമായി ശ്രദ്ധിച്ചില്ല.

'എവിടെ....?' ഇന്ദു അകത്തേക്കു കയറി.

തന്റെ കയ്യിലുണ്ടായിരുന്ന ചെറിയ ബാഗ് മേശപ്പുറത്തേക്കു വച്ചിട്ട് അതു തുറന്ന് അവൾ ജ്വല്ലറിയുടെ ചെറിയ ബോക്സ് കയ്യിൽ എടുത്തു. പിങ്ക് കളറിലുള്ള വർണ്ണക്കടലാസ്സിലിരുന്ന് പാലക്ക കമ്മലിന്റെ പച്ചക്കല്ലുകൾ തിളങ്ങി.

'അമ്മേ.... കമ്മൽ എവിടേന്ന്.... ഞാനൊരു കൂട്ടം കാണിച്ചു തരാം...'

പാലക്ക കമ്മൽ കയ്യിലൊളിപ്പിച്ച് കൈകൾ പിന്നിൽ കെട്ടി കൊച്ചു കുട്ടിയെപ്പോലെ കുണുങ്ങിക്കൊണ്ട് ഇന്ദു വരാന്തയിലേക്കു വന്നു.

മോനെ എടുത്തുകൊണ്ടു നിന്നിരുന്ന അമ്മയുടെ അരുകിൽ അച്ഛനും നിൽപുണ്ടായിരുന്നു. മോൻ കരച്ചിൽ നിർത്തി ചിരിക്കാൻ തുടങ്ങിയിരിക്കുന്നു.

'മോളേ....' അച്ഛൻ വിളിച്ചു.

ഇന്ദു ചിരിച്ചു കൊണ്ട് കൈകൾ മുന്നോട്ടു നീട്ടി കമ്മലിന്റെ ഞാത്ത് അമ്മയുടെ കാതുകളിലേക്കു ചേർത്തു വച്ചു.

'അമ്മേ.... മൊട്ട് എടുത്തിട്ടു വാ... ചുവന്ന കല്ലുകൾക്കു താഴെ ഈ പാലക്കാപ്പച്ച ഇനിയെന്നും തിളങ്ങണം...!!' അവളുടെ ശബ്ദത്തിൽ സന്തോഷവും അഭിമാനവും അലയടിച്ചിരുന്നു.

പക്ഷേ അച്ഛന്റെയും അമ്മയുടെയും മുഖത്ത് അവൾ പ്രതീക്ഷിച്ച

സന്തോഷം മാത്രം കണ്ടില്ല.

അമ്മയുടെ കൈകൾ മോന്റെ കാൽത്തളയിൽ തൊട്ടു തലോടുന്നുണ്ടായിരുന്നു. അവളുടെ നോട്ടവും മോന്റെ കാൽത്തളയിലേക്കായി.

'അമ്മയുടെ മൊട്ടു കമ്മൽ......?' അവളുടെ ചോദ്യം പാതിയിൽ മുറിഞ്ഞു പോയി.

അച്ഛൻ അവളുടെ കണ്ണിലേക്കു നോക്കി. അയാളുടെ തല അറിയാതെ കുനിഞ്ഞു.

അമ്മയുടെ കണ്ണിൽ നിന്നും അടർന്നു വീണ നീർത്തുള്ളികൾ കാലിൽ പതിച്ചപ്പോൾ ഇക്കിളിയിട്ടതു പോലെ മോൻ ചിരിച്ചു.

വിറയ്ക്കുന്ന കൈകളിലിരുന്ന് പാലക്ക കമ്മൽ ഇന്ദുവിനെ നോക്കി കളിയാക്കിച്ചിരിച്ചു.

♦

കാക്കപ്പുള്ളി

മകനു പെണ്ണു കാണാൻ പോയാൽ അപ്പന്റെ കിളി പോകുമോ?

പോകുമായിരിക്കും അല്ലേ?

ദേ ഇപ്പൊ നിങ്ങൾക്കും ചെറിയൊരു സംശയം ആയില്ലേ..... അങ്ങനെയും സംഭവിക്കുമോ എന്ന്?

എന്നാപ്പിന്നെ എന്റെ അനുഭവം ഒന്ന് വായിച്ചു നോക്ക്.

എന്റെ മകന്റെ പെണ്ണുകാണൽച്ചടങ്ങാണ് സംഭവസ്ഥലം. മകന്റൊപ്പം ഞാനും അവന്റെ അമ്മ അഥവാ എന്റെ ഭാര്യ ശൈലജയും എന്റെ ഒരേ ഒരളിയൻ ജോജുമച്ചാനും പെണ്ണിന്റെ വീട്ടിൽ ഹാജർ.

ചെക്കന് പെൺകുട്ടിയെ കണ്ട് ഇഷ്ടപ്പെട്ടു എന്ന് പറഞ്ഞപ്പോൾ, എന്നാ പിള്ളേർക്ക് തനിച്ചു വല്ലതും സംസാരിക്കണമെങ്കിൽ സംസാരിക്കട്ടെ എന്നു പറഞ്ഞു രണ്ടു പേരെയും സ്വതന്ത്രരാക്കി വിട്ടത് ഞാനാണ്.

അവർ മുറ്റത്തരുകിലെ ചെറിയ ഗാർഡനിലേക്ക് ഇറങ്ങി മാറിയപ്പോൾ ഞങ്ങൾ കാർന്നോന്മാരുടെ നർമ്മസല്ലാപം തുടങ്ങി. പെൺകുട്ടിയുടെ അച്ഛനും അമ്മയും മാത്രമേ സ്ഥലത്തുള്ളൂ. മൂന്നു മക്കളിൽ മൂത്ത രണ്ടു പെൺകുട്ടികളുടെയും വിവാഹം കഴിഞ്ഞിരിക്കുന്നു.

സംസാരിച്ചു വന്നപ്പോൾ പെൺകുട്ടിയുടെ അമ്മയും ഞാനും ഒരേ നാട്ടുകാർ. പിന്നെയും പറഞ്ഞു വന്നപ്പോൾ പഠിച്ചത് ഒരേ സ്കൂളിൽ. പിന്നെ വിജയകൃഷ്ണൻ എന്ന പേരിന്റെ ആമുഖം മാത്രമേ വേണ്ടിവന്നുള്ളൂ 'വിച്ചൂ' എന്ന എന്റെ സ്കൂളിലെ വിളിപ്പേരോടു കൂടി അവർ ആക്രമണം തുടങ്ങാൻ.

അവരുടെ ആദ്യത്തേ വിളിയും ആക്രാന്തവും കണ്ടപ്പഴേ അവരുടെ ഭർത്താവ് രഘു എന്നു വിളിക്കുന്ന രഘുനന്ദൻ എന്റെ അളിയനെയും കൂട്ടി സിഗരറ്റ് വലിച്ചിട്ടു വരാം എന്നൊരു കാച്ചും കാച്ചി മെല്ലെ സ്കൂട്ടായി.

വരാൻ പോകുന്ന സുനാമിയെക്കുറിച്ച് യാതൊരു മുന്നറിവുമില്ലാതെ ഞാനും എന്റെ ഭാര്യയും 70എം എം ക്ലോസ് അപ്പ് ചിരി ചുണ്ടത്തു വെച്ചു കെട്ടിയ പ്ലാസ്റ്റിക് ഫെയിസുമായി അവർക്കെതിരെ സോഫയിൽ ഇരുന്നു.

'അയ്യോ വിച്ചൂ.... നിങ്ങക്കെന്നെ ഒട്ടും ഓർമ്മയില്ലേ...?'

'അതിപ്പോ ഇത്രേം വർഷങ്ങൾ ആയില്ലേ.. ശരിക്കങ്ങോട് മനസ്സിലായില്ല.' ഞാൻ എന്റെ നിസ്സഹായാവസ്ഥ വെളിവാക്കി.

'ഒരു കണക്കിന് ശരിയാ.. നീ എന്നെയൊക്കെ എങ്ങനെ ഓർക്കാനാ നിനക്കു ചുറ്റും ആരാധികമാരുടെ തിക്കും തിരക്കും അല്ലാരുന്നോ എന്നും..... എങ്ങനാ ശൈലൂ... ഇപ്പോഴുമുണ്ടോ ഈ കള്ളകൃഷ്ണന് ചുറ്റും കാമുകിമാരുടെ തിക്കും തിരക്കും...?'

ഒന്നും മനസ്സിലാകാതെ, ജീവിതത്തിൽ ആദ്യമായി കഥകളി കാണുന്ന മദാമ്മയെപ്പോലെ കണ്ണും മിഴിച്ചു നോക്കിയിരിക്കുകയായിരുന്ന എന്റെ ഭാര്യ ശൈലജ പെട്ടെന്നുള്ള ഈ ചോദ്യം തീരെ പ്രതീക്ഷിച്ചില്ല.

പല്ലു പറിക്കാനിരിക്കുന്നവൻ ദന്തഡോക്ടറെ നോക്കുമ്പോലെ ദയനീയമായ ഒരു നോട്ടം എന്റെ നേരെ നോക്കിയിട്ട് അവൾ എന്തൊക്കെയോ മറുപടി പറയാൻ ശ്രമിച്ചു.

'അതിപ്പോ.... പിന്നെ...' പക്ഷേ അവളെ പൂർത്തിയാക്കാൻ അവർ സമ്മതിച്ചില്ല.

'വിച്ചൂ.... നിനക്ക് മനസ്സിലാക്കാൻ ഒരു ക്ലൂ തരട്ടെ..?'

കല്യാണം കഴിച്ച അന്നു മുതൽ ഭാര്യയെയും, തിരിച്ചറിവു വന്ന അന്നുമുതൽ ഒരേയൊരു മകനായ അജിത്തിനെയും സാമാന്യം നല്ല രീതിയിൽ കണ്ണുരുട്ടിയും മീശപിരിച്ചും ഫുൾ കൺട്രോളിൽ വച്ചു പോന്നിരുന്ന വില്ലേജ് ഓഫീസർ ആയ വിജയകൃഷ്ണൻ എന്ന ഞാൻ, ലൈവ് ആയി നടക്കുന്ന റിയാലിറ്റി ഷോയിൽ കലിപ്പൻ പിള്ളേരുടെ മുന്നിൽപ്പെട്ടുപോയ അവതാരികയെപ്പോലെ ഉമിനീരുപോലും ഇറക്കാൻ മറന്ന് ഇരുന്നു പോയി.

'എന്നാലും വിച്ചൂ നീ ആരെയൊക്കെ മറന്നാലും എന്നെ മറക്കരുതായിരുന്നു....

'അതു..... സ്കൂളിൽ പഠിച്ചപ്പോൾ ഉള്ള ഷെയിപ്പൊന്നും അല്ലല്ലോ അല്ലേ..ഇപ്പൊ നമുക്ക്.... ആളാകെ മാറിപ്പോയില്ലേ...' ഞാൻ ലാലേട്ടൻ സ്റ്റൈലിൽ സ്വല്പം ചമ്മിയ ഒരു ചളി കോമഡി അടിച്ചു സൂത്രത്തിൽ ഊരിപ്പോരാൻ ഒരു ശ്രമം നടത്തി.

'നീയാളു കൊള്ളാമല്ലോ... ഒന്നു പെറ്റിട്ടു സുന്ദരിക്കോതയായി നടക്കുന്ന നിന്റെ പെമ്പറന്നോത്തിയെപ്പോലെയാണോ ഞാൻ.... മൂന്നു പെറ്റ വയറാ ഇത്...' അവർ സാരിയുടെ മുന്താണി കഷ്ടപ്പെട്ടു വലിച്ചു പൊന്തിച്ച് ഗ്രഹിണി പിടിച്ച പിള്ളേര് ചക്കപ്പഴം തിന്നുമ്പോൾ വീർത്തു വരുന്നപോലെ വീർത്തു നിൽക്കുന്ന വയറിന്റെ ഒരു പൊതു പ്രദർശനം

നടത്തി.

വയസ്സു 45 കഴിഞ്ഞ എന്റെ പ്രിയതമയെ മൂന്നു പ്ലീറ്റിട്ട് സാരിയുമുടുത്തു പുറത്തേക്കു പോകാൻ തയ്യാറായി വന്നപ്പോൾ 'ഈ വയറും കാണിച്ചോണ്ട് എങ്ങോട്ടാടീ? ' എന്നുംചോദിച്ചു കണ്ണുരുട്ടി കാണിച്ച എന്നെ 'ഇപ്പൊ സന്തോഷമായോ വിജയേട്ടാ...?' എന്നു ചോദിക്കുംപോലെ ശൈലു ഒന്നിരുത്തി നോക്കി.

'മൂന്നു പെറ്റപ്പോ കുറച്ചു ഉടഞ്ഞു പോയി.... അത്രേയുള്ളൂ. അല്ലാതെ നീ പറയുന്നപോലെ ഞാൻ അത്രക്കങ്ങു മാറീട്ടൊന്നും ഇല്ല വിച്ചൂ....'

ഞാൻ ഒളികണ്ണിട്ട് ഭാര്യയെ നോക്കി. വിസിലടിക്കാൻ റെഡിയായി നിൽക്കുന്ന പ്രെഷർകുക്കറിനെപ്പോലെയുള്ള ആ ഇരിപ്പ് കണ്ടപ്പോൾ തല കുടത്തിനകത്തു പെട്ടു പോയ പട്ടിയെപ്പോലെ ഊരിക്കിട്ടിയാൽ മതി വീട്ടിൽ പോയി നല്ല കുട്ടിയായി ജീവിച്ചോളാം എന്ന് മനസ്സിൽ പറഞ്ഞു പോയി.

'വിച്ചൂ എന്റെ ശരീരത്തിൽ നിനക്ക് ഏറ്റവും ഇഷ്ടമുള്ള ഒരൂട്ടം ഉണ്ടായിരുന്നു... ഓർക്കുന്നോ...? ഒരു ദിവസം ഞാൻ കൂട്ടുകാരുടെ കൂടെ സ്റ്റെയർകേസ് കേറി വരുമ്പോൾ വഴി തടഞ്ഞു നിന്ന് നിനക്കിഷ്ടമുള്ള ആ ഭാഗത്ത് ഒന്നു തൊട്ടോട്ടെ എന്ന് നീ ചോദിച്ചു......ഞാൻ നാണിച്ചു കൊണ്ട് പോ ചെക്കാ എന്നു പറഞ്ഞിട്ട് ഓടി ....ഇപ്പോഴെഓർക്കുന്നോ എന്റെ പേര്...?'

'അയ്യോ...'

ഞാൻ ഇരിക്കുന്നിടത്തു നിന്ന് ഒരടി പൊങ്ങി വീണ്ടും താഴേക്കു വന്നു. ഒരു ചടങ്ങിനൊക്കെ പോകുവല്ലേ, കേരളീയത്തനിമയിൽ പോയേക്കാം എന്ന ഉദ്ദേശത്തിൽ ഞാൻ ഉടുത്ത കറുത്തകരയൻ വെള്ള മുണ്ടും തുളച്ച് ശൈലുവിന്റെ കയ്യിലെ നഖം എന്റെ തുടയിൽ സാമാന്യം നല്ലൊരു പാട് വീഴ്ത്തിയതാണ് കാരണം.

'പുറത്തേക്കു വാട്ടോ നിങ്ങള് .... അവളുടെ ദേഹത്ത് എന്നാ ഒക്കെ ഉണ്ടായിരുന്നു എന്ന് എനിക്കും കൂടി ഒന്നറിയണം...' നുള്ളിനു പുറമേ ചെവിയിലേക്ക് ചുണ്ടുകൾ ചേർത്ത് ഒരു തള്ളും.

'ദേവിയെയ്.... യെവളുടെ ദേഹത്ത് എന്നാ ഒക്കെ ഉണ്ടായിരുന്നെന്ന് അമ്മച്ചിയാണേ എനിക്കോർമ്മയില്ല' എന്ന് വിളിച്ചു കൂവണം എന്നുണ്ടായിരുന്നു. പക്ഷേ നാലാം ക്ലാസ്സിൽ പഠിക്കുന്ന കാലത്ത് ഒറ്റയ്ക്ക് കോലൈസു മേടിച്ചു ഊമ്പുമ്പോൾ അയല്പക്കത്തെ ശൂലപിടിച്ച രമേശൻ വായിലേക്ക് നോക്കി നിൽക്കുമ്പോലെ നേരെ എതിർവശത്ത് എന്റെ മു

ഖത്തേക്കു തന്നെ നോക്കി അവർ ഇരിക്കുന്നു.

'എന്നതാ ശൈലൂ ഒരു രഹസ്യം..? ഉറക്കെപ്പറ ഞാനൂടെ കേൾക്കട്ടെ..' അവർ ആകാംക്ഷയോടെ തല മാത്രം മുന്നോട്ടു തള്ളി വച്ച്, എന്റെ മകന്റെ കാറിന്റെ മുൻവശത്ത് ഉറപ്പിച്ചു വച്ചിരിക്കുന്ന ചൈനീസ് ബുദ്ധനെപ്പോലെ തലയാട്ടി കുലുങ്ങിച്ചിരിച്ചു.

'ഹേയ്.... രഹസ്യം ഒന്നുമില്ലാന്നേ..... ഇത്രയൊക്കെ ക്ലൂ തന്നിട്ടും ഓർമ്മ കിട്ടുന്നില്ലേ എന്നു ചോദിച്ചതാ...'

'അതാണ് ശൈലൂ ഞാനും ഓർക്കുന്നേ..... അല്ലേലും ഈ ആണുങ്ങൾ എല്ലാം കണക്കാന്നേ...ഒട്ടിക്കൂടി കാര്യം കാണുന്ന വരെ നമ്മളല്ലാതെ മറ്റൊന്നും ഓർമ്മയിൽ ഉണ്ടാവില്ല. ആശിച്ച കാര്യം സാധിച്ചു കഴിഞ്ഞാലോ.... ങ്ങേ.. ഹേ.... ദേ ഇപ്പൊത്തന്നെ കണ്ടില്ലേ ഇവന്റെ തനി നിറം...' അവർ പിന്നെയും ചിരിച്ചു.

'വിജയേട്ടാ.. ഞാനീ സാദാ ചെരുപ്പിട്ടാൽ പോരേ' എന്ന് രാവിലെ ഭാര്യ ചോദിച്ചപ്പോൾ 'ഹേയ് ചെക്കന്റെ അമ്മയ്ക്ക് ഇത്തിരി ഹൈറ്റും വെയ്റ്റും ഒക്കെ ആവാം' എന്ന് കിടിലൻ ഡയലോഗും കാച്ചി, ശൈലുവിനെ ഹൈ ഹീൽഡ് ചെരുപ്പിടീക്കാൻ തോന്നിയ സമയത്ത് എന്റെ തലയ്ക്കു മുകളിൽ ശനി ഭഗവാൻ നൃത്തം ചെയ്യുകയായിരുന്നു എന്നു തോന്നി. ആ ഹൈ ഹീൽഡിനടിയിൽപ്പെട്ട് എന്റെ പാവം വുഡ്ലാൻഡ് ചപ്പലും കാലിന്റെ മർമ്മപ്രധാനമായ രണ്ടു വിരലും നാഷണൽ പെർമിറ്റ് ലോറി കേറിയ തവളയുടെ അവസ്ഥയിൽ ഞെരുങ്ങിക്കൊണ്ടിരുന്നു.

'എന്നാ ശരി..... ഞാൻ ഒരു ക്ലൂ കൂടിത്തരാം... ഇത് അവസാനത്തെ ആയിരിക്കുമേ.... ഇതിലും കണ്ടുപിടിച്ചില്ലെങ്കിൽ നീ തോറ്റെന്നു സമ്മതിക്കണം വിച്ചു...'

എന്റെ ശിവനേ.... നമ്മള് ഒരു വട്ടം അല്ല പല വട്ടം തോറ്റ് പത്താം ക്ലാസിൽ നിന്ന് നേരെ ബാലവാടിയിൽ എത്തിയിട്ട് നേരം കുറെയായി.

ഇതുവരെ കണ്ടത് സാമ്പിൾ വെടിക്കെട്ട്.... ഇനി വരാൻ പോണത് തൃശൂർപൂരം എന്നു പറയുമ്പോലെ അവർ വീണ്ടും കരിമരുന്നിനു തിരി കൊളുത്താൻ റെഡിയായി നിന്നു.

'നീ ആദ്യമായിട്ട് സ്കൂളിൽ പാന്റ് ഇട്ടോണ്ട് വന്ന ദിവസം ഓർമ്മയുണ്ടോ?'

ഹോ... ചേറിയോരാശ്വാസം....!!

ഒൻപതാം ക്ലാസ്സിലെ ക്രിസ്തുമസ് പരീക്ഷ കഴിയുന്നതുവരെ നിക്കർ മാത്രം ധരിച്ചു സ്കൂളിൽ പോയിക്കൊണ്ടിരുന്ന കാലം. ക്ലാസ്സിൽ ഇനി നിക്കർ ഇടുന്ന ഒരേ ഒരാൾ ഞാൻ മാത്രമാണെന്നും, ഞാനിപ്പോൾ

ചെറിയ കുട്ടിയല്ലെന്നും അച്ഛനെ കഷ്ടപ്പെട്ടു ബോധ്യപ്പെടുത്തി, ആദ്യമായിട്ട് ഒരു പാന്റ് കിട്ടിയതിന്റെ സന്തോഷത്തിൽ സ്കൂളിൽ പോയ ദിവസം ഇന്നും മധുരമുള്ളൊരു ഓർമ്മയാണ്.എന്റെ ചുണ്ടിൽ ചെറിയൊരു ചിരി വിടർന്നു.

'എന്റെ ശൈലൂ..... അന്ന് സ്കൂളിലെ ആനിവേഴ്സറി ആയിരുന്നു.' അവർ പതിയെ മുന്നോട്ടാഞ്ഞു ചുറ്റും ആരെങ്കിലും ഉണ്ടോ എന്നു നോക്കി അല്പം ശബ്ദം താഴ്ത്തി.

' അതേ.... ആയിരുന്നു...' ഞാനും ശരിക്കും ഓർക്കുന്നുണ്ട്.

'അന്ന് ഈ കള്ളൻ കാണിച്ച പണി നിനക്കറിയാണോ ശൈലൂ...'

പൂരത്തിനിടയ്ക്ക് കൊലയമിട്ട് തൊട്ടുമുന്നിൽ വീണു പൊട്ടിയപോലെ വീണ്ടും ഞെട്ടൽ!

എന്നെ രക്ഷിക്കാൻ ഇവിടാരുമില്ലേ എന്ന് ഞാൻ ചുറ്റും നോക്കി. സിഗരറ്റ് വലിക്കാൻ പോയ അളിയനെയും ഇവരുടെ ഭർത്താവിനെയും കാണാനേയില്ല. അങ്ങേര് പുറത്തേക്കു നടക്കുന്നതിനിടയിൽ എന്തോ ഒന്ന് പിറു പിറുക്കും പോലെ പറഞ്ഞിരുന്നു. അത് എന്തായിരുന്നു എന്ന് എനിക്കിപ്പോൾ തലയ്ക്കുള്ളിൽ കത്തി.

ലെഫ്റ്റ് റൈറ്റ് ലെഫ്റ്റ് സിലിമയിൽ ബൈജുവണ്ണൻ പറഞ്ഞ അതേ ഡയലോഗ് ആയിരുന്നു അത്...'തീർന്നെടാ... നീ തീർന്ന്!'

മകനാണെങ്കിൽ ഒരു പെണ്ണിനോട് ഒറ്റക്ക് സൊള്ളാൻ കിട്ടിയ അവസരം തിരുവോണവും വിഷുവും ഒരുമിച്ചു വന്നപോലെ ഇല വിരിച്ചു വിരുന്നുണ്ട് ആഘോഷിക്കുന്നു. ഓടി രക്ഷപ്പെടാം എന്നു വച്ചാൽ ശൈലുവിന്റെ ഹൈ ഹീൽഡിന്റെ കൺട്രോളിൽ ആണ് ഇപ്പോഴും എന്റെ വുഡ്ലാൻഡ്.

'എന്നതാ കാണിച്ചേ....?'

മെഗാസീരിയലിന്റെ എഴുത്തുകാരന്റെ പേർസണൽ നമ്പർ തപ്പിപ്പിടിച്ച് അയാൾക്ക് ഫോൺ ചെയ്തു 'കുങ്കുമപ്പൂവിലെ കുഞ്ഞുലക്ഷ്മി ഈയാഴ്ച്ച പ്രസവിക്കുമോ?' എന്ന അന്യായ ചോദ്യം ചോദിച്ചിട്ട് ഉത്തരം കാത്തിരിക്കുന്നതു പോലെ ശൈലു ആകാംക്ഷഭരിതയായി.

'ആനിവേഴ്സറി രാത്രിയിൽ അല്ലേ നടക്കുന്നത്..... ഡാൻസിന് മേക്കപ് ഒക്കെ ഇട്ട് പെൺകുട്ടികളുടെ മേക്കപ്പ് റൂമിൽ നിന്ന് സ്റ്റേജിലേക്കുള്ള വഴിക്ക് ഞാൻ തനിച്ചു നടന്നു പോകുവാണേ .... പോകുന്ന വഴിക്ക് ലൈറ്റും വെട്ടവും ഒക്കെ ഉണ്ടെങ്കിലും രാത്രിയിൽ തനിച്ചു നടക്കാനുള്ള പേടികൊണ്ട് ഓടുകയുമല്ല നടക്കുകയുമല്ല എന്ന പോലെയാണ് എന്റെ പോക്ക്... പെട്ടന്ന് വഴി സൈഡിൽ ഒരു ശബ്ദം..... നോക്കുമ്പോൾ വഴിയ

രികിൽ ഈ വിച്ചു നിൽക്കുന്നു ...'

പാതിരാത്രിക്കു മാല മോഷ്ടിക്കാൻ കേറിയ കള്ളന്റെ മുഖത്തേക്ക് 5 ബാറ്ററിയുടെ എവരഡി ടോർച്ച് തെളിച്ചു നോക്കും പോലെ ശൈലു എന്നെ നോക്കി.

'ഇവനൊണ്ടല്ലോ വഴിയരുകിൽ പമ്മി നിന്ന് ..... അയ്യോ കുടുങ്ങി... കുടുങ്ങി എന്ന് പാന്റിന്റെ മുൻവശത്തു പൊത്തിപ്പിടിച്ചു കൊണ്ട് കരയുന്നു. ഈ ആമ്പിള്ളേർക്ക് ആദ്യമൊക്കെ പാന്റിടുമ്പോൾ പരിചയക്കുറവുകൊണ്ട് സിബ്ബ് കേറി കുടുങ്ങുന്ന കാര്യം ഞാനും കേട്ടിട്ടുണ്ട് ശൈലൂ .... ഭയങ്കര വേദന ആയിരിക്കുമത്രേ.....'

അങ്ങനൊന്നു കുടുങ്ങിയിട്ടില്ലെങ്കിലും തുടയിൽ കട്ടിങ് പ്ലെയർ പോലെ ഇറുക്കി നിൽക്കുന്ന ശൈലുവിന്റെ നഖങ്ങളും കാലിലെ രണ്ടു വിരലുകൾക്കിടയിൽ താണ്ഡവം ചെയ്യുന്ന ചെരുപ്പിന്റെ ഹീലും ചേരുമ്പോൾ ആ വേദന ഒക്കെ നിസാരം ആയിരുന്നിരിക്കണം എന്ന് എനിക്ക് തോന്നി. (എന്റെ തോന്നൽ മാത്രമാണ്. ശരിക്കും അനുഭവിച്ച മാന്യമിത്രങ്ങൾ, ആ വേദന ഇതിലും കൂടുതൽ ആണെങ്കിൽ ഈയുള്ളവനോട് പൊറുക്കണം)

'എന്റെ കാര്യം നോക്കണേ.., ഞാൻ മറ്റൊന്നും ആലോചിച്ചില്ല..... സഹായിക്കാൻ വേണ്ടി ഓടിച്ചെന്നു.... അപ്പോ ഈ കുസൃതിച്ചെറുക്കൻ കാണിച്ച പണി എന്താന്ന് അറിയാമോ ശൈലൂ....'

അവരുടെ സംഭാഷണത്തിൽ ഒരു നിമിഷം ഗ്യാപ് വീണു. ആ ഒരു നിമിഷം കൊണ്ട് ടോം ആൻഡ് ജെറി കാർട്ടൂണിൽ ജെറിയെ ഇട്ടോടിക്കുന്ന ടോം അബദ്ധവശാൽ സ്പൈക്ക് എന്ന പട്ടിയുടെ മുന്നിൽച്ചെന്നു ചാടിയിട്ട് സ്വന്തം കുഴി സ്വയം കുഴിച്ച് അതിൽ ഇറങ്ങിക്കിടന്നു മണ്ണിട്ടു മൂടുന്നതുപോലെ താഴെയുള്ള മാർബിൾ ഇളക്കി ഒരു കുഴി കുഴിച്ച് അതിലിറങ്ങിക്കിടന്ന് മണ്ണിട്ടു മൂടി മുകളിൽ രണ്ടു ചെമ്പരത്തിപ്പൂവും വെക്കാൻ എനിക്ക് തോന്നി.

ശൈലുവിന്റെ ആകാംക്ഷയുടെ പിരിമുറുക്കം ലോകത്ത് ഏറ്റവും നന്നായി മനസ്സിലാക്കിയത് എന്റെ കാലിലെ വിരലുകൾ ആയിരുന്നു.

'എന്നതാ കാണിച്ചത്....?' വീണ്ടും അതേ ചോദ്യം. പണ്ടു പത്താം ക്ലാസ്സിലെ ബയോളജി പുസ്തകത്തിൽ ഭാഗങ്ങൾ അടയാളപ്പെടുത്താൻ തന്നിട്ടുള്ള പടത്തിൽ മാത്രമേ ഞാൻ ഇതിനു മുൻപ് ഇത്രയും പുറത്തേക്കു തള്ളിയ കണ്ണുകൾ കണ്ടിട്ടുള്ളൂ.

'അയ്യേ പറ്റിച്ചേ... എന്നും പറഞ്ഞു എന്റെ കയ്യിൽക്കേറിപ്പിടിച്ചു വലിച്ചു കൊണ്ട് ഒരു വിളക്കു മരത്തിന്റെ ചുവട്ടിൽ കൊണ്ടുചെന്നിട്ട് എന്റെ

കവിളത്ത്......'

'വല്ലപ്പോഴെങ്കിലും നിങ്ങൾക്ക് എന്റെ കവിളത്ത് ഒരുമ്മ തന്നാൽ എന്താ വിജയേട്ടാ.... മാനം ഇടിഞ്ഞു വീഴുമോ?' എന്നു ചോദിക്കുന്ന ശൈലുവിന്റെ തോളത്തു വെറുതെ തട്ടി, 'സിനിമ സ്റ്റൈലിൽ ഇടയ്ക്കിടയ്ക്ക് കവിളത്തു ഉമ്മ വച്ചു കളിക്കാൻ ഞാൻ നിന്റെ പൈങ്കിളി കാമുകൻ അല്ല..... വില്ലേജാഫീസർ വിജയകൃഷ്ണൻ ഹിയർ ' എന്നും പറഞ്ഞു ലോകത്തുള്ള സകല ഗൗരവവും ഒരു മിനിറ്റ് കൊണ്ട് മുഖത്തു ഫിറ്റ് ചെയ്തു നിന്നിരുന്ന ഞാൻ ഒരു നിമിഷം കൊണ്ട് ഉച്ചവെയിൽ കൊണ്ട ഐസുകട്ട പോലെ അവളുടെ മുന്നിലിരുന്ന് ഉരുകി.

ഇനിയൊരുവട്ടം കൂടി 'എന്നിട്ട്..?' എന്ന ചോദ്യം ചോദിക്കാനുള്ള ക്ഷമ ശൈലുവിന് ഇല്ല എന്നു മനസ്സിലാക്കി അവർ പൂരിപ്പിച്ചു.

'.... എന്നിട്ട് ഇവൻ എന്റെ കവിളത്ത് ദാ ഇവിടെ തുത്തു നോക്കിയിട്ട് ഒറ്റ ചോദ്യമാ....'അപ്പൊ ഇത് ഒറിജിനൽ ആണല്ലേ....'

വളരെ മനോഹരമായി നാണം കുണുങ്ങി അതു പൊഴിഞ്ഞു താഴെ വീണു ചിതറുന്ന പോലെ ചിരിച്ച് അവൾ കവിളിലെ കാക്കപ്പുള്ളി തൊട്ടു കാണിച്ചു.

'രാധിക....കാക്കപ്പുള്ളി രാധിക...!!'

എന്റെ നാവുകൾ അറിയാതെ ചലിച്ചു.

'കണ്ടോ കണ്ടോ.... ദേ എന്റെ രണ്ടാമത്തെ ക്ലൂ കൃത്യമായിട്ട് ഏറ്റു... വിച്ചുവിന് ആളെ മനസ്സിലായി...' അവർ കൊച്ചു കുട്ടിയെപ്പോലെ കൈ കൊട്ടി ആർത്തു ചിരിച്ചു.

ശൈലുവിന് കാര്യമായിട്ട് ഒന്നും മനസിലായില്ലെങ്കിലും അവളുടെ കൈ നഖങ്ങൾക്കിടയിലും ഹൈ ഹീൽഡിന്റെ പിടുത്തത്തിലും ചെറിയൊരു അയവു വന്നു. കിട്ടിയ ഗ്യാപ്പിൽ ഞാൻ എന്റെ കാലും തുടയും ഊരിയെടുത്തു.

'ശൈലു ഇത് ഞങ്ങടെ മലയാളം മാഷിന്റെ മോള് രാധികയാ..... കാക്കപ്പുള്ളി രാധിക. ഞങ്ങടെ ക്ലാസ്സിൽ അന്നു രണ്ടു രാധികമാർ ഉണ്ടായിരുന്നു. ഇവളുടെ കവിളത്ത് ദാ ആ കാക്കപ്പുള്ളി കണ്ടോ.... അതുകൊണ്ട് ഇവളെ കാക്കപ്പുള്ളി രാധിക എന്നാ വിളിച്ചിരുന്നത്....'

പീഡനക്കേസിലെ പ്രതികളുടെ പേരു മുഴുവൻ വായിച്ചിട്ട് 'നിന്റെ പേര് ഇതിലില്ലല്ലോ പിന്നെ നീയെന്തിനാടാ ഇവിടെ നിൽക്കുന്നത് വിട്ടു പോടാ ' എന്ന് പോലീസുകാരൻ പറയുന്നത് കേൾക്കുമ്പോൾ അതുവരെ ക്യുവിൽ നിന്ന് ടെൻഷൻ അടിച്ചവന്റെ മുഖത്തുണ്ടാകുന്ന അതേ എക്സ്പ്രഷൻ ആയിരുന്നു എന്റെ മുഖത്തും.

'ഞാൻ ഒൻപതാം ക്ലാസ്സിൽ പഠിക്കുമ്പോഴാ ശൈലൂ ഇവൻ ഞങ്ങടെ സ്കൂളിൽ ചേരുന്നത്. ആളു ഭയങ്കര സാഹിത്യകാരനും ചിത്രകാരനും ഒക്കെ ആയിരുന്നതുകൊണ്ട് പെൺപിള്ളേരു മൊത്തം ഇവന്റെ പിറകേ..... പക്ഷേ ഇവന് എന്റെ ഈ കവിളിലെ കാക്കപ്പുള്ളി ഭയങ്കര ഇഷ്ടം ആയിരുന്നു ശൈലൂ..... അത് കണ്മഷി കൊണ്ട് തൊട്ടുവയ്ക്കുന്നതാണോ അതോ ഒറിജിനൽ ആണോ എന്നറിയാൻ എത്ര നാളാ പിന്നാലെ നടന്നതെന്നറിയാമോ?'

ഞാൻ ശൈലുവിന്റെ മുഖത്തേക്ക് പാളി നോക്കി. 'ന്റെ ഉപ്പൂപ്പാക്ക് ഒരാന ണ്ടാർന്ന് ' എന്ന് ബഷീർ മാഷ് പറഞ്ഞിട്ട് ഒടുക്കം 'ദ് കുയ്യാന ആർന്ന്' എന്നു പറഞ്ഞപ്പോ കേട്ടിരിക്കുന്നവന്റെ മുഖത്ത് കാണുന്ന അതേ ഭാവം.

'അതാ ശൈലൂ ഞാനാദ്യം പറഞ്ഞത്.... എന്റെ കാക്കപ്പുള്ളിയിൽ ഒന്ന് തൊട്ട് നോക്കുന്നതുവരെ സ്കൂളിൽ വന്നാൽ ഇവന് വേറെ ഒന്നും ഓർമ്മയുണ്ടായിരുന്നില്ല. അന്ന് ആനിവേഴ്സറീടെ അന്നു തൊട്ടു... കാര്യം കണ്ടേപ്പിന്നെ എന്റെ നേർക്ക് തിരിഞ്ഞു കൂടി നോക്കിയിട്ടില്ല... ദേ ഇപ്പൊ കണ്ടിട്ട് പോലും അറിഞ്ഞില്ല.... ആൺ ജാതി മൊത്തം ഇങ്ങനെ തന്നാ അല്ലേ...?'

രാധിക തെല്ലു പരിഭവത്തോടെ ചിരിച്ചു കൊണ്ടു പറഞ്ഞു. നല്ല ചൊറിയൻ ചേമ്പിന്റെ വിത്ത് അറിയാതെ വായിൽ ഇട്ടു ചവച്ചിട്ട് വിഴുങ്ങണോ തുപ്പണോ എന്നറിയാതെ സംശയിച്ചിരിക്കുന്ന അത്താഴപ്പട്ടിണിക്കാരന്റെ മുഖഭാവം ശൈലജയ്ക്ക്!!!

ഞാൻ ഈ ഗ്യാപ്പിൽ രക്ഷപെട്ട് ഇറങ്ങി ഓടിയാലോ എന്നാലോചിച്ച് പതിയെ എഴുന്നേൽക്കാൻ തുടങ്ങി. ഊണു വിളമ്പിവച്ച് ഉണ്ണാൻ ആദ്യത്തെ ഉരുള വായിലേക്ക് വയ്ക്കുമ്പോഴേക്കും കയറി വരുന്ന വിരുന്നുകാരനെപ്പോലെ കൃത്യം അതേ സമയത്ത് തന്നെ അളിയന്റെയും രഘുവിന്റെയും എൻട്രി.

'ഒത്തിരി നാളുകൂടി കണ്ടതല്ലേ.... നിങ്ങള് സമാധാനമായിരുന്ന് നാലു വാക്കു സംസാരിച്ചോട്ടെ എന്നോർത്താ ഞങ്ങൾ ഇടയ്ക്കു കയറിവന്നു ശല്യപ്പെടുത്താത്തത്....' അസ്സലൊരു ചിരിയും ചിരിച്ച് രഘു എന്റെ തോളത്തൊന്നു തട്ടിയിട്ട് സോഫയിലേക്ക് ഇരുന്നു.

എനിക്ക് സമാധാനമായി എന്നു മാത്രമല്ല ലോകത്ത് സഹനത്തിനുള്ള നോബൽ സമ്മാനം ഉണ്ടെങ്കിൽ അതിന് നിന്റെ പേര് ശുപാർശ ചെയ്യാൻ ഇന്ത്യൻ പ്രസിഡന്റിന് ഞാൻ അപേക്ഷ സമർപ്പിക്കുന്നതും ആയിരിക്കും രഘു. ഞാൻ മനസ്സുകൊണ്ട് ആ മഹാനുഭാവനെ തൊഴുതു.

എല്ലാവർക്കും അങ്ങോട്ടും ഇങ്ങോട്ടും ഇഷ്ടമായ സ്ഥിതിക്ക് ബാക്കിയുള്ള കാര്യങ്ങൾ കുടുംബത്തിലെ മറ്റുള്ളവരുമായി ആലോചിച്ച ശേഷം തീരുമാനിക്കാം എന്ന നിർണ്ണയത്തിൽ സഭ പിരിഞ്ഞു.

അവിടെ നിന്നിറങ്ങി വെളിയിൽ പാർക്കു ചെയ്തിരിക്കുന്ന കാറിന്റെ അടുത്തേക്ക് എന്റെ ഓട്ടം കണ്ടിട്ട് മകൻ പിന്നിൽ നിന്ന് ചോദിക്കുന്നതു കേട്ടു.

'അച്ഛനിതെന്നാ പറ്റി അമ്മേ വയറിനു നല്ല സുഖമില്ലേ?'

'സുഖമില്ലാത്തത് എന്റെ വയറിനല്ലടാ നിന്റെ അമ്മായിഅമ്മേടെ തലയ്ക്കാ...' എന്നു വിളിച്ചു കൂവണം എന്നുണ്ടായിരുന്നു. പക്ഷേ 'കണ്ട്രോൾ വിജയാ കണ്ട്രോൾ..!!' എന്ന് കുടുംബസമാധാനദേവത ഉള്ളിലിരുന്നു വിലക്കി.

കാർ ഡ്രൈവ് ചെയ്യുന്നതിനിടയിൽ ജോജു അളിയന്റെ വക കുശലന്വേഷണം വന്നു.

'പാർട്ടി മൊത്തത്തിൽ കുഴപ്പമില്ല എന്നു തോന്നുന്നു അല്ലേ അളിയാ.... എന്താ അളിയന്റെ ഒരഭിപ്രായം?'

ഈ കല്യാണം നടന്നു കിട്ടണേ എന്നായിരുന്നു അപ്പോൾ എന്റെ മനസ്സിൽ. കാരണം ജീവിതത്തിൽ ചിലപ്പോഴെങ്കിലുമൊക്കെ ലോകത്തിലെ ഏറ്റവും ഗതികെട്ടവൻ ഞാൻ ആണോ എന്നൊരു ആലോചന കടന്നു വന്നിട്ടുണ്ട്. രഘുവിന്റെ മുഖം വല്ലപ്പോഴുമൊക്കെ കാണാൻ സാധിച്ചാൽ പിന്നീടൊരിക്കലും അങ്ങനൊരു ആലോചന എനിക്കുണ്ടാവില്ല എന്നുറപ്പ്. ജീവിതത്തിൽ അതിലും വലിയൊരു പോസിറ്റീവ് എനർജി എവിടെക്കിട്ടാൻ.

പക്ഷേ മനസ്സിലുള്ളത് പുറത്തു പറയാതിരിക്കുന്നത് ശരീരസുഖം ഉണ്ടാകും എന്ന വാരഫലം ഓർമ്മ വന്നതുകൊണ്ട് സോപ്പുവെള്ളത്തിൽ കിടക്കുന്ന വരാലിനെപ്പോലെ ഞാൻ വഴുതി.

'അതിപ്പോ അജിത്തല്ലേ ജോജു തീരുമാനിക്കേണ്ടത്.... അവനല്ലേ പെണ്ണു കെട്ടാനുള്ളത്...?'

'ഉവ്വ് കാക്കേടെ വയറും നിറയും പശുവിന്റെ കടിയും തീരും...' ഷൈലു കിട്ടിയ ചാൻസിന് പറഞ്ഞ പഴഞ്ചൊല്ല് എനിക്ക് മാത്രം മനസ്സിലായി. ഞാൻ എന്റെ തുടയും കാലും ഒരു സുരക്ഷിത അകലത്തിലേക്ക് മാറ്റിവച്ചു.

'ങ്... ഹാ.... ഇപ്പറഞ്ഞപോലെ നിന്നോട് കാര്യമായിട്ട് ചോദിച്ചില്ലല്ലോടാ അജിത്തേ... നിനക്കെങ്ങനെ? ഇഷ്ടപ്പെട്ടോ പെണ്ണിനെ?' ജോജു ചോദിച്ചു.

അജിത് നാണം കുണുങ്ങിക്കൊണ്ട് അവന്റെ അമ്മയെ നോക്കി.

'അമ്മേ...?'

എന്താൺടാ എന്ന അർത്ഥത്തിൽ ശൈലു അവനെ സൂക്ഷിച്ചു നോക്കി.

'.... അതുപിന്നെ ശ്രീജയുടെ കവിളത്തെ നുണക്കുഴിയും ആ നുണക്കുഴിയിൽത്തന്നെയുള്ള കാക്കപ്പുള്ളിയും കാണാൻ നല്ല ഭംഗിയുണ്ട് അല്ലേ....?'

'എന്റയ്യോ...' എന്റെ നിലവിളി തൊണ്ടയിൽ കുരുങ്ങി കണ്ണുകൾ അഞ്ഞൂറുവാട്ടിന്റെ ബൽബുകൾ പോലെ തെളിഞ്ഞു വന്നു. വുഡ്ലാൻഡിന്റെ വെളിയിൽ ഇറങ്ങി അല്പം ആശ്വാസത്തിന് കാറ്റും കൊണ്ടിരുന്ന എന്റെ കാലിനെ ശൈലുവിന്റെ ഹൈ ഹീൽഡ് ഒരു അപ്രതീക്ഷിതമായ ആക്രമണത്തിലൂടെ വീണ്ടും കീഴടക്കി.

കാറിന്റെ ഫ്രണ്ട് സീറ്റിൽ നിന്ന് പിന്നോട്ട് തിരിഞ്ഞിരുന്ന് അജിത് വീണ്ടും കൊഞ്ചി.

'പറയമ്മേ... ആ കാക്കപ്പുള്ളിക്കു നല്ല ഭംഗിയില്ലേ...?'

ശൈലു മറുപടി പറഞ്ഞില്ല, ഞാൻ മാത്രം വെറുതെ പിറുപിറുത്തുകൊണ്ടിരുന്നു. ബൈജുവണ്ണന്റെ ആ പഴയ ഡയലോഗ് തന്നെ.....

'തീർന്നെടാ... നീ തീർന്ന്....!!!!

♦

ഇത്തിൾക്കണ്ണി

'ഇത്തിൾക്കണ്ണിയെയ്..... ടാ..'

ഉച്ചത്തിലുള്ള വിളിക്കൊപ്പം വാതിലിൽ ശക്തിയായി ഇടിക്കുന്നും ഉണ്ട്. ശബ്ദം കേട്ടാൽ അറിയാം ഡ്രൈവർ രമേശൻ ആണ് കിടന്നു വിളിച്ചു കൂവുന്നത്.

ജോസൂട്ടി ചാടി എഴുന്നേറ്റു, നേരം എന്തായിക്കാണും? മൊബൈൽ എടുത്തു നോക്കി, 4.30 ഇനിയും നേരം വെളുത്തിട്ടില്ല.

ഈ നേരത്ത് അവൻ വാതിലിൽ മുട്ടണമെങ്കിൽ എന്തെങ്കിലും സീരിയസ് പ്രശ്നം ഉണ്ടാകും. ബെഡിന്റെ സൈഡിൽ എവിടെയോ കിടന്ന കൈലിയെടുത്തു വാരിച്ചുറ്റിക്കൊണ്ട് ജോസൂട്ടി വാതിൽ തുറന്നു.

'എന്താടാ കിടന്നു വാതിലു ചവിട്ടിപ്പൊളിക്കുന്നെ? '

'റീസമ്മ ടീച്ചർ പറഞ്ഞു നിന്നെ അത്യാവശ്യമായി വിളിച്ചുകൊണ്ടു വരാൻ.'

'എന്താ, എന്തുപറ്റി?' ജോസൂട്ടിയുടെ അപ്പൻ കണ്ണും തിരുമ്മിക്കൊണ്ട് എഴുന്നേറ്റു വന്നു.

'ആ ചെക്കൻ എന്തോ പണി പറ്റിച്ചിട്ടുണ്ടെന്നു തോന്നുന്നു.'

'ആര് സണ്ണിയോ?.... എന്നാ ചെയ്തു?' ജോസൂട്ടിയുടെ അമ്മയുടെ സ്വരത്തിലും പരിഭ്രമം നിഴലിച്ചു.

'ആഹ് എനിക്കെങ്ങനെ അറിയാം? ആ പെൺകൊച്ച് അവിടെക്കിടന്നു ഒച്ചവെക്കുന്നുണ്ട്.'

'റോസ് മേരിയോ?'

'ഉം'

കിട്ടിയ ഡ്രെസ്സും തള്ളിക്കേറ്റി രണ്ടു മിനിറ്റ് കൊണ്ട് കാറിനുള്ളിൽ കയറി ജോസൂട്ടി.

സണ്ണിക്കുട്ടിയുടെയും റോസ് മേരിയുടെയും കല്യാണം കഴിഞ്ഞിട്ട് ഇത് രണ്ടാമത്തെ രാത്രി ആണ്.

'എന്തേലുവോക്കെ കന്നന്തരം കാണിച്ചിട്ടുണ്ടാകും ഇവന്റെ ആ വട്ടൻ കൂട്ടുകാരൻ. രണ്ടും കണക്കല്ലിയോ, അതെങ്ങനാ ഇവിടൊരു തന്തയുള്ളത് ചെക്കന് ഫുൾ സപ്പോർട്ട് അല്ലേ... എന്തിനും ഏതിനും.. 'ജോ

സൂട്ടിയുടെ അമ്മ പിറുപിറുത്തുകൊണ്ട് അകന്നു പോകുന്ന കാറിന്റെ പിറകിലെ ചുവന്ന വെട്ടം നോക്കി നിന്നു.

'കാര്യമറിയാതെ നീ ചുമ്മാ കണകുണാ വർത്താനം പറയല്ലേ മേരിക്കുട്ടിയെയ്' ജോസൂട്ടിയുടെ അപ്പന് ദേഷ്യം വന്നു.

'അല്ലേലും അവനെ പറഞ്ഞാൽ നിങ്ങൾക്ക് പൊള്ളും. രണ്ടും കണക്കാ, ചെറക്കൻ ഇത്തിൾക്കണ്ണി ആണെങ്കിൽ അപ്പൻ മൂടില്ലാത്താളി.'

അയാളുടെ ഇരുത്തിയുള്ള നോട്ടം വകവെക്കാതെ അവർ പറഞ്ഞു.

'വാ.. വന്നു കിടക്കാൻ നോക്ക്, ബാക്കിയൊള്ളോന്റെ ഒറക്കോം കളഞ്ഞു...'

'നീ നിക്ക് മേരിക്കുട്ടിയെ, ഇന്നിനി ഒറങ്ങണ്ടാ,.... നമുക്ക് കുറച്ചു പണിയുണ്ട്'

'നിങ്ങക്ക് എന്തിന്റെ കേടാ മനുഷ്യാ ഇനിയും നേരം വെളുക്കാൻ സമയമുണ്ട്.'

'വാന്ന്.., ഞമ്പറയാം....'

അയാൾ മേരിക്കുട്ടിയെയും വിളിച്ചുകൊണ്ട് ജോസൂട്ടിയുടെ മുറിയിലേക്ക് നടക്കുമ്പോൾ ജോസൂട്ടി കാറിനുള്ളിൽ ഇരുന്നു വേവലാതിപ്പെടുകയായിരുന്നു.

'സണ്ണിക്കുട്ടി എന്തിയേ, അവനൊന്നും പറഞ്ഞില്ലേ രമേശാ? '

'ആഹ്... ഞാനെങ്ങും കണ്ടില്ല, അല്ലേലും അവൻ എന്തെങ്കിലും പറയുമോ നിന്നോടല്ലാതെ മറ്റാരോടെങ്കിലും?'

രമേശൻ പറഞ്ഞത് സത്യം ആണ്. അതു കൊണ്ടല്ലേ റീസമ്മ ടീച്ചർ ജോസൂട്ടിയെത്തന്നെ വിളിക്കാൻ ഡ്രൈവറെ അയച്ചത്.

'അല്ല ജോസൂട്ടി, സത്യത്തിൽ നിനക്ക് ഇത്തിൾക്കണ്ണി എന്ന് പേരിട്ടത് ആരാ?' രമേശൻ ചോദിച്ചു.

നല്ല ഓർമ്മയുണ്ട്, സ്കൂളിന്റെ വരാന്തയിലൂടെ നടന്നു നീങ്ങുമ്പോൾ മൂന്നാം ക്ലാസിനുള്ളിൽ നിന്ന് ആദ്യമായി ആ വിളി വന്നത്. പക്ഷേ രമേശനോട് പറയാൻ പറ്റില്ല.

അന്ന് ഒരു ഏഴാം ക്ലാസുകാരന്റെ തിളച്ചു മറിഞ്ഞ കോപം ശമിപ്പിച്ചത് സണ്ണിക്കുട്ടിയുടെ ഇടം കൈ കൊണ്ടുള്ള പിടുത്തം ആയിരുന്നു. പിന്നെ പതിയെപ്പതിയെ എല്ലാരും അങ്ങനെ തന്നെ വിളിച്ചു തുടങ്ങി.

ജോസൂട്ടി ഏഴാം ക്ലാസ്സിൽ പഠിക്കുമ്പോഴാണ് സണ്ണിക്കുട്ടിയും അച്ഛനും അമ്മയും അടങ്ങുന്ന കുടുംബം അവന്റെ നാട്ടിൽ താമസത്തിന് വന്നത്.

ക്ലാസ്സിലെ പുതിയ കൂട്ടുകാരനെ പരിചയപ്പെടാൻ ചെന്ന ജോസൂട്ടി

ക്ക് പേരെന്താ എന്ന നിഷ്കളങ്കമായ ചോദ്യത്തിനുള്ള മറുപടിയായി സണ്ണിക്കുട്ടിയിൽ നിന്ന് കിട്ടിയത് മറ്റൊരു ചോദ്യം ആയിരുന്നു.

'നീയെന്തിനാ തലമുടി വെട്ടിക്കളയുന്നത്?'

'അതിപ്പോ....' ഉത്തരമറിയാതെ ജോസൂട്ടി പരുങ്ങി.

സണ്ണിക്കുട്ടിയുട നീണ്ടു ജട പിടിച്ച മുടിയിലേക്ക് അസൂയയോടെ നോക്കിയ ജോസൂട്ടിക്ക് നാളിതുവരെ കണ്ണിൽ നിന്ന് ആ അമ്പരപ്പ് മാറാനുള്ള അവസരം സണ്ണിക്കുട്ടി കൊടുത്തിട്ടില്ല.

തന്റെ ക്ലാസ്സ് ടീച്ചറായ റീസമ്മ ടീച്ചറുടെ ഏക മകൻ, അവന്റെ അച്ഛനും വലിയ സ്ഥാനം ഉള്ള സർക്കാർ ഉദ്യോഗസ്ഥൻ. സണ്ണിക്കുട്ടിയെ ആരാധനയോടെയാണ് ജോസൂട്ടി കണ്ടത്.

പേനുകൾക്കും ഈരുകൾക്കും വളരാൻ വേണ്ട സ്വാഭാവിക ആവാസവ്യവസ്ഥ സ്വന്തം തലയിൽ നിലനിർത്താൻ വേണ്ടി മുടി മുറിക്കാതെയും സോപ്പ്, ഷാമ്പൂ തുടങ്ങിയ വിഷ പദാർത്ഥങ്ങൾ ഉപയോഗിക്കാതെയും മാതൃകയായി നിൽക്കുന്ന സണ്ണിക്കുട്ടിയെ ജോസൂട്ടിക്ക് വല്ലാതങ്ങു പിടിച്ചു.

അവന്റെ തലമുടിക്കിടയിൽ നിന്ന് നെറ്റിയിലേക്ക് അരിച്ചിറങ്ങുന്ന പേനുകളെ പക്ഷേ അവൻ വെറുതെ വിട്ടില്ല. സ്വന്തം സ്വാതന്ത്ര്യത്തിന്റെ അതിർ വരമ്പുകൾ ലംഘിച്ച അവയെ കൊല്ലാൻ ജോസൂട്ടിക്ക് അവൻ അനുമതി കൊടുത്തു.

ഒരു വലിയ സുഹൃത്ത്ബന്ധത്തിന്റെ തുടക്കം ആയിരുന്നു അത്. പക്ഷേ അവർ തമ്മിലുള്ള ബന്ധത്തെ പിൽക്കാലത്തു സുഹൃത്ത്ബന്ധം എന്നു വിശേഷിപ്പിച്ച രണ്ടേ രണ്ടു പേർ ജോസൂട്ടിയും സണ്ണിക്കുട്ടിയും മാത്രം ആയിരുന്നു.

കുടുബക്കാർ, കഞ്ഞികുടിക്കാൻ വകയില്ലാത്തോന് വെല്യ വീട്ടിലെ ചെക്കന്റെ കൂട്ട് എന്ന് അതിനെ വിശേഷിപ്പിച്ചപ്പോൾ നാട്ടുകാർ 'ഇത്തിൾക്കണ്ണി' എന്ന ഓമനപ്പേര് അവന് ചാർത്തിക്കൊടുത്തു. ജോസൂട്ടീടപ്പൻ 'കാണാൻ പോണ പൂരം പറഞ്ഞറിയിക്കണോ' എന്ന ഒരു പഴഞ്ചൊല്ലിൽ എല്ലാം ഒതുക്കി.

സ്വന്തം തള്ള പോലും ഇടക്കിടക്ക് ടാ ഇത്തിക്കണ്ണിയേയ് എന്ന് നീട്ടി വിളിക്കുമ്പോൾ റീസമ്മ ടീച്ചറിന് മാത്രം അവൻ ജോസൂട്ടി ആയിരുന്നു. സണ്ണിക്കുട്ടിയുടെ വിചിത്രമായ സ്വഭാവരീതികൾ കാരണം അവന് കൂട്ടുകാർ ആരും ഉണ്ടായിരുന്നില്ല. മകന്റെ വിചിത്രമായ പെരുമാറ്റരീതികൾ അവരെ കുറച്ചൊന്നുമല്ല അലട്ടിയിരുന്നത്.

ആ പ്രായത്തിൽ ഉള്ള കുട്ടികൾ പട്ടിയെയും പൂച്ചയെയും അല്ലെ

ങ്കിൽ വീട്ടിലുള്ള വളർത്തു മൃഗങ്ങളെയും താലോലിച്ചപ്പോൾ സണ്ണിക്കുട്ടി നാടു നീളെ നടന്ന് അരണ, ഓന്ത്, ഒച്ച്, തവള, പുൽച്ചാടി, പാറ്റ, തേൾ തുടങ്ങിയ ജന്തുക്കളെ പിടിച്ചു കൊണ്ടു വന്ന് തടിയും കല്ലും മണ്ണും ഉപയോഗിച്ച് സ്വന്തമായി ഉണ്ടാക്കിയ കൂടുകളിൽ അവയെ സംരക്ഷിച്ചു നിരീക്ഷിച്ചു വന്നു.

മുട്ടപൊരിച്ചുകഴിക്കുമ്പോൾ കിട്ടുന്ന പോഷകത്തിന്റെ അളവും ഒരു കോഴിയെ മുഴുവൻ കഴിക്കുമ്പോൾ കിട്ടുന്ന പോഷകത്തിന്റെ അളവും തുലനം ചെയ്യുമ്പോൾ ഉണ്ടാകുന്ന വ്യത്യാസം സണ്ണിക്കുട്ടി കണ്ടുപിടിച്ചത് എട്ടാം ക്ലാസ്സിൽ പഠിക്കുമ്പോൾ ആണ്.

സ്വന്തം തലച്ചോറും ജോസൂട്ടിയുടെ സഹായവും കൂടി ആയപ്പോൾ കൃത്രിമമായി മുട്ട വിരിയിക്കാനുള്ള യന്ത്രം അവൻ ഉണ്ടാക്കി. അതിൽ അടവെച്ച മുട്ടകൾ കൃത്യമായി 17,18 ദിവസം പാകമാകുമ്പോൾ ഫ്രിഡ്ജിലേക്ക് മാറ്റി. ഏകദേശം പൂർണ്ണ വളർച്ചയെത്തിയ കോഴിക്കുഞ്ഞിനെ ഏഴു മിനിറ്റ് മാത്രം മൂടിവച്ചു വേവിച്ചു കഴിച്ച് സണ്ണി സമ്പൂർണ്ണ പോഷണം നേടിയെടുത്തപ്പോൾ, ഓരോ വട്ടവും മൂന്നും നാലും മുട്ടകൾ കുഞ്ഞുവിരിയിച്ച് ജോസൂട്ടിക്ക് വീട്ടിൽ കൊണ്ടുപോകാൻ കൊടുത്തു.

ജോസൂട്ടീടെ അമ്മ ഇത്തിക്കണ്ണി എന്ന് അമർത്തി വിളിച്ച് അർത്ഥം വച്ചു ചിരിച്ചു കൊണ്ട് കോഴിക്കുഞ്ഞുങ്ങളെ പൂർണ്ണ മനസോടെ സ്വീകരിച്ചു.

നാട്ടിൽ സുലഭമായ വാഴപ്പഴത്തിന്റെ, സൗരോർജം സംഭരിച്ചു വയ്ക്കുന്ന പുറം ഭാഗം 'തൊലി ' എന്ന ഓമനപ്പേരിൽ പുറത്തേക്ക് വലിച്ചെറിഞ്ഞിട്ട് ഉള്ളിലുള്ള അന്നജം മാത്രം കഴിക്കുന്നവരെ സണ്ണി പുച്ഛത്തോടെ നോക്കി. അതിന്റെ ഫലമായി റീസമ്മ ടീച്ചർ കൊടുക്കുന്ന ഏത്തപ്പഴത്തിന്റെ, 'തൊലി' സണ്ണിക്കുട്ടിയും അകത്തുള്ള 'വേസ്റ്റ് ' ജോസൂട്ടിയും ഭക്ഷിച്ചു പോന്നു.

വേവിച്ചു കഴിക്കുന്ന ഭക്ഷണം വിഷത്തിന് തുല്യം എന്ന വിശ്വാസം മൂലം തൊടിയിലെ വിഷമയമില്ലാത്ത പച്ചക്കറികളും കിഴങ്ങു വർഗ്ഗങ്ങളും കഴിക്കാൻ സണ്ണിക്കുട്ടി ഉത്സാഹിച്ചപ്പോൾ, റീസമ്മ ടീച്ചർ ഉണ്ടാക്കുന്ന ചപ്പാത്തിയും, ചിക്കനും, ബീഫും ഒക്കെ കഴിച്ച് തീർക്കുക എന്ന ഭാരപ്പെട്ട പണി ജോസൂട്ടിയിലേക്ക് വന്നു ചേർന്നു.

പഠനത്തിൽ ഉള്ള സണ്ണിക്കുട്ടിയുടെ നൈപുണ്യം കൂടെനടന്ന തനിക്കും കുറെയൊക്കെ കിട്ടിയതു കൊണ്ടാണ് സണ്ണിക്കുട്ടിയുടെ ഓഫീസിൽ തന്നെ ക്ലാർക്കായി ജോലി കിട്ടിയതെന്ന് ജോസൂട്ടി പറയുമ്പോൾ

അങ്ങനെയല്ല മത്സരപ്പരീക്ഷയുടെ ചോദ്യപേപ്പർ അപ്പാടെ സണ്ണിക്കുട്ടി ജോസൂട്ടിക്ക് ചോർത്തിക്കൊടുത്ത് തന്റൊപ്പം കൂട്ടിയതാണെന്ന് ചില കുൽസിത കക്ഷികൾ ആരോപിക്കുന്നു.

സണ്ണിക്കുട്ടി തന്റെ ജീവിതത്തിൽ കണ്ടിരിക്കേണ്ട ചില വിദേശ രാജ്യങ്ങളെപ്പറ്റിയും അവിടുത്തെ സസ്യ, ഭക്ഷ്യ വൈവിധ്യങ്ങളെപ്പറ്റിയും ജോസൂട്ടി ഇടയ്ക്കിടക്ക് രാത്രികളിൽ പോലും ഉറക്കമിളച്ചു കഷ്ടപ്പെട്ടു ചില പഠനറിപ്പോർട്ടുകൾ സമർപ്പിക്കും. ജോസൂട്ടി ഇത്രയും കഷ്ടപ്പെട്ടു യാത്രാപദ്ധതി തയ്യാറാക്കിയതല്ലേ ഇനിയും ശല്യപ്പെടുത്തുന്നത് ശരിയല്ല എന്ന വീണ്ടുവിചാരമൊന്നും സണ്ണിക്കോ, റീസമ്മ ടീച്ചർക്കോ ഇല്ല. സണ്ണി വിദേശ യാത്ര പോകാൻ തീരുമാനിക്കുന്നതിന്റെ പിറ്റേന്ന് ടീച്ചർ ജോസൂട്ടിയെ വിളിക്കും.

'ജോസൂട്ടി, സണ്ണിക്കൊച്ചു തനിച്ചല്ലിയോടാ ഉള്ളു, നീയൊന്ന് കൂടെ പോടാ.... ഓഫീസിൽ നിന്ന് അവധിയെടുക്കുന്നതിന്റെ ശമ്പളം ഞാൻ തന്നേക്കാമെടാ...'

മനസ്സില്ലാ മനസ്സോടെ ജോസൂട്ടി അങ്ങു സമ്മതിക്കും. ടീച്ചർ പറഞ്ഞാൽ തള്ളിക്കളയാൻ അവനാവില്ലല്ലോ. ഈ സഞ്ചാരങ്ങൾക്കിടയിൽ വാങ്ങുന്ന വസ്ത്രങ്ങളും പാദരക്ഷകളുമെല്ലാം സണ്ണിക്കുട്ടിക്ക് ചേരാതെ വരുന്നതും പക്ഷേ ജോസൂട്ടിയുടെ അളവിന് കൃത്യമായി ചേരുന്നതും സണ്ണിക്കുട്ടിയുടെ സെലക്ട് ചെയ്യാനുള്ള പിടിപ്പുകേടു കൊണ്ടാണെന്ന് റീസമ്മ ടീച്ചർ പറയും.

പാവം ജോസൂട്ടി! എന്തു ചെയ്യാം അതെല്ലാം ഇട്ടോണ്ട് നടക്കേണ്ട ഭാരിച്ച ഉത്തരവാദിത്വം വീണ്ടും അവന്റെ തലയിൽ തന്നെ വന്നു ചേരും.

വിവാഹം എന്നത് ജീവിതത്തിലെ ഏറ്റവും വലിയ മണ്ടത്തരം ആണെന്നും, മനുഷ്യൻ എന്നും ഒറ്റക്ക് ജീവിക്കാൻ സൃഷ്ടിക്കപ്പെട്ട മൃഗങ്ങൾ ആണെന്നും, സ്ത്രീ എന്നാൽ പ്രത്യുല്പാദനത്തിനുവേണ്ടി സൃഷ്ടിക്കപ്പെട്ടിട്ടുള്ള, ജീവശൃംഖലയിലെ ഒരു കണ്ണി മാത്രമാണെന്നും ഉറക്കത്തിൽ പോലും വിശ്വസിച്ചുപോന്ന സണ്ണിക്കുട്ടിയുടെ ചുമലിൽ റോസ്മേരി എന്ന അന്നാട്ടിലെ ഏറ്റവും സുന്ദരിയായ പെൺകുട്ടിയെ, ഭാര്യ എന്ന പദം ചാർത്തി, മെത്രാനച്ചന്റെ കാർമികത്വത്തിൽ ഏല്പിച്ചു കൊടുത്തത് അവന്റെ അപ്പനും അമ്മയും ആണെങ്കിലും അവനെ പറഞ്ഞു സമ്മതിപ്പിച്ചതിന്റെ മുഴുവൻ ക്രെഡിറ്റും ജോസൂട്ടിക്ക് ആയിരുന്നു.

കല്യാണവീടിന്റെ അലങ്കാരങ്ങൾ ഇനിയും അഴിച്ചു മാറ്റിയിട്ടു പോലുമില്ല.

പോർച്ചിലേക്ക് കാർ എത്തി നിൽക്കുന്നതിന് മുന്നേ റീസമ്മ ടീച്ചർ

ഓടി എത്തി.

'എന്റെ പൊന്നു ജോസൂട്ടി നീ അവനോട് ഒന്ന് ചോദിക്ക്, എന്താ സംഭവിച്ചത് എന്ന്? ആ പെൺകൊച്ചു ദാണ്ട് പെട്ടിയും ഒക്കെ എടുത്തു വീട് വീട്ടിറങ്ങാൻ നിക്കുന്നു?'

'സണ്ണിക്കുട്ടി എവിടെ ടീച്ചറമ്മേ?'

'മുകളിൽ അവന്റെ മുറിയിൽ ഒണ്ടാകും, നീയൊന്നു പോയി നോക്ക് ജോസൂട്ടി.'

വീടിനുള്ളിലേക്ക് കയറിയപ്പോഴേ കണ്ടു തലമുടിയൊക്കെ വാരിക്കെട്ടി രാത്രി ധരിച്ച അതേ വസ്ത്രത്തിൽ സോഫയിൽ രണ്ടു കാലും കയറ്റിവച്ച് പൊട്ടിത്തെറിക്കാൻ പാകത്തിനുള്ള ഒരു അഗ്നിപർവ്വതം പോലെ റോസ്മേരി. അവളുടെ മുന്നിൽ നിലത്തു കിടക്കുന്ന മൂന്നു വലിയ പെട്ടികൾ.

എതിർവശത്തു കസേരയിൽ ഇരുന്ന സണ്ണിക്കുട്ടിയുടെ അപ്പൻ ജീവിതത്തിൽ ആദ്യം കാണുന്ന പോലെ ജോസൂട്ടിയെ നോക്കി. പാവം പെണ്ണ് വല്ല കടുംകൈയ്യും ചെയ്താൽ തൂങ്ങേണ്ടി വരും എന്നറിയാവുന്നതിനാൽ കാവലിരുന്നതാണെന്നു വ്യക്തം.

ജോസൂട്ടിയെ കണ്ടതും റോസ്മേരി ചാടിയെഴുന്നേറ്റു.

'ആഹാ വന്നല്ലോ... കൂട്ടുകാരൻ.... നീയൊറ്റഒരുത്തനാ ഇതിനെല്ലാം കാരണം.. എത്രയും വേഗം പരിഹാരം കണ്ടോ, അല്ലെങ്കിൽ നിന്നെ ഞാൻ ജയിലഴി എണ്ണിക്കും...'

ഇടിവെട്ട് കൊണ്ടപോലെ ജോസൂട്ടി നിന്നു

'.....ഞാനോ? ഞാനെന്നാ ചെയ്തെന്നാ? ഞാനെന്റെ വീട്ടിൽ കെടക്കുവാരുന്നു. '

'താനല്ലേ എന്റപ്പനെ കണ്ടു വർത്താനം പറഞ്ഞു മയക്കി ഈ കല്യാണത്തിന് സമ്മതിപ്പിച്ചത്..? '

പിശുക്കൻ തോമ എന്ന നാലു സുന്ദരിപ്പെണ്ണുങ്ങളുടെ തന്തയെ സണ്ണിക്കുട്ടിയെക്കുറിച്ചും അവന്റെ അപ്പനപ്പൂപ്പന്മാർ ഉണ്ടാക്കി വച്ച ആസ്തിയെക്കുറിച്ചും വാ തോരാതെ വർണ്ണിച്ച് കല്യാണത്തിന് സമ്മതിപ്പിച്ചത് ജോസൂട്ടി തന്നെയാണ്. ചെക്കന്റെ സ്വഭാവരീതികൾ അറിയുന്ന ഒരു തന്തയും പെണ്മക്കളെ സണ്ണിക്കുട്ടിക്ക് കെട്ടിച്ചു കൊടുക്കില്ല എന്ന് പകൽ പോലെ വ്യക്തം.

'അതിപ്പോ.... അതിനിപ്പോ എന്താ ഉണ്ടായേ?'

'താൻ പോയി തന്റെ കൂട്ടുകാരൻ ജന്തുവിനോട് ചോദിക്ക്...'

റോസ്മേരി ഉറഞ്ഞു തുള്ളുകയാണ്.

ജോസൂട്ടി പതിയെ സ്റ്റെപ്പ് കയറി മുകളിലത്തെ നിലയിൽ സണ്ണിക്കുട്ടിയുടെ മുറിയിലേക്ക് ചെന്നു. മണിയറയായി അലങ്കരിച്ചിരുന്ന മുറിയുടെ വാതിൽ മലർക്കേ തുറന്നു കിടക്കുന്നു. സണ്ണിക്കുട്ടിഅവിടെ ഇല്ല.

അപ്പുറത്തെ സ്വന്തം മുറിയിൽ ഉണങ്ങിയ കരയിലകളും അടർന്നു വീണ പക്ഷിത്തൂവലുകളും വാരിക്കൂട്ടിയിട്ട തടിക്കട്ടിലിനു മുകളിൽ സുഖമായി കിടന്നുറങ്ങുന്നു സണ്ണിക്കുട്ടി. ഇവിടെ നടന്നതൊന്നും അറിഞ്ഞിട്ടു പോലുമില്ല എന്ന മട്ടിൽ.

'സണ്ണിക്കുട്ടീ ....'

രണ്ടു മൂന്നു വട്ടം കുലുക്കി വിളിച്ചപ്പോൾ അവൻ ഉണർന്നു.

'എന്തുവാ സണ്ണിക്കുട്ടി ഇതൊക്കെ?

റോസ്മേരിക്കെന്താ പറ്റിയെ?'

'ആഹ്... എന്താ പറ്റിയെ?'

അവൻ നിഷ്കളങ്കമായി ചോദിച്ചു.

'അപ്പൊ നിനക്കൊന്നും അറിയില്ലേ?

'ആ...' സണ്ണിക്കുട്ടി കൈ മലർത്തി.

'എന്നാപ്പിന്നെ അവളോട് തന്നെ ചോദിച്ചിട്ട് കാര്യം....'

ജോസൂട്ടി സണ്ണിക്കുട്ടിയെയും വലിച്ച് എഴുന്നേൽപ്പിച്ചു കൊണ്ട് താഴെ ഹാളിലേക്ക് വന്നു.

അപ്പോഴേക്കും അവളുടെ അപ്പൻ പിശുക്കൻ തോമയും ഭാര്യയും കൂടെ റോസ് മേരിയുടെ മൂന്നു അനിയത്തിമാരും എത്തി.

'റോസ് മേരീ.... ഞാൻ സണ്ണിക്കുട്ടിയോട് ചോദിച്ചു, അവനൊന്നും അറിഞ്ഞു കൂടെന്ന്... നീ തന്നെ പറ എന്താ കാര്യം?'

റോസ്മേരി സണ്ണിക്കുട്ടിയെ കത്തുന്ന ഒരു നോട്ടം നോക്കി. ഇതൊന്നും തന്നെ സംബന്ധിക്കുന്ന കാര്യമേ അല്ല എന്ന നിസ്സംഗഭാവം മാത്രമായിരുന്നു അവന്റെ മുഖത്ത്.

'ഇയാൾ എന്തിനാ എന്നെ കല്യാണം കഴിച്ചത്? നീ തന്നെ ചോദിക്ക് ജോസൂട്ടി.'

'അല്ലാ... അതിപ്പോ...' ജോസൂട്ടി വിക്കി.

'എന്താ നിനക്കും അറിയില്ലേ...?'

'എനിക്കറിയാം.'

'എന്നാപ്പിന്നെ നിന്റെ കൂട്ടുകാരന് ഒന്ന് പറഞ്ഞു കൊടുത്തു കൂടെ?'

അമ്മയും അപ്പനും അനിയത്തിമാരും അടുത്തുള്ളതു പോലും വകവെക്കാതെ റോസ്മേരി കത്തിക്കയറി.

'കല്യാണം കഴിഞ്ഞ് ഈ നിമിഷം വരെ ഇയാൾ എന്നോടൊന്നു ശ

രിക്കു മിണ്ടിയിട്ട് പോലുമില്ല. ഒറ്റക്ക് ഒരു മുറിയിൽ തികച്ചും അപരിചിതമായ ഒരു വീട്ടിൽ ആദ്യരാത്രി....'

'മോളെ...' റീസമ്മ ടീച്ചർ ഇടയ്ക്കുകയറാൻ ഒരു ശ്രമം നടത്തി.

'അമ്മച്ചി നിക്ക്, ഞാൻ മുഴുവൻ പറയട്ടെ.'

'ഇന്നലെയും രാത്രി ആളെക്കാണാതെ അന്വേഷിച്ചു ചെന്നപ്പോ ആ മൂലക്കുള്ള മുറിയിൽ കരിയിലയുടെ മുകളിൽ കിടന്നുറങ്ങുന്നു. വിളിച്ചെഴുന്നേൽപ്പിച്ചു റൂമിലേക്ക് വരുന്നില്ലേ എന്ന് ചോദിച്ചപ്പോ അയാൾ എന്നോട് പറഞ്ഞ കാര്യം കേൾക്കണോ?'

എല്ലാരും ആകാംക്ഷയോടെ സണ്ണിക്കുട്ടിയെയും റോസ്മേരിയെയും മാറി മാറി നോക്കി.

'ഭവതിക്ക് പ്രത്യുല്പാദനത്തിലുള്ള പ്രത്യേകതാല്പര്യം എനിക്ക് മനസിലാകും പക്ഷേ എന്റെ ജീനുകൾ വിഘടിക്കപ്പെട്ട് ജന്തുരൂപങ്ങൾ പ്രാപിച്ച് ഭൂമിക്ക് ഇനിയും താങ്ങാനാവാത്ത ഭാരം ഉണ്ടാക്കിവക്കുന്നത് എനിക്കിഷ്ടമില്ല. ' എന്ന്.

കാര്യങ്ങൾ പൂർണ്ണമായും മനസിലായില്ല എങ്കിലും എന്തോ വലിയ പ്രശ്നം ആണെന്ന് പിശുക്കൻ തോമക്ക് പിടികിട്ടി. അയാൾ മകളോട് ചോദിച്ചു.

'അപ്പൊ നിന്റെ ഉദ്ദേശം എന്താ?'

'എനിക്ക് ഈ വീട്ടിൽ താമസിക്കാൻ പറ്റില്ലപ്പാ.....ഇയാൾ മനുഷ്യനേ അല്ല.'

മറുപടിയായി തോമയുടെ ശബ്ദം ഉച്ചത്തിൽ ഉയർന്നപ്പോൾ റീസമ്മ ടീച്ചർ ചെന്നു വീടിന്റെ മുൻവാതിൽ അടച്ചു.

ഡ്രൈവർ രമേശനു സംഗതിയുടെ കിടപ്പ് ഏകദേശം പിടികിട്ടി. പക്ഷേ വാതിലും ജനലും അടയ്ക്കപ്പെട്ടതോടെ അകത്ത് എന്തൊക്കെയോ ഒച്ചപ്പാടുകൾ നടക്കുന്നു എന്നല്ലാതെ കൂടുതൽ ഒന്നും പിടികിട്ടിയില്ല.

അങ്ങനെ വിമ്മിഷ്ടനായി രമേശൻ കുത്തിയിരിക്കുമ്പോൾ റീസമ്മ ടീച്ചർ വീണ്ടും വാതിൽ തുറന്നു. കണ്ണുകൾ കരഞ്ഞു കലങ്ങിയിരിക്കുന്നു.

'രമേശാ, നീ ജോസൂട്ടിയുടെ വീട് വരെ ഒന്നൂടെ പോണം, മേരിക്കുട്ടിയെയും ജോപ്പച്ചനെയും ഞാൻ വിളിക്കുന്നു എന്ന് പറഞ്ഞു കൂട്ടിക്കൊണ്ട് വരണം.'

രമേശൻ തിരിച്ചു വരുമ്പോഴും റീസമ്മ ടീച്ചർ വരാന്തയിൽ തന്നെ ഉണ്ടായിരുന്നു. കാറിൽ നിന്നിറങ്ങിയ പാടെ മേരിക്കുട്ടിയുടെ അടുത്തെത്തി അവരുടെ രണ്ടു കൈകളും കൂട്ടിപ്പിടിച്ച് ടീച്ചർ കരഞ്ഞു. എന്താണ്

സംഭവം എന്ന് മനസ്സിലാക്കാതെ രമേശനും ജോപ്പച്ചനും അമ്പരന്ന് നിന്നു.

'നിങ്ങൾ എന്നെ ഒന്ന് സഹായിക്കണം...'

'എന്താ ടീച്ചറേ?'

'അത് ആ പെങ്കൊച്ചിന് സണ്ണിക്കുട്ടിയുടെ കൂടെ ജീവിക്കാൻ സാധിക്കില്ല എന്ന്...'

'അതിന്?'

'അവളുടെ അപ്പൻ തോമാച്ചൻ അവളെ തിരിച്ചു കൊണ്ടുപോകാനും ഒരുക്കം അല്ല. ഇളേത്തുങ്ങൾ മൂന്നു പെൺകുട്ടികൾ ഉള്ളതല്ലേ...?'

'ഞങ്ങൾ ഇപ്പൊ എന്നാ ചെയ്യാനാ...?' ജോപ്പച്ചൻ നിസ്സഹായനായി.

'അത് നിങ്ങൾക്ക് വിരോധം ഇല്ലെങ്കിൽ അവളെ ജോസൂട്ടി....' അവർ പകുതിയിൽ നിർത്തി.

'അവൻ എന്നാ പറഞ്ഞു?'

'നിങ്ങൾക്ക് കുഴപ്പമില്ലെങ്കിൽ അവൻ സമ്മതിക്കും.'

'ആ പെങ്കൊച്ചോ?'

'അതിനു വേറെ മാർഗം ഒന്നും ഇല്ലല്ലോ...'

റീസമ്മ ടീച്ചർ രണ്ടു പേരെയും മാറി മാറി നോക്കി.

'നിങ്ങടെ പറമ്പിനോട് ചേർന്നു സണ്ണിക്കുട്ടിയുടെ പേരിൽ വാങ്ങിയിട്ടിരിക്കുന്ന രണ്ടേക്കർ പുരയിടം ഞാൻ ജോസൂട്ടിടെ പേർക്ക് എഴുതി വക്കാം...'

'അയ്യോ അതെന്തിനാ ടീച്ചറേ.... ഇവിടൊരു ഏനക്കേട് വരുമ്പോ ഞങ്ങള് കൂടെ നിക്കാതിരിക്കുവോ?'

'അല്ല അതു വേണം, ആ പെങ്കൊച്ചിന് ഞാൻ എന്തു കൊടുത്താലും അധികമാവില്ല. എന്റെ ചെറുക്കൻ ഇങ്ങനൊക്കെ ആയി പോയല്ലോ...'

ടീച്ചർ കരയാൻ തുടങ്ങി. മേരിക്കുട്ടി ആ കണ്ണീർ സ്വന്തം സാരിയുടെ തുമ്പുകൊണ്ടു തുടച്ചു.

ജോസൂട്ടിയെയും റോസ് മേരിയെയും വീട്ടിൽ എത്തിക്കാൻ സണ്ണിക്കുട്ടിയും ഉണ്ടായിരുന്നു. തിരിച്ചു പോരുമ്പോൾ കാറിന്റെ മുൻസീറ്റിൽ ചിരിച്ചു കൊണ്ട് ചാരിക്കിടക്കുന്ന സണ്ണിക്കുട്ടിയെ നോക്കി ഡ്രൈവർ രമേശൻ മനസ്സിൽ പറഞ്ഞു. 'ഇത്തിൾക്കണ്ണി കേറിയ മരം ഉണങ്ങി പോകത്തെ ഒള്ളൂ ' എന്ന് കാർന്നോമ്മാര് പറയുന്നത് എത്ര കൃത്യമായ കാര്യമാണ്.

രാത്രി റോസ് മേരിയെ നെഞ്ചിൽ ചേർത്തു കിടത്തി ജോസൂട്ടി ചോദിച്ചു.

'എന്നെ ആദ്യമായി ഇത്തിൾക്കണ്ണി എന്ന് വിളിച്ചത് ആരാണെന്നു നിനക്കറിയുമോ? '

'മറക്കാൻ പറ്റുമോ മൂന്നാം ക്ലാസിൽ വച്ചു നടന്നതാണെങ്കിലും പത്താം ക്ലാസ് കഴിഞ്ഞു നിങ്ങള് സ്കൂൾ വിട്ടു പോകുന്ന വരെ നിങ്ങളെ കാണുമ്പം ചങ്കില് പെരുമ്പറ കൊട്ടുമായിരുന്നു, അമ്മാതിരി ദഹിപ്പിക്കുന്ന നോട്ടം അല്ലേ നോക്കിക്കൊണ്ടിരുന്നത്.'

'ഇത്തിൾക്കണ്ണിക്കു പടർന്നു കയറാനുള്ള മരം ഞാൻ മനസ്സിൽ അന്നേ നട്ടതാ മോളേ...'

ജോസൂട്ടിയുടെ മുറിയിലെ ലൈറ്റ് അണയുമ്പോൾ ജോപ്പച്ചന്റെ അടുത്തേക്ക് ചേർന്നു കിടന്ന് മേരിക്കുട്ടി ചോദിക്കുകയായിരുന്നു.

'അല്ല മനുഷേനെ നിങ്ങൾക്കിത് നേരത്തെ അറിയാമായിരുന്നോ? '

'എന്ത്?'

'ജോസൂട്ടി ആ പെങ്കൊച്ചിനെ കൂട്ടിക്കൊണ്ട് വരുമെന്ന്?'

മറുപടി പറയാതെ മേരിക്കുട്ടിയുടെ തല തന്റെ മടക്കി വച്ച കയ്യിലേക്ക് എടുത്തു വച്ചിട്ട് അയാൾ കുറേ മറുചോദ്യങ്ങൾ ചോദിച്ചു.

'ടീ റീസമ്മ ടീച്ചർ ഇങ്ങോട്ട് മാറ്റം കിട്ടി വരുമ്പോൾ ജോസൂട്ടി ഏത് ക്ലാസ്സിലാ? '

'ഏഴ്.'

'അതിൽപ്പിന്നെ അവനെ പഠിപ്പിക്കാനും തീറ്റകൊടുക്കാനും നീ എന്തു ചിലവാക്കി?'

'അതു പിന്നെ... എല്ലാം ടീച്ചറല്ലേ നോക്കിയത്?'

'അവരുടെ കൊച്ചിനൊപ്പം വിട്ട് നമ്മുടെ മൂത്ത പെങ്കൊച്ചിനെ നഴ്സിംഗ് പഠിപ്പിച്ചത് ആരുടെ കാശാ?'

'അതും ടീച്ചർ.'

'അവൾക്ക് ദുബായിൽ ജോലി മേടിച്ചു കൊടുത്തതോ?'

'ടീച്ചറുടെ ആങ്ങള അല്ലേ?'

'രണ്ടാമത്തെ പെങ്കൊച്ചിനെ സ്കൂളിൽ പുതുതായി വന്ന മാഷിനെക്കൊണ്ട് അഞ്ചു പൈസ സ്ത്രീധനം മേടിക്കാതെ കല്യാണം കഴിപ്പിച്ചതോ?'

'ടീച്ചർ പറഞ്ഞിട്ട്.'

'ഇതൊക്കെ ടീച്ചർ ആർക്കു വേണ്ടിയാ ചെയ്തേ?'

'ജോസൂട്ടിക്ക് വേണ്ടി അല്ലേ?'

'കൊല്ലം കൊറേയായി പിറകേ നടന്നിട്ട് തിരിഞ്ഞു പോലും നോക്കാത്ത പെണ്ണിനെ സണ്ണിക്കുട്ടിയെക്കൊണ്ട് കെട്ടിക്കാൻ നിന്റെ മോൻ

ഓടി നടന്നപ്പോ ഞാനോർത്തു ഇത്തവണ മാത്രം അവന്റെ പണി പാളി എന്ന്.

പക്ഷേ ഇന്ന് രാവിലെ രമേശൻ വന്നു വാതിലിൽ മുട്ടിയപ്പഴേ എനിക്ക് കാര്യം മനസ്സിലായി.... ഒന്നുവല്ലേലും ഞാൻ അവന്റെ തന്തയല്ലിയോടി...'

മേരിക്കുട്ടി അവിശ്വസനീയതയോടെ തലപൊന്തിച്ച് ഇരുട്ടിലും ജോപ്പച്ചനെ തുറിച്ചു നോക്കി.

'.....അതുകൊണ്ടല്ലയോ ഞാൻ ജോസൂട്ടിയുടെ മുറിയിൽ മണിയറ ഒരുക്കി നല്ല സാരി ഉടുത്തു റെഡി ആയിക്കോ എന്ന് നിന്നോട് വെളുപ്പിനെ തന്നെ പറഞ്ഞത്.'

'അപ്പൊ നമ്മുടെ മോൻ ഇത്തിൾക്കണ്ണി അല്ല അല്ലേ?'

'അവൻ ഇത്തിൾക്കണ്ണി അല്ലടീ, സാക്ഷാൽ വെള്ളിമൂങ്ങ അല്ലേ.'

♦

വസന്ത മല്ലിക

'ഇവരു കൊള്ളാം അല്ലേ മോളേ..?'

പിന്നിൽ നിന്ന് പെട്ടെന്നുള്ള ചോദ്യം കേട്ട് നിവിയ തിരിഞ്ഞു നോക്കി. മുഖത്ത് സന്തോഷം നിറഞ്ഞ ചിരിയുമായി ഷിമോൻ അവൾക്കടുത്തേക്കു വന്നു.

മുകളിലത്തെ നിലയുടെ ബാൽക്കണിയിൽ അകലേക്കു നോക്കി നിൽക്കുകയായിരുന്നു അവൾ. വീടിന്റെ മുൻവശത്തു നിന്ന് മെയിൻ റോഡിലേക്കിറങ്ങുന്ന മൺവഴി അവസാനിക്കുന്നിടത്തു നിന്ന് ജോഷ്വായുടെ ബെൻസിന്റെ ബ്രേക്ക് ലൈറ്റിന്റെ പ്രകാശം രണ്ടുപേരുടെയും മുഖത്ത് ചുവന്ന വെളിച്ചം പരത്തി.

'മോൾക്കിഷ്ടമായില്ലേ ജോഷ്വയെ...?' ബാൽക്കണിയുടെ അരഭിത്തിയോടു ചേർത്തിട്ടിരിക്കുന്ന ചാരുബെഞ്ചിലേക്ക് ഒരു വശം ചരിഞ്ഞിരുന്നുകൊണ്ട് ഷിമോൻ വീണ്ടും ചോദിച്ചു.

കാറിന്റെ ബ്രേക്ക് ലൈറ്റ് സാവധാനം അണയുന്നതും അതിന്റെ ഹെഡ് ലൈറ്റിൽ നിന്നുള്ള പ്രകാശം റോഡിലൂടെ നീങ്ങുന്ന നിരവധി പ്രകാശങ്ങളിൽ ഒന്നു മാത്രമായി തിരിച്ചറിയാനാവാതെയാവുന്നതും നിവിയ കണ്ടു.

പൊടുന്നനെ അവൾ മിഴികൾ പിൻവലിച്ച് ഷിമോനെ നോക്കി. ബാൽക്കണിയിൽ അരണ്ട വെളിച്ചം മാത്രമായിരുന്നു ഉണ്ടായിരുന്നത്.

മകളുടെ മുഖത്തെ ഭാവം എന്താണെന്ന് ഷിമോന് മനസ്സിലായില്ല.

'ശരിക്കും പപ്പയ്ക്ക് ഇഷ്ടമായോ ജോഷ്വയെ....?' നിവിയയുടെ ശബ്ദത്തിന് അല്പം കട്ടി കൂടിയിരുന്നു.

'നിനക്ക് കണ്ടു പിടിച്ചു തരാൻ പപ്പയെക്കൊണ്ടു സാധിക്കുന്നതിൽ ഏറ്റവും നല്ലൊരു ബന്ധം.....' ഷിമോൻ പതിയെ ബെഞ്ചിലേക്ക് അവളോടു ചേർന്നിരുന്നു.

'മമ്മയ്ക്കോ.....?'

'അവൾക്കിഷ്ടമാകാതിരിക്കാൻ ഇതിൽ എന്താണുള്ളത് നിവിക്കുട്ടീ....!'

എവിടെയെങ്കിലും ഒന്നു ചാരിയിരിക്കാൻ കൊതിച്ചതു പോലെ നിവിയ ഷിമോന്റെ തോളത്തേക്കു ചാഞ്ഞു. അയാൾ അവളുടെ തലമുടി

യിൽ അരുമയായി തലോടി.

'അപ്പോപ്പിന്നെ എന്റെ ഇഷ്ടത്തിനെന്തു വിലയാണുള്ളത് പപ്പാ...?'

'നീ ഉദ്ദേശിച്ചത് എന്താണെന്ന് എനിക്കു മനസ്സിലായി.... പക്ഷേ ഇതു ജീവിതമാണു മോളേ..... അവിടെ യാഥാർത്ഥ്യങ്ങൾക്കും സ്വന്തം ഇഷ്ടങ്ങൾക്കുമിടയിൽ വലിയ അന്തരങ്ങളുണ്ട്...!!' ഷിമോൻ മകളുടെ തലമുടികൾക്കിടയിലൂടെ വിരലുകൾ കോർത്തു.

'ശരിക്കും ഇത് ആരുടെ ജീവിതമാണ് പപ്പാ.... എന്റെ തന്നെയല്ലേ?'

ഷിമോൻ മറുപടിയൊന്നും പറഞ്ഞില്ല. ബി ബി എക്ക് പഠിക്കുമ്പോൾ നിവിയയ്ക്ക് ഏതോ ഒരു ചെറുപ്പക്കാരനോട് ഇഷ്ടമുണ്ടായിരുന്നു എന്ന് അയാൾക്കറിയാം.

അന്ന് ഷിമോൻ മകൾക്ക് കർശനമായ താക്കീതും നൽകിയിരുന്നു. അവർ തമ്മിൽ അകന്നു പോയി എന്നാണ് അയാൾ വിചാരിച്ചിരുന്നത്. അവർ തമ്മിൽ എത്രത്തോളം അടുത്തിട്ടുണ്ട് എന്നു പോലും അയാൾക്കറിയില്ലായിരുന്നു. പക്ഷേ ഇന്ന് അവളെക്കാണാൻ ജോഷ്വാ വന്നപ്പോൾ മുതൽ അവളുടെ മുഖം മ്ലാനമായിരിക്കുന്നത് അയാൾ ശ്രദ്ധിച്ചു.

നിവിയ പോസ്റ്റു ഗ്രാജുവേഷൻ കഴിഞ്ഞ് ജോലി ചെയ്യാൻ തുടങ്ങിയത് ഈ അടുത്ത കാലത്താണ്. അതിനു ശേഷമാണ് അവർ അവൾക്ക് വിവാഹം ആലോചിക്കാൻ തുടങ്ങിയതും.

ഓഫീസിൽ ഷിമോന്റെ മേലുദ്യോഗസ്ഥനും കുടുംബ സുഹൃത്തുമായ സക്കറിയയുടെ മകനായിരുന്നു ജോഷ്വാ. പാരമ്പര്യമായി നല്ല സാമ്പത്തികമുള്ള കുടുംബക്കാർ. മകന് നിവിയയെ വിവാഹം കഴിക്കാൻ താല്പര്യമുണ്ടെന്ന് സക്കറിയ പറഞ്ഞപ്പോൾ അവരോട് വീട്ടിലേക്കു വരാൻ ക്ഷണിച്ചത് ഷിമോൻ തന്നെയായിരുന്നു.

എതിർപ്പുകൾ ഒന്നും പ്രകടിപ്പിക്കാതെ നിവിയയും അതിനോടു സഹകരിക്കുകയാണ് ചെയ്തത്.

'മോളേ, നിനക്ക് ആരോ ഒരു ചെറുപ്പക്കാരനോട് ഇഷ്ടമുണ്ടായിരുന്നുവെന്ന് എനിക്കറിയാം ...!'

നിവിയ എന്തോ പറയാൻ തുടങ്ങുകയാണ് എന്നു തോന്നിയതുകൊണ്ട് ഷിമോൻ അവളെ പറയാൻ അനുവദിക്കാതെ പെട്ടെന്നു പറഞ്ഞു.

'.... നീ ഞങ്ങളുടെ ഒരേയൊരു മോളാണ്.... നിന്റെ ജീവിതം നിനക്കു മാത്രം അവകാശപ്പെട്ടതാണെന്നു നീ കരുതുന്നുണ്ടോ...?'

ദരിദ്രനായി ജനിച്ചതുകൊണ്ടു മാത്രം ആഗ്രഹിച്ചതൊന്നും സ്വന്തമാക്കാൻ കഴിയാതെ പോയ പപ്പയെപ്പോലെയാവരുത് നീ എന്നു ഞാൻ ചിന്തിക്കുന്നതിൽ എന്തു തെറ്റാണുള്ളത്...?

നിന്നോടൊത്തുള്ള സന്തോഷം നിറഞ്ഞ ഒരു ജീവിതത്തെപ്പറ്റി നിന്റെ പപ്പയും മമ്മയും കണ്ട സ്വപ്നങ്ങൾക്ക് ഒരു വിലയുമില്ലേ...?

നിന്നെ വളർത്തി വലുതാക്കാൻ വേണ്ടി ഞങ്ങൾ വേണ്ടെന്നു വച്ച ജീവിതത്തിലെ സന്തോഷങ്ങൾ...... അതൊക്കെ കണ്ടില്ലെന്നു വച്ചു സ്വന്തം ഇഷ്ടത്തിന് തീരുമാനമെടുക്കാൻ നിനക്കു കഴിയുമോ...?'

നിർത്താതെ ഒറ്റയടിക്കു പറഞ്ഞു തീരുമ്പോഴേക്കും ഷിമോന്റെ ശബ്ദം ഇടറിത്തുടങ്ങിയിരുന്നു.

'മാതാപിതാക്കളുടെ ത്യാഗങ്ങൾക്കു പകരം വയ്ക്കാനുള്ളതാണ് മക്കളുടെ ജീവിതം..... അല്ലേ പപ്പാ...?' തിരികെയുള്ള ചോദ്യം ചിരിച്ചുകൊണ്ടായിരുന്നുവെങ്കിലും അവളുടെ കണ്ണുകൾ നിറഞ്ഞിരുന്നു.

'ആരുടെ ജീവിതവും മറ്റൊരാളുടെ ത്യാഗത്തിനു പകരമാവില്ല നിവിയ.... അങ്ങനെയൊട്ട് ആവരുത് താനും... പക്ഷേ ഒരുമിച്ചു നിൽക്കുന്നവർക്കിടയിൽ ഒരാൾ ജീവിതത്തിലെ പ്രധാനപ്പെട്ട തീരുമാനങ്ങൾ ഒറ്റയ്ക്കെടുക്കുമ്പോൾ തെറ്റു പറ്റിയേക്കാം....!!'

അയാൾ മകളെ അടുത്തേക്കു ചേർത്തിരുത്തി അവളുടെ നിറുകയിൽ ഉമ്മ വച്ചു. തന്നെക്കൊണ്ട് ഒന്നും പറയിപ്പിക്കാതിരിക്കുകയാണ് പപ്പയുടെ ഉദ്ദേശമെന്ന് അവൾക്കു മനസ്സിലായി.

ഏറെ നേരത്തെ നിശബ്ദതയ്ക്കു ശേഷം അവൾ പതിഞ്ഞ ശബ്ദത്തിൽ ചോദിച്ചു.

'പപ്പാ നാളെ എന്നോടൊത്ത് ഒരിടം വരെ വരുമോ....?'

ഷിമോൻ തെല്ലു സംശയത്തോടെ നെറ്റി ചുളിച്ചു.

'എന്നെ കെട്ടിച്ചു വിടാൻ പോകുവല്ലേ പപ്പാ...... പിന്നെ ഇത്ര സ്വാതന്ത്ര്യത്തോടെ പപ്പയുടെ അടുത്തു വന്നിരിക്കാനും ഇങ്ങനെ ചോദിക്കാനുമൊന്നും എനിക്കു കഴിഞ്ഞെന്നു വരില്ലല്ലോ... നാളെ ഒരു ദിവസം നമുക്കൊരിടം വരെ പോവാം...... മമ്മയെയും കൂട്ടാം... നമ്മൾ മൂന്നാൾ മാത്രം....!!'

'ഉം.....' അത്ര ഇഷ്ടത്തോടെയല്ലെങ്കിലും ഷിമോൻ തല കുലുക്കി.

പിറ്റേന്ന് യാത്ര പുറപ്പെടുമ്പോൾ ഷിമോനും നിവിയക്കുമൊപ്പം സാറയുമുണ്ടായിരുന്നു.

കാറിന്റെ സൈഡ് ഗ്ലാസ്സ് താഴ്ത്തി വച്ച് പുറത്തേക്കു തന്നെ നോക്കിയിരിക്കുകയായിരുന്നു നിവിയ. പലപ്പോഴും അവളുടെ മുഖത്തു മാറി മറിയുന്ന ഭാവഭേദങ്ങൾ കാറിനുള്ളിലെ കണ്ണാടിയിലൂടെ ഷിമോൻ കാണുന്നുണ്ടായിരുന്നു.

നിവിയ ബി ബി എ ക്കു പഠിച്ച നഗരത്തിൽ നിന്നും ഒന്നര മണിക്കൂ

റോളം യാത്ര ചെയ്ത ശേഷം മെയിൻ റോഡിൽ നിന്നും തിരിഞ്ഞ് നാട്ടിൻ പുറത്തെ അധികം വീതിയില്ലാത്ത ഒരു ടാറിങ് റോഡിലൂടെയായിരുന്നു വണ്ടി പൊയ്ക്കൊണ്ടിരുന്നത്.

'പപ്പാ... ഇവിടെ നിർത്ത്, നമുക്കിവിടെ ഇറങ്ങാം ...!!'

ചെറിയ ടാറിങ് റോഡിൽ നിന്നും ഒരു മണ്ണുവഴി തിരയുന്നിടത്തെത്തിയപ്പോൾ അവൾ പറഞ്ഞു.

പാടത്തിനു കുറുകെ ഉയർത്തിയിട്ട മൺ തിട്ടയിലൂടെയായിരുന്നു ആ വഴി. വണ്ടിയുടെ ചക്രങ്ങൾ പോകുന്ന രണ്ടു ചാലുകൾ മാത്രം കല്ലുകൾ പതിപ്പിച്ച് ബാക്കി പച്ചപ്പുല്ലിൽ പൊതിഞ്ഞ് രണ്ടു വശങ്ങളിലും അകലം വിട്ട് മരക്കമ്പുകൾകൊണ്ടു അതിരുകൾ പണിത് ഭംഗിയാക്കിയ മൺവഴി.

മരക്കമ്പുകളിൽ അവിടവിടെ പടർന്നു കിടക്കുന്ന ചെടികളിൽ വിവിധ വർണ്ണത്തിലുള്ള പുഷ്പങ്ങൾ! പച്ചപ്പുല്ലുകൾക്കിടയിലും ഇടയ്ക്കിടെ കുഞ്ഞു പൂക്കൾ തലയുയർത്തി നിൽക്കുന്നു. അൻപതു മീറ്ററോളം നീളത്തിലുള്ള വഴിയുടെ രണ്ടു വശങ്ങളിലും പാടം പച്ച വിരിച്ചു കിടക്കുന്നു.

ഷിമോന്റെ കണ്ണുകൾ വലിയൊരു സ്വപ്നം കൺമുന്നിൽ വന്നു നിന്നപോലെ അത്ഭുതം കൊണ്ടു വിടർന്നു പോയി. അയാളുടെ കണ്ണുകളിലേക്കു തന്നെ നോക്കി നിൽക്കുകയായിരുന്നു നിവിയ.

'പപ്പ വാ.....'

നിവിയ ഷിമോന്റെ കയ്യിൽപ്പിടിച്ചു വലിച്ചുകൊണ്ട് ഒരു കൊച്ചുകുട്ടിയെപ്പോലെ മുന്നോട്ടു നടന്നു. അവളുടെ മുഖത്ത് അത്രയും നേരമില്ലാത്ത ഒരുത്സാഹമുണ്ടായിരുന്നു.

പാടത്തിനപ്പുറം തൊടിയിൽ ഫല വൃക്ഷങ്ങൾ മാത്രമായിരുന്നു വളർന്നു നിന്നിരുന്നത്. പറമ്പിനു നടുവിലൂടെയുള്ള വഴിയിൽ നിന്നും അവൾ തൊടിയിലേക്കിറങ്ങി.

'ലോകത്തുള്ള എല്ലാ പഴങ്ങളും ഇവിടെയുണ്ടു പപ്പാ...'

വിളഞ്ഞു നിന്ന മാതള നാരകത്തിന്റെ ഫലങ്ങളെ കൈകൊണ്ടു തൊട്ടു കൊണ്ട് നിവിയ പറഞ്ഞപ്പോൾ അതു ശരിയാണെന്നു ഷിമോനും സാറയ്ക്കും തോന്നി.

തൊടിയിൽ വളർന്നു നിൽക്കുന്ന ഓരോ മരങ്ങളും നിവിയയ്ക്ക് ചിര പരിചിതമായിരുന്നു.

രണ്ടു വർഷത്തിലൊരിക്കൽ മാത്രം കായ്ക്കുന്ന കുടമ്പുളി!

നാരകങ്ങൾക്കിടയിൽ വളർന്ന് പുളിയൻ ഓറഞ്ച് മാത്രം വിളയുന്ന

ഓറഞ്ചു മരം!

നിരയായി നിൽക്കുന്ന പ്ലാവുകളിൽ കൂഴയും മധുരമൂറുന്ന തേൻ വരിക്കയും ചുവന്ന ചുളകളുള്ള ചെമ്പരത്തി വരിക്കയും അവൾ അവർക്കു കാണിച്ചു കൊടുത്തു.

മൾബറിയുടെ കറുത്ത പഴങ്ങൾ വായിലിട്ടു ചവച്ച് വയലറ്റ് നിറമായിപ്പോയ നാവു വെളിയിലേക്കിട്ട് അവൾ പൊട്ടിച്ചിരിച്ചു.

നിലത്തു പടർന്നു കിടന്ന വെള്ളരിത്തണ്ടുകൾക്കിടയിൽ നിന്നും പൊട്ടിച്ചെടുത്ത പിഞ്ചു വെള്ളരിക്ക രണ്ടായി ഒടിച്ച് രണ്ടാൾക്കും കൊടുത്തിട്ട് അവർ തിന്നുന്നതു കാണാൻ എളിയിൽ കൈകൾ കുത്തി നോക്കി നിന്നു.

ചില നിമിഷങ്ങൾ കൊണ്ട് മറ്റേതോ ലോകത്തെത്തിയ പോലെ തുള്ളിച്ചാടി നടക്കുന്ന മകളെ ഷിമോനും സാറയും അതിശയത്തോടെ നോക്കി നിന്നു.

'നമ്മുടെ മോളേ ഇത്രയും സന്തോഷിച്ച് അടുത്ത കാലത്തെപ്പോഴെങ്കിലും നീ കണ്ടിട്ടുണ്ടോ സാറാ....?' ഏറെ വികാര ഭരിതമായിരുന്നു ഷിമോന്റെ ശബ്ദം.

പാടവും പറമ്പും അതിരിടുന്ന പോലെയൊഴുകുന്ന ചെറിയ അരുവിയുടെ കരയിൽ നിന്നപ്പോൾ ഷിമോന് സാറയുടെ വിരൽത്തുമ്പുകൾ ചേർത്തു പിടിക്കാൻ തോന്നി.

'അതല്ല ഷിമോൻ..... നിങ്ങളു കണ്ടോ... അവൾക്കീ മണ്ണും ഇതിലെ ഓരോ മരങ്ങളും... എല്ലാമെല്ലാം നന്നായറിയാം ...!!' സാറ ചോദ്യഭാവത്തിൽ ഷിമോനെ നോക്കി.

തൊടിയുടെ കോണിൽ ചില്ലകളെ താഴേക്കു ചായ്ച്ചു വിളഞ്ഞു നിന്നിരുന്ന നെല്ലിക്ക കയ്യെത്തിച്ചു പറിക്കാനുള്ള ശ്രമത്തിലായിരുന്നു നിവിയ.

'അല്ല.... നമുക്കവളോടൊന്നു ചോദിക്കണ്ടേ...?' ഷിമോൻ മറുപടിയൊന്നും പറയാതെ വന്നപ്പോൾ സാറ വീണ്ടും ചോദിച്ചു.

നിവിയയെ കയ്യുയർത്തി വിളിക്കാൻ തുടങ്ങിയ സാറയെ ഒരു ചെറുചിരി കൊണ്ടു ഷിമോൻ തടഞ്ഞു. പാടത്തു നിന്നും വീശുന്ന ചെറിയ കാറ്റിനെ കൂട്ടു പിടിച്ച നെല്ലി മരത്തിന്റെ ചില്ല അവളുടെ ഓരോ ചാട്ടത്തിൽ നിന്നും വഴുതി മാറി പിടി കൊടുക്കാതെ തലയാട്ടി നിന്നു.

'നിങ്ങളെന്താ ഒന്നും പറയാത്തത് ...?' സാറ ഷിമോന്റെ കണ്ണുകളിലേക്കു നോക്കി.

ഷിമോൻ സാറയെ നോക്കി കണ്ണിറുക്കിക്കാണിച്ചിട്ട് ചുണ്ടുകൾ ചേർ

ത്തു പിടിച്ച് ഒരു പ്രത്യേക തരത്തിൽ ചൂളമടിച്ചു.

നെല്ലി മരവും കാറ്റും നിവിയയുടെ മുന്നിൽ തോറ്റു പോയിരുന്നു. നിറയെ നെല്ലിക്കകളുള്ള ചില്ല താഴേയ്ക്ക് ചായിച്ച് അതിൽ നിന്നും വിളഞ്ഞ നെല്ലിക്ക തിരഞ്ഞു കൊണ്ടിരുന്ന അവൾ പൊടുന്നനെ തിരിഞ്ഞു. അവളുടെ കയ്യിൽ നിന്നും സ്വാതന്ത്ര്യം നേടിയ നെല്ലിയുടെ ചില്ല കാറ്റിനെ കൂട്ടുപിടിച്ച് തലയാട്ടിച്ചിരിച്ചു.

ചുണ്ടുകൾ അതേ രീതിയിൽ ചേർത്തു പിടിച്ച് നിവിയയും തിരികെ ചൂളമടിച്ചു.

രണ്ടു ചൂളം വിളികളിൽ കാലം ഒരു നിമിഷത്തേക്ക് സാറയ്ക്കു മുന്നിൽ മലക്കം മറിഞ്ഞു.

നിവിയയുടെ കുട്ടിക്കാലം! ഹൈറേഞ്ചിലെ രണ്ടു മുറികളുള്ള കൊച്ചു വീടും ചുറ്റുമുള്ള ചെറിയ പുരയിടവും.

വീടിനു ചുറ്റുമുള്ള ഇത്തിരി മണ്ണിൽ നിറയെ ചേമ്പും ചേനയും കപ്പയും പച്ചക്കറികളും.

വീടിനോടു ചേർന്നു ചെറിയ ചായ്പ്പു പോലെ പുല്ലുമേഞ്ഞുണ്ടാക്കിയ മേൽക്കൂരയ്ക്കു താഴെ കയറുകെട്ടിയ പഴയ കട്ടിലിൽ മലർന്നു കിടക്കുന്ന ഷിമോൻ. അയാളുടെ നെഞ്ചത്തു കയറിക്കിടന്നു കൊഞ്ചുന്ന കുഞ്ഞു നിവിയ.

'പപ്പേ പപ്പേ... എനിക്കു വിസ്സിലടിക്കാൻ പഠിപ്പിച്ചു തര്വോ....?'

'അയ്യേ.... അതൊക്കെ ചെക്കന്മാർക്കു പറഞ്ഞിട്ടുള്ള പണിയല്ലേ...?'

'അല്ല.. അല്ല... എനിക്കും പഠിക്കണം..!!' വാശി പിടിച്ചുള്ള കൊഞ്ചൽ.

ചുണ്ടുകൾ രണ്ടും ഒരു പ്രത്യേക രീതിയിൽ ചേർത്തു വച്ച് ഷിമോൻ ഉച്ചത്തിൽ ചൂളമടിച്ചു. നിവിയ അയാളുടെ നെഞ്ചത്തു കിടന്ന് ആർത്തു ചിരിച്ചു.

കുറച്ചു ദിവസങ്ങൾ കൊണ്ട് കുഞ്ഞു നിവിയയും പഠിച്ചെടുത്തു, അതേ ശബ്ദത്തിൽ ചൂളമടിക്കാൻ.

പിന്നെ അതായിരുന്നു പപ്പയുടെയും മോളുടെയുമിടയിലുള്ള പ്രധാന ആശയവിനിമയ മാർഗ്ഗം. ചായിപ്പിലെ കയറു കട്ടിലിൽ മലർന്നു കിടന്ന് ഷിമോൻ ചൂളമടിക്കും. വീടിനുള്ളിലോ പരിസരത്തോ എവിടെയാണെങ്കിലും ഒരു പട്ടിക്കുഞ്ഞിനെപ്പോലെ അവൾ പാഞ്ഞെത്തി ആ നെഞ്ചിൽക്കയറിക്കിടക്കും!

സ്കൂൾ വിട്ടു വന്നാൽ ബാഗ് തിണ്ണയിലേക്കിറക്കി വയ്ക്കുന്ന താമസം മകളുടെ ചൂളം വിളി മുഴങ്ങാൻ. പറമ്പിൽ എവിടെയെങ്കിലും നിന്ന് ഉടൻ വരും മറുപടി.

താമസിയാതെ ഷിമോന് സർക്കാർ സർവീസിൽ ജോലി കിട്ടി. നിവിയ ഹൈസ്കൂളും കടന്ന് മുതിർന്ന പെൺകുട്ടിയായി. ഹൈറേഞ്ചിലെ കൊച്ചു വീടും പുരയിടവും വിറ്റ് ടൗണിലേക്ക് താമസം മാറി. അതോടെ മറവിയുടെ തീരങ്ങളിലെവിടെയോ മറഞ്ഞു പോയ ആ ചൂളം വിളി സാറ വീണ്ടും കേൾക്കുന്നതിന്നാണ്.

നെല്ലിക്കമ്പിൽ നിന്നും പൊട്ടിച്ചെടുത്ത വിളഞ്ഞ നെല്ലിക്കകളിലൊന്ന് വായിലിട്ടു ചവച്ചു കൊണ്ട് നിവിയ അവർക്കരുകിലേക്കു നടന്നു വന്നു.

രണ്ടു മൂന്നു ചുവടുകൾ മുന്നോട്ടു ചെന്ന് താഴെ അരുവിയിൽ നിന്ന് ഒരു കൈക്കുമ്പിൾ നിറയെ കോരിയെടുത്ത വെള്ളം വായിലേക്കൊഴിച്ചുകൊണ്ട് തന്റെ കയ്യിലിരുന്ന നെല്ലിക്കകൾ അവൾ ഷിമോനും സാറയ്ക്കും നേരെ നീട്ടി.

നെല്ലിക്കയുടെ കൈപ്പും ചവർപ്പും പിന്നെ മധുരവും അവളുടെ കണ്ണിൽ വിരിഞ്ഞപ്പോൾ അവർ അറിയാതെ അവളുടെ കയ്യിലെ നെല്ലിക്കകൾക്കായ് കൈ നീട്ടി.

തൊട്ടടുത്തെവിടെ നിന്നോ ഒരു പൈക്കിടാവിന്റെ ശബ്ദം കേട്ടപ്പോൾ പൊടുന്നനെ എന്തോ ഓർത്ത പോലെ അവൾ ഒരു നിമിഷം നിന്നു.

പിന്നെ അവർക്കടുത്തായി നിന്നിരുന്ന പേര മരത്തിന്റെ തടിയിൽ കൈ പിടിച്ചു മുന്നോട്ടാഞ്ഞിട്ട് തല തിരിച്ച് തോളിനു മുകളിലൂടെ അവരെ നോക്കിച്ചിരിച്ചുകൊണ്ട് ആ ശബ്ദം കേട്ട ദിക്കിലേക്ക് തോട്ടത്തിനുള്ളിലൂടെ ഓടിപ്പോയി.

'മോള്.....?' സാറ അവൾ പോയ വഴിയിലേക്കു നോക്കി.

മറുപടി പറയാതെ ഷിമോൻ ഒരുവട്ടം ചൂളമടിച്ചു. അപ്പോഴേ അതിന്റെ പ്രതിധ്വനി പോലെ നിവിയയുടെ ചൂളത്തിന്റെ ശബ്ദം കേട്ടു.

ഷിമോൻ ചിരിച്ചു കൊണ്ട് അങ്ങോട്ടു നടന്നു.

'നിങ്ങളിതിനു മുൻപ് ഇവിടെ വന്നിട്ടുണ്ടോ...?' സാറ ഷിമോന്റെ കൈത്തണ്ടയിലേക്ക് വീണ്ടും വിരലുകൾ ചേർത്തു വച്ചു.

'ഇല്ല.... പക്ഷേ...'

ഷിമോന്റെ കൈ തന്റെ വിരലുകൾക്കു മേൽ മുറുകുന്നതും അയയുന്നതും സാറ അറിഞ്ഞു.

'.... പക്ഷേ രണ്ടു വരി മാത്രം കല്ലുകൾ പാകി മരക്കമ്പുകൾ കൊണ്ടു വേലി കെട്ടിയ ആ വഴി.... അതിന്റെ ഇരു വശവും പച്ച വിരിച്ച പാടം... പാടവും പറമ്പും അതിരിടുന്നിടത്തു പാട്ടു പാടിയൊഴുകുന്ന കുളിരുള്ള അരുവി... തൊടിയിൽ നിറയെ വിളഞ്ഞു നിൽക്കുന്ന പഴങ്ങളും

കായ്കളും.... അതിനിടയിലൊരു പൈക്കൂടും കിടാങ്ങളും....... ഇതെല്ലാം എനിക്കു പരിചിതമാണ്.....!!'

'എങ്ങനെ...?' സാറയുടെ മുഖത്ത് അമ്പരപ്പായിരുന്നു.

'ഇതെല്ലാം എന്റെ സ്വപ്നങ്ങളായിയിരുന്നു സാറാ.... എന്റെ മോളെ നെഞ്ചിൽ ചേർത്തു കിടത്തി ഒരുപാടു വട്ടം ഞാൻ പറഞ്ഞു കേൾപ്പിച്ച എന്റെ സ്വപ്നങ്ങൾ....!!'

സാറയുടെ വിരലുകളിൽ നിന്ന് ഷിമോന്റെ കൈ മെല്ലെ അയഞ്ഞു. അവർ നിവിയയുടെ അടുത്തെത്തിയിരുന്നു.

തൊഴുത്തിനരുകിൽ ഒരു കൊച്ചു പൈക്കിടാവിനെ ഓമനിക്കുകയായിരുന്നു അവൾ.

'മോളേ......!!'

എന്തോ പറയാൻ തുടങ്ങിയ ഷിമോനെ അവൾ ചുണ്ടത്തു വിരൽ വിലങ്ങനെ വച്ചു തടഞ്ഞു.

'ശ് ശ്.....!!'

പിന്നെ അയാളുടെ കയ്യിൽപ്പിടിച്ചു കൊണ്ട് തോട്ടത്തിനുള്ളിലൂടെ മുന്നോട്ടു നടന്ന് ഒരിടത്തെത്തി നിന്നു. സാറയും അവർക്കൊപ്പമുണ്ടായിരുന്നു.

നിവിയ മുൻപോട്ടു വിരൽ ചൂണ്ടി.

പടർന്നു കിടക്കുന്ന ബോഗൻ വില്ലച്ചെടി തീർത്ത കമാനത്തിനുള്ളിൽ വിവിധ വർണ്ണത്തിലുള്ള പൂക്കൾ കൊണ്ടലംകൃതമായ ഒരു കൊച്ചു വീട്!

'എന്റെ വാസന്ത മല്ലിക...!!' ഷിമോൻ പിറുപിറുത്തു.

വിശ്വസിക്കാനാവാത്തതെന്തോ കണ്ടതു പോലെ ഷിമോന്റെ കണ്ണുകൾ ആ വീടിന്റെ ഓരോ കോണുകളിലും പരതി നടക്കുകയായിരുന്നു.

നിവിയയുടെ കൈ വിടുവിച്ച് ഏതോ മായിക ലോകത്തെത്തിയ പോലെ അയാൾ ആ വീടിനടുത്തേക്കു നടന്നു. അവിടെയുള്ള ഓരോ വസ്തുക്കളും അയാളുടെ സ്വന്തം സ്വപ്നങ്ങൾ തന്നെയായിരുന്നു.

നഗരത്തിന്റെ തിരക്കിൽപ്പെട്ടു പോയ ഒരു സാദാ സർക്കാർ ഉദ്യോഗസ്ഥന്റെ എത്തിപ്പിടിക്കാനാവാതെ പോയ സ്വപ്നങ്ങൾ!!

നഗരത്തിന്റെ തിരക്കിൽ നിന്നും ദൂരെ ശാന്തമായ ഒരിടം!

കൃത്രിമച്ഛായം തേച്ചു പുറം മോടി പിടിപ്പിച്ച കോൺക്രീറ്റ് വനങ്ങൾക്കുമകലെ പ്രകൃതിയുടെ പച്ചപ്പുമായി ഒരിടം!

എ സി യും ഫാനും ഹീറ്ററുമില്ലാതെ പ്രകൃതിയുടെ മടിയിൽ കിടന്നുറങ്ങാൻ ഒരിത്തിരിയിടം!

കുഞ്ഞുന്നാൾ മുതൽ മോളെ നെഞ്ചിൽക്കിടത്തി പങ്കുവച്ച സ്വപ്ന

ങ്ങളിലെ വാസന്ത മല്ലിക!!!

വീടിനുള്ളിലെ ഓരോ മുക്കും മൂലയും ചിര പരിചിതനെപ്പോലെ കണ്ടു തീർത്ത് നിറഞ്ഞൊഴുകുന്ന മിഴികളുമായി നടത്തം പഠിക്കാൻ തുടങ്ങിയ കൊച്ചു കുഞ്ഞിനെപ്പോലെ അയാൾ വരാന്തയിലേക്കിറങ്ങി വരുന്നതും നോക്കി നിവിയയും സാറയും മുറ്റത്തു നിൽപുണ്ടായിരുന്നു.

നിറഞ്ഞ മിഴികൾ തുടയ്ക്കാതെ അയാൾ നിവിയയ്ക്കു നേരെ കൈകൾ നീട്ടി.

മുഖത്തു കൂടി ഒഴുകിയിറങ്ങിയ സന്തോഷാശ്രുക്കൾ വിതുമ്പാൻ വെമ്പി നിന്ന ചുണ്ടുകൾ കൊണ്ടു കടിച്ചൊതുക്കിയിട്ട് അവൾ നിന്നിടത്തു നിന്നും മുന്നോട്ടു കുതിച്ചു.

ഷിമോൻ അവളെ ചേർത്തു നിർത്തി നിറുകയിൽ ഉമ്മ വച്ചു.

'പപ്പാ കാതിൽ പറഞ്ഞു തന്നതെല്ലാം എന്റെ മിഴികൾ കാണാൻ കൊതിച്ചിരുന്നു....!!'

'എന്നാലും മോളേ.... നീയിതെങ്ങനെ...? എനിക്കു വിശ്വസിക്കാനേ കഴിയുന്നില്ല...!!'

'പപ്പാ..... ഭൂമിയിൽ പിറന്നു വീഴുന്ന ഓരോ കുഞ്ഞും സ്വപ്നം കാണാൻ പഠിക്കുന്നത് അച്ഛന്റെയും അമ്മയുടെയും വാക്കുകളിൽക്കൂടിയാണ്.... പക്ഷേ അവർ വലുതാകുമ്പോൾ അവരുടെ സ്വപ്നങ്ങളും വലുതാകും...

അതുവരെ ഷിമോൻ കണ്ടിട്ടുള്ള നിവിയയായിരുന്നില്ല അത്. അയാൾ മകളുടെ കണ്ണുകളിലേക്ക് അത്ഭുതത്തോടെ നോക്കി.

'..... പപ്പയുടെ സ്വപ്നം ഞാൻ കണ്ടതുപോലെ എന്റെ സ്വപ്നങ്ങൾ പപ്പ എന്നെങ്കിലും കാണാൻ ശ്രമിച്ചിട്ടുണ്ടോ...?'

ഷിമോൻ പതിയെ അവളെ തന്റെ നെഞ്ചിൽ നിന്നും അടർത്തി മാറ്റിയിട്ട് അവളുടെ കണ്ണിലേക്കു നോക്കി.

'മോളേ.... ഞാനും നിന്റെ പപ്പയും ജീവിക്കുന്നതു തന്നെ നിനക്കു വേണ്ടിയല്ലേ...?' സാറ അവളെ ആശ്വസിപ്പിക്കാൻ ശ്രമിച്ചു. ഷിമോൻ അവളുടെ കണ്ണിലേക്കു തന്നെ നോക്കി നിൽക്കുകയായിരുന്നു.

'ഇത്രയേറെ നിന്നെ സ്നേഹിക്കുന്ന, നിന്റെ കണ്ണിൽ വിരിഞ്ഞതെല്ലാം കൈകൊണ്ടു മെനഞ്ഞെടുത്ത ഒരാൾ നിനക്കായ് കാത്തിരിപ്പുണ്ടെന്ന് നീ പറയാതെ ഞാൻ അറിയണമായിരുന്നു....'

ഷിമോന്റെ കണ്ണിൽ നിന്നും അടർന്നു വീഴാൻ കൊതിച്ചു നിന്നിരുന്ന മിഴിനീർക്കണങ്ങൾ അയാളുടെ പുഞ്ചിരി കൊണ്ടു വിടർന്ന അധരങ്ങൾക്കരുകിൽ വന്നു നൃത്തം വച്ചു ചിരിച്ചു.

'ഈ വസന്തമല്ലിക പണിത സ്നേഹത്തോളം വില മതിക്കുന്ന ഒരു ബന്ധവും നിനക്കായ് തരാൻ പപ്പയ്ക്കു കഴിയില്ല നിവിക്കുട്ടീ.... '

ഷിമോൻ ഉറക്കെ കരഞ്ഞേക്കുമെന്നു ഭയന്ന് സാറ അയാളുടെ കൈകളിൽ മുറുകെപ്പിടിച്ചു.

'ആരാ മോളേ നിന്റെ സ്വപ്നങ്ങളെ പണിതുയർത്തിയ ആ ശില്പി....? പണ്ടു നിന്നോടൊത്തു പഠിച്ച ആ ചെക്കനാണോ?' അക്ഷരങ്ങൾ മുറിഞ്ഞില്ലെങ്കിലും സാറയുടെ കണ്ണുകളും നിറഞ്ഞിരുന്നു.

നിവിയ മനോഹരമായ ഒരു ചിരിയോടെ നിന്നിടത്തു നിന്ന് ഒന്നു വട്ടം കറങ്ങി രണ്ടു കൈകളും മുഖവും മേല്പോട്ടുയർത്തി പ്രകൃതിയുടെ നൈർമ്മല്യം മുഴുവൻ ശ്വാസത്തിലേക്ക് ആവാഹിച്ചു. പിന്നെ ചുണ്ടുകൾ ചേർത്ത് ഉച്ചത്തിൽ ചൂളം വിളിച്ചു.

ബൈഗോണിയപ്പൂക്കൾ കമാനം വിരിച്ചു നിൽക്കുന്ന ഒറ്റ വഴിയുടെ അങ്ങേയറ്റത്തു നിന്ന് തിരിച്ചാരോ ചൂളം വിളിച്ചു.

പാടത്തു നിന്നും കുളിരുമായെത്തിയ കാറ്റിൽ നെറ്റിയിലേക്കു ചിതറി വീണ മുടിയിഴകളെ മാടിയൊതുക്കി ചുണ്ടിൽ അലസമായൊരു പുഞ്ചിരിയുമായി വസന്തമല്ലികയിലേക്ക് നടന്നു വരുന്ന ചെറുപ്പക്കാരനെ നോക്കി അവൾ പറഞ്ഞു.

'ദേവൻ !! എന്റെ സ്വപ്നങ്ങളുടെ കാവൽക്കാരൻ... ഈ വസന്തമല്ലികയുടെ ശില്പി.'

ഇനി തന്റെ ചൂളം വിളിക്കു രണ്ടു പ്രതിധ്വനികൾ കേൾക്കാൻ കഴിയുമെന്നോർത്തപ്പോൾ ഒന്നുച്ചത്തിൽ ചൂളം വിളിക്കാൻ ഷിമോന്റെ ചുണ്ടുകൾ വിറകൊണ്ടു.

♦

വിലയില്ലാത്തവർ

'കടയടക്കാറായോ .....?'

ഇരുളിൽ നിന്ന് കടയുടെ വരാന്തയിലേക്കു കയറി വന്നയാൾ അവിടെക്കിടന്ന പ്ലാസ്റ്റിക് കസേരയിൽ ഇരുന്നിട്ട് പിന്നിലെ ഭിത്തിയിലേക്ക് തല ചായിച്ചു.

'അടയ്ക്കണം... കുറച്ചു കൂടി കഴിഞ്ഞോട്ടെ...' ഞാൻ തല ഉയർത്തി അയാളെത്തന്നെ നോക്കുകയായിരുന്നു.

'സമയം എന്തായി.....?'

'11.20....'

'വെളുപ്പാൻ കാലത്തു തൊറന്നു വെക്കണതല്ലേ, ഇനിയെങ്കിലും അടച്ചിട്ടു പൊയ്ക്കൂടെ നിങ്ങക്ക്...?'

'അല്ലപ്പാ... എന്നെ കടയടപ്പിക്കാൻ നിങ്ങളെന്താ പോലീസാ...?' തമാശ രൂപത്തിൽ ഞാൻ തിരിച്ചു ചോദിച്ചു.

'അല്ല.....ഈ പാതിരാത്രിക്ക് ഇനിയെന്നാ കച്ചോടം കിട്ടാനാ...?'

'ഇതിപ്പോ നല്ല പുകിലായി, എന്നെ കടയടപ്പിക്കാൻ നിക്കാതെ വീട്ടിൽ പൊയ്ക്കൂടെ നിങ്ങക്ക്..?'

'ഓ പെണ്ണുംപുള്ള വല്ലാത്ത ചൊറയാണപ്പാ... അവള് ഒറങ്ങീട്ട് ചെല്ലാന്നു വച്ചു....!!'

'ആഹ് ഹാ.... നിങ്ങടെ പെമ്പറന്നോരു നിങ്ങടെ മുതുകത്തു കേറണേന്റെ കലിപ്പ് എന്റെ മുതുകത്തു തീർക്കാൻ എറങ്ങിയേക്കുവാ അല്ലേ...?'

അയാൾ പെട്ടെന്നു മറുപടിയൊന്നും പറയാതെ എന്നെത്തന്നെ സൂക്ഷിച്ചു നോക്കി. പിന്നെ കസേരയിൽ പഴയ പടി ചാരിയിരുന്ന് പുറത്തെ കട്ടപിടിച്ച ഇരുളിനെ അതിരിട്ടുനിൽക്കുന്ന കടയിൽ നിന്നുള്ള വെളിച്ചത്തെ കണ്ണുകൾകൊണ്ട് അളക്കാൻ തുടങ്ങി.

ഞാൻ പതുക്കെ പിന്തിരിഞ്ഞ് കടയിലെ സാധനങ്ങൾ ഒതുക്കി വയ്ക്കുന്നതിനിടയിൽ ചോദിച്ചു.

'നിങ്ങൾക്കെന്താ വേണ്ടത്...?'

ഒരു നിമിഷത്തെ മൗനത്തിനു ശേഷം എന്റെ ചോദ്യത്തിന്റെ ഉത്തര

ത്തിനു പകരം അയാളിൽ നിന്നൊരു മറുചോദ്യം ഉയർന്നു.

'നീ എന്നേക്കാൾ വളരെ ചെറുപ്പമാണല്ലോ, നിന്റെ പെണ്ണുംപുള്ളേം ചൊറയാണോ വീട്ടിൽ...? അതുകൊണ്ടാണോ നീ കടയടച്ചുപോകാൻ താമസിക്കുന്നത്?'

ഇയാളോടിന്നു രണ്ടെണ്ണം പറഞ്ഞിട്ടു തന്നെ എന്നോർക്കുമ്പോൾ റോഡിലൂടെ വന്ന ഒരു ബൈക്ക് കടയുടെ മുന്നിൽ നിന്നു. പിന്നിലിരുന്ന ചെറുപ്പക്കാരൻ വണ്ടിയിൽ നിന്നിറങ്ങി കടയിലേക്കു കയറി വന്നു.

'ചേട്ടാ... ഒരു പാക്കറ്റ് വിൽസ്...'

ഞാൻ സിഗററ്റ് എടുത്തു കൊണ്ടു തിരിയുമ്പോൾ ബൈക്കിൽ ഇരുന്നിരുന്ന മറ്റേയാൾ ഹെൽമെറ്റ് ഊരിക്കൊണ്ട് ഉറക്കെ വിളിച്ചു ചോദിച്ചു.

'ചേട്ടാ... അപ്പുറത്തു ചെക്കിങ്ങുണ്ടോ..? വല്ലോം അറിയാവോ..?'

'ഓ, ഇല്ല അവരു നേരത്തേ തിരിച്ചു പോയി.'

അവൻ ബൈക്കിൽ നിന്നിറങ്ങി വന്നു.

'എന്നാപ്പിന്നെ ഒരു കുപ്പി വെള്ളോം രണ്ടു ഡിസ്പോസിബിൾ ഗ്ലാസ്സും കൂടി തന്നേക്ക്...'

എന്റെ മുഖത്ത് ഒരു പുഞ്ചിരി വിടർന്നു.

'നല്ല സാധനം വല്ലോമാണേ എടുത്തോണ്ടു വാ... ഇരുട്ടത്തു പോയിരുന്ന് അടിക്കണ്ടേ...'

'ആഹാ... പൊളിച്ച്...!!'

ചെറുപ്പക്കാർക്കു സന്തോഷമായി.

കൗണ്ടറിന്റെ ചെറിയ ഡോർ തുറന്ന് ഞാൻ അവരെ രണ്ടാളെയും കടയ്ക്കുള്ളിലേക്ക് കയറ്റി.

മൂന്നു ഗ്ലാസുകളിലേക്കായി അവർ മദ്യം ഊറ്റുമ്പോൾ ഞാൻ വരാന്തയിലെ കസേരയിലിരുന്ന മനുഷ്യനെ നോക്കി. അയാൾ ഒന്നുമറിയാത്തവനെപ്പോലെ പുറത്തെ ഇരുളിലേക്ക് നോക്കിയിരിക്കുന്നു. ചെറുപ്പക്കാർ രണ്ടാൾക്കും അവിടെ അങ്ങനെയൊരാൾ ഇരിപ്പുണ്ട് എന്ന ഭാവം പോലുമില്ല.

അയാൾക്കു മുഖം കൊടുക്കാതെ കടയ്ക്കുള്ളിലേക്കു തിരിഞ്ഞു നിന്ന് അവർ ഊറ്റിയ മദ്യം ഒറ്റ വലിക്കു കുടിച്ചിട്ട് ഞാൻ മുഖം തുടച്ചു.

കുപ്പി കാലിയാക്കി അവർ ബൈക്കിൽ യാത്രയായിക്കഴിഞ്ഞപ്പോൾ ഞാൻ വരാന്തയിലെ കസേരയിലേക്കു തിരിഞ്ഞു.

'നിങ്ങൾക്ക് ഒരു പെഗ്ഗ് തരണം എന്നുണ്ടായിരുന്നു.....!' ഞാൻ ചമ്മൽ മറച്ചുകൊണ്ടു പറഞ്ഞു.

'തന്നാലും കുടിക്കില്ല.... ഞാൻ ഇന്നലെ കുടി നിർത്തി...!!'

'അതു നന്നായി.... എന്തായാലും ഇപ്പൊ മനസ്സിലായല്ലോ കട വൈകി അടച്ചാലുള്ള ഗുണം...'

അയാൾ അതിനു മറുപടി പറഞ്ഞില്ല, പകരം പഴയ ചോദ്യം ഒന്നു കൂടി ആവർത്തിച്ചു.

'നേരം വെളുക്കുമ്പോൾ വീട്ടിൽ നിന്നിറങ്ങിയിട്ട് ഇത്ര വൈകി വീട്ടിലേക്കു ചെല്ലുമ്പോൾ നിങ്ങളുടെ ഭാര്യ പ്രശ്നമൊന്നും ഉണ്ടാക്കില്ലേ...?' ചോദ്യത്തിൽ കുറച്ചു ഭവ്യത കൈവന്നിരിക്കുന്നു.

'കല്യാണം കഴിഞ്ഞിട്ട് ഒന്നരക്കൊല്ലമായി... കെട്ടിക്കൊണ്ടു വന്നേന്റെ മൂന്നാംപക്കം വെളുപ്പിന് അവളെക്കൊണ്ട് കട്ടൻകാപ്പി ഇടീക്കാൻ തൊടങ്ങീതാ ഈ ജയേഷ്....!!'

എന്റെ നാവിന്റെ മേലുള്ള എന്റെ നിയന്ത്രണം അല്പം കുറഞ്ഞിട്ടുണ്ടോയെന്ന് എനിക്കു സംശയം തോന്നി.

'പാതിരാത്രിക്കു ചെല്ലുന്നത് നാലുകാലേൽ ആണേലും രണ്ടു കാലേൽ ആണേലും എന്റെ പെമ്പിള വാതിലും തൊറന്നിട്ട് ദേ ഇങ്ങനെ ഒരു നിപ്പൊണ്ട്..... ഹോ.. അത്താഴം ഉണ്ടില്ലേലും വയറങ്ങോട്ട് നെറയും...' ഞാൻ എന്നെക്കൊണ്ടു പറ്റുന്ന വിധത്തിൽ നന്നായിട്ടൊന്നു ചിരിച്ചു കാണിച്ചു.

'നിങ്ങൾക്ക് കുട്ടികളൊന്നുമില്ലേ...?'

'ഹേയ്....!! ഇതുവരെ ആയിട്ടില്ല, അതിനൊക്കെ അതിന്റേതായ ഒരു സമയമുണ്ടപ്പാ .... അപ്പൊ ഒന്നല്ല ഒൻപതെണ്ണം മുറ്റത്തൂടെ ഓടിച്ചാടി നടക്കും....!!'

'ഉവ്വ്.... ദിവസവും വീട്ടിൽപ്പോകുമ്പോ ദേ ഈ ഭരണീന്ന് രണ്ടു കപ്പിലണ്ടി മിഠായി പൊതിഞ്ഞെടുത്തോ...'

'അതെന്തിനാ....?'

'ഭാര്യയ്ക്കു കൊടുക്ക്... പിള്ളേരൊണ്ടാകാൻ ബെസ്റ്റാ....!!'

'ങ് ഹേ ....!!'

അയാളുടെ കളിയാക്കൽ എനിക്കു പിടിച്ചില്ല.

'നിങ്ങക്കെന്നതാ വേണ്ടേന്നു പറ... ഞാൻ കടയടക്കാൻ പോകുവാ...!!'

അയാൾ ഇരുന്നിരുന്നിടത്തു നിന്നും പതിയെ എഴുന്നേറ്റു.

'നിങ്ങള് എക്സ്ചേഞ്ച് പിടിക്കുമോ..?'

'എന്തോന്നാ....?' എനിക്ക് കാര്യം പിടി കിട്ടിയില്ല.

'എക്സ്ചേഞ്ച്.... എനിക്ക് ഉപകാരമില്ലാത്ത എന്റെയൊരു വസ്തു ഞാൻ നിനക്കു തരുന്നു, പകരം നീ ഒട്ടും ഉപയോഗിക്കാതെ വച്ചിരിക്കു

ന്ന നിന്റെയൊരു വസ്തു നീയെനിക്കു തരുന്നു ...'

'ഹേയ്... നമ്മള് വാങ്ങണ പരിപാടിയില്ല.. വില്പന മാത്രം.. ഒൺലി സെയിൽ...!!'

'അങ്ങനെയെങ്കിൽ എന്തു വില വേണം....?'

'എന്തിന്....? അല്ല നിങ്ങടെ കയ്യിൽ എന്നതാ ഉപയോഗമില്ലാത്ത സാധനം മാറ്റം പിടിക്കാനുള്ളത്....?'

'എന്റെ ഭാര്യ.....!!'

'ങ് ഹേ... താനെന്താ ആളെ കളിയാക്കുവാണോ....?'

'എന്തു വില വേണം.... താൻ പറ?'

ഞാൻ വെളിയിലേക്കു നോക്കി. പരിസരത്തെങ്ങും ആരേയും കാണാനില്ല. അടുത്തുള്ള കടകളെല്ലാം എട്ടുമണിയോടെ അടച്ച് കടക്കാർ കുടുംബത്തു പോകും. ഒൻപതര കഴിയുമ്പോഴേക്കും ലാസ്റ്റ് ബസ് കടയ്ക്കു മുന്നിൽ നിർത്തി ആളെയുമിറക്കി കടന്നു പോകും.

പിന്നെ വരുന്നവരെല്ലാം രാത്രിയുടെ സഞ്ചാരികളാണ്. ഈ സമയത്തുള്ള കച്ചവടത്തിന്റെ അധികലാഭത്തിനൊപ്പം ഫ്രീയായി കിട്ടുന്ന മദ്യവും കട തുടങ്ങിയ കാലം തൊട്ടേയുള്ള പതിവാണ്.

വിവാഹം കഴിഞ്ഞപ്പോൾ ഭാര്യ പലവട്ടം ഓർമ്മിപ്പിച്ചു നേരത്തേ വരണമെന്ന്. പറഞ്ഞിട്ടു കാര്യമില്ല എന്നു തോന്നിയതു കൊണ്ടാവാം പിന്നെപ്പിന്നെ അവൾക്കും അതൊരു ശീലമായി.

ആദ്യമായിട്ടാണ് ഭാര്യയ്ക്കു വിലപറയാൻ ഒരുത്തൻ വരുന്നത്. എന്റെ കണ്ണുകളിലേക്ക് കോപം ഇരച്ചുകയറി. പക്ഷേ എനിക്ക് എന്തെങ്കിലും പറയാനുള്ള ധൈര്യമുണ്ടായില്ല.

'രാത്രി രണ്ടെണ്ണം അടിച്ചിട്ടു ചെന്നാൽ ഒലക്കയെടുത്തിട്ട് അടിക്കാൻ വരും,ശകലം താമസിച്ചു ചെന്നാൽ ഏതെങ്കിലും ഒരുത്തനെ വിളിച്ചു വീട്ടിൽ കേറ്റും... പിള്ളേരെ മൂന്നെണ്ണത്തിനെ പെറ്റു, ഒറ്റയെണ്ണത്തിന് എന്റെ കളറുമില്ല ഷെയിപ്പുമില്ല, ചെലവിനു മാത്രം ഞാൻ കൊടുക്കണം.... പറ്റില്ലാന്നു പറഞ്ഞപ്പോ വെട്ടുകത്തിയുമായി എറങ്ങിയേക്കുന്നു.. ഇതു പോലൊരു പെണ്ണുമ്പുള്ളയെ വേണ്ടാന്നു വച്ചിട്ട് നിന്റെ ഭാര്യയെപ്പോലെ നല്ലൊരെണ്ണത്തിനെ കിട്ടുമോന്ന് അന്വേഷിക്കുവാരുന്നു ഞാൻ....'

അയാളുടെ പഴയ ഭാഷയും സംസാരത്തിലെ കലിപ്പും തിരിച്ചു വന്നിരിക്കുന്നു.

കടയുടെ മുന്നിൽ നിരത്തി വച്ചിരിക്കുന്ന മിഠായിഭരണികൾ മറിഞ്ഞു പോകാതെ നീളത്തിൽ വച്ചിരിക്കുന്ന സ്റ്റീൽ പൈപ്പിന്മേൽ കൈപ്പത്തികൾ ഊന്നി എനിക്കു തൊട്ടുമുന്നിൽ വന്ന് എന്റെ കണ്ണുകളിലേക്ക് അ

യാൾ കണ്ണുകൾ കോർത്തു.

'നിനക്കു രാവിലെ കട്ടൻ കാപ്പി തിളപ്പിക്കാൻ ഒരു കോഫി മെയ്ക്കറും ഉച്ചയ്ക്ക് ഹോട്ടലിൽ നിന്ന് ചോറുണ്ണാനുള്ള കാശും പിന്നെ രാത്രി കള്ളുംകുടിച്ചിട്ടു കെട്ടിപ്പിടിച്ചു കിടക്കാൻ ഒരു തലയിണയും ഞാൻ തരാം.... നിന്റെ ഭാര്യയെ എനിക്കു തന്നേക്ക്...!!'

ഭയന്നു പോയി ഞാൻ!!! നാവു വരണ്ട് ചലിക്കാൻ പോലുമാവാത്ത അവസ്ഥ. അത്രയ്ക്കു തീഷ്ണമായിരുന്നു അയാളുടെ നോട്ടവും വാക്കുകളും.

പെട്ടെന്ന് റോഡിൽ നിന്ന് ഒരു വിളികേട്ടു.

'ജയേട്ടാ... പോരുന്നോ....?'

ഓട്ടോക്കാരൻ രതീഷാണ്. അവൻ ഓട്ടോ കൊണ്ടുവന്നു നിർത്തിയതിന്റെ ശബ്ദം പോലും ഞാൻ കേട്ടിരുന്നില്ല.

'ആഹ്.... വരുന്നെടാ രതീഷേ.. നീ ഇറങ്ങ്....!!'

'നീ മറുപടി പറഞ്ഞില്ല... എത്ര രൂപ വേണം നിനക്ക്...?' അയാളുടെ ശബ്ദം മുരൾച്ചപോലെ അടഞ്ഞതായിരുന്നു.

രതീഷിനോടു പറഞ്ഞാലോ എന്ന് ഞാൻ ആലോചിച്ചു. പക്ഷേ എന്റെ ഭാര്യയ്ക്ക് ഒരുത്തൻ വില പറഞ്ഞു എന്ന് എന്റെ കൂട്ടുകാർ അറിയുന്നതിനെപ്പറ്റി എനിക്കു ചിന്തിക്കാനേ കഴിഞ്ഞില്ല.

'നിങ്ങൾക്കൊന്നു പോയിത്തരാമോ...?' ഞാൻ തല ഉയർത്താതെ തന്നെ ചോദിച്ചു.

രതീഷ് വണ്ടിയിൽ നിന്ന് ഇറങ്ങി വരുന്നതിന്റെ ശബ്ദം കേട്ടു.

'പട്ടി പുല്ലു തിന്നത്തുമില്ല, പശുവിനെയൊട്ടു തീറ്റിക്കത്തുമില്ല...' അയാളുടെ പിറുപിറുപ്പു കേട്ടു.

'നീയൊരു സിഗരിറ്റിങ്ങെടുത്തേ...' രതീഷാണ്.

ഞാൻ രതീഷിനു സിഗരറ്റു കൊടുത്തിട്ട് പുറത്തേക്കിറങ്ങി വന്നു. ഷട്ടർ താഴ്ത്തി കട പൂട്ടുമ്പോഴും എന്റെ കണ്ണുകൾ അയാൾക്കു വേണ്ടി ചുറ്റും പരതുന്നുണ്ടായിരുന്നു. പക്ഷേ കടയുടെ മുൻവശത്തു മാത്രം വെളിച്ചം പരത്തിനിന്ന സ്ട്രീറ്റ് ലൈറ്റിന്റെ വെട്ടത്തിലെങ്ങും അയാളുണ്ടായിരുന്നില്ല.

രാത്രി അസ്വസ്ഥമായ മനസ്സോടെ കിടന്നതു കൊണ്ടാവാം വളരെ വൈകിയാണ് ഉറങ്ങിയത്.

'ഇന്നെന്താ ജയേട്ടാ കടയിൽ പോകുന്നില്ലേ...?'

കണ്ണു തുറക്കുമ്പോൾ കയ്യിൽ കട്ടൻ കാപ്പിയുമായി രാജി. നേരം വെളുത്തു കഴിഞ്ഞിരിക്കുന്നു.

എനിക്ക് തലേ രാത്രിയിലെ കാര്യങ്ങൾ ഓർമ്മ വന്നു. ഞാൻ രാജിയെ അടിമുടി ഒന്നു നോക്കി. ആദ്യം കാണും പോലെ. എന്റെ ഭാര്യ സുന്ദരിയാണെന്ന് എനിക്ക് ജീവിതത്തിലാദ്യമായിത്തോന്നി. സ്വന്തം കയ്യിലുള്ള വസ്തുവിന്റെ വില നമുക്കു മനസ്സിലാകണമെങ്കിൽ മറ്റൊരാൾ അതിനെ ആഗ്രഹിക്കണം.

വല്ലാത്തൊരു മടുപ്പോടെ എഴുന്നേറ്റു മുൻവശത്തെ വരാന്തയിലേക്കു നടന്നു. കട്ടൻകാപ്പിയുമായി രാജി പിന്നാലെ വന്നു.

വരാന്തയിലെ സിമന്റു തൂണിലേക്കു ചാരിയിരുന്നിട്ട് കയ്യെത്തിച്ചു കസേരയിൽ കിടന്ന ന്യൂസ് പേപ്പർ എടുത്തു.

കട്ടൻകാപ്പി കുടിച്ചു കൊണ്ട് പേപ്പർ ഓടിച്ചു വായിക്കുമ്പോഴാണ് പെട്ടെന്നു കണ്ണുകൾ ഒരു വാർത്തയിൽ തടഞ്ഞത്.

ഭാര്യയെ വെട്ടിക്കൊന്ന ശേഷം ഭർത്താവ് ആത്മഹത്യ ചെയ്തു. കുടുംബപ്രശ്നങ്ങളാണ് ആത്മഹത്യക്കും കൊലപാതകത്തിനും പിന്നിലെന്ന് കരുതപ്പെടുന്നു. വാർത്തയ്ക്കൊപ്പം ഭർത്താവിന്റെയും ഭാര്യയുടെയും ഫോട്ടോ. ഞാൻ ഒന്നു കൂടി കണ്ണു തിരുമ്മി നോക്കി.

'എന്താ പതിവില്ലാതെ ഒരു പത്രവായനയൊക്കെ...?'

അച്ഛനാണ്. കസേരയിലിരുന്നിട്ട് മുന്നോട്ടു കുനിഞ്ഞ് അദ്ദേഹം പത്രത്തിലേക്കു നോക്കി.

'ഇത് ഇന്നലത്തെ പത്രമല്ലിയോടാ...? ഈ കസേരയിൽ കിടന്നത്...? ഇന്നത്തെ വന്നിട്ടില്ല...' അച്ഛൻ പുറത്തു ഗേറ്റിന്റെ അരികിലേക്കു നോക്കി.

'ഇയാള്.....!!' പത്രത്തിലെ വാർത്തയ്ക്കൊപ്പം ഉണ്ടായിരുന്ന ഫോട്ടോ ചൂടിക്കാട്ടി ഞാൻ. എന്റെ കൈയിലിരുന്ന് പത്രം വിറയ്ക്കുന്നുണ്ടായിരുന്നു.

'ഓ.. കണ്ടാരുന്നു ഇന്നലെ. പെമ്പിളേം കൊന്നിട്ട് അവനും ചത്തു അല്ലേ....!! എന്നാ ചെയ്യാനാ ചെലതൊക്കെ അങ്ങനാ.. സഹികെട്ടിട്ടാരിക്കും.'

അച്ഛൻ എന്നെ നോക്കി.

'എന്നാലും പെമ്പിളേം കെട്ടിയോനും തമ്മിലൊള്ള എടങ്ങേറുകളില് ഒരുമാതിരി ഒള്ളതൊക്ക രണ്ടു പേരുംകൂടി കൂട്ടിയാൽ കൂടുന്നതാടാ ഉവ്വേ..... പക്ഷേ ശരീരത്തിന്റെ അകൽച്ച മനസ്സുകൾ തമ്മിൽ ആയാൽ പ്പിന്നെ അറത്തു മാറ്റാൻ തോന്നും...എല്ലാം.... അവരെ പറഞ്ഞിട്ടു കാര്യമില്ല!'

ഞാൻ രാജിയുടെ നേരെ നോക്കി. കയ്യെത്തുന്ന ദൂരത്ത് ഭിത്തിയിൽ

ചാരി അവൾ നില്പുണ്ട്. എന്റെ കണ്ണുകളിലൂടെ ഒരു വിറയൽ ഇടനെഞ്ചു വരെ പടർന്നു.

'അച്ഛാ... ഇയാള്...!!' ഞാൻ വീണ്ടും പറയാൻ ശ്രമിച്ചെങ്കിലും നെഞ്ചിലെ വിറയൽ ശബ്!ദത്തെ തൊണ്ടയിൽ കുരുക്കിക്കളഞ്ഞു.

'ആഹാ.... പത്രക്കാരൻ വന്നല്ലോ...!!' അച്ചന്റെ ശ്രദ്ധ അങ്ങോട്ടേക്കായി.

ഞാൻ എന്റെ കയ്യിലിരുന്ന പത്രം നിലത്തേക്കിട്ടു. അതിന്റെ വിടർന്നു കിടന്ന പേജിലെ ഫോട്ടോയിലിരുന്ന് ഇന്നലെ രാത്രി എന്റെ ഭാര്യയ്ക്കു വില പറഞ്ഞവൻ ഭിത്തിയിൽ ചാരി നിൽക്കുന്ന എന്റെ ഭാര്യയെ തുറിച്ചു നോക്കി!

'ജയേട്ടാ... നേരം വൈകി, കട തുറക്കണ്ടേ....?'

എന്റെ കാപ്പി കപ്പിനൊപ്പം നിലത്തു കിടന്ന പത്രവുമെടുത്ത് രാജി അകത്തേക്കു നടക്കുന്നതിനിടയിൽ ചോദിച്ചു.

'ഹേയ് ഇല്ല, ഇത്ര നേരത്തേ എങ്ങോട്ടു പോകാനാ.... ഇന്നു മുതൽ കട രാവിലെ ഒൻപതു മണി മുതൽ രാത്രി ഏഴു മണി വരെയേ പ്രവർത്തിക്കൂ...' താഴ്ന്ന ശബ്ദത്തിൽ പിറുപിറുത്തുകൊണ്ട് ഞാൻ അവൾ പോയ വഴിയേ അകത്തേക്കു നടന്നു.

♦

പാൽക്കുളംമേട്ടിലെ യക്ഷി

പാൽക്കുളം മേട്ടിൽ യക്ഷിയുണ്ട് !

ചെറുപ്പം മുതൽക്കേ കേൾക്കുന്നതാണ്. യക്ഷിയെ കണ്ടവർ പലരുമുണ്ട്. അതിൽ ഏറ്റവും ഭയാനകമായ കഥ, വർഷങ്ങൾക്ക് മുൻപ് യക്ഷി രക്തം മുഴുവൻ കുടിച്ചു വറ്റിച്ച്, മാംസം മുഴുവൻ തിന്നു തീർത്ത്, അസ്ഥികൾ മാത്രം അവശേഷിപ്പിച്ച ലാലിച്ചന്റെ കഥയാണ്. പിന്നെ മൂന്നു വർഷം മുൻപ് യക്ഷിയെ കണ്ടു ഭയന്ന് മാനസിക നില തെറ്റി ഇന്നും ഭ്രാന്തനായി അലയുന്ന ജേക്കൂചേട്ടൻ. പിന്നെയുമുണ്ട് യക്ഷിയെക്കണ്ട് ഭയന്നു പനി പിടിച്ചു ദിവസങ്ങളോളം കിടന്നിട്ടുള്ള പലരും ഞങ്ങളുടെ നാട്ടിൽ.

ഞങ്ങളുടെ നാടിനടുത്തുള്ള സുന്ദരമായ ഒരു കുന്നിൻ പ്രദേശമാണ് പാൽക്കുളംമേട്. കാണുമ്പോൾ അടുത്താണെങ്കിലും വനത്തിലൂടെ കുറേ കിലോമീറ്ററുകൾ സഞ്ചരിച്ചാൽ മാത്രമേ അതിന്റെ മുകളിൽ എത്താൻ പറ്റൂ.

പാൽക്കുളം മേടിനു മുകളിൽ ഒരു വറ്റാത്ത കുളം ഉണ്ട്. വേനൽക്കാലത്ത് അടുത്തുള്ള താഴ്ന്ന പ്രദേശങ്ങളിലെ കിണറുകൾ പോലും വറ്റി വരളുമ്പോഴും കുന്നിൻമുകളിലുള്ള കുളത്തിൽ വെള്ളം ഉണ്ടാവും. മഴക്കാലത്ത് അനേകം വെള്ളച്ചാട്ടങ്ങൾ മല മുകളിൽ നിന്ന് താഴേക്ക് പതിക്കുന്നത് മനോഹരമായ കാഴ്ചയാണ് . നട്ടുച്ച നേരത്ത് പോലും മേഘശകലങ്ങൾ ഇറങ്ങിവന്നു മഞ്ഞുപോലെ പാൽക്കുളം മേടിന്റെ നിറുകയെ പൊതിഞ്ഞിരിക്കും.

ഞങ്ങളുടെ ഗ്രാമം കഴിഞ്ഞാൽ വള്ളിക്കുന്നം പാപ്പന്റെ വിശാലമായ കാപ്പി പ്ലാന്റേഷൻ ആണ്. കാപ്പിത്തോട്ടത്തിലൂടെ രണ്ടു രണ്ടര കിലോമീറ്റർ ദൂരം പോയാൽ വനപ്രദേശം തുടങ്ങുകയായി. സ്ഥിരമായി കാട്ടാനയിറങ്ങുന്ന കാട്. മറ്റുള്ള ക്രൂര മൃഗങ്ങൾക്കും കുറവില്ല. ഈ കാട്ടിലൂടെ മണിക്കൂറുകൾ യാത്ര ചെയ്താൽ മാത്രമേ പാൽക്കുളംമേടിനു മുകളിൽ എത്താൻ പറ്റൂ.

സ്ഥലത്തിന്റെ പ്രകൃതിരമണീയത സഞ്ചാരികളെ ഇങ്ങോട്ട് ആകർഷിക്കുമെങ്കിലും യക്ഷി എല്ലാക്കാലത്തും ഒരു തടസ്സം ആയി നില

കൊണ്ടു.

വള്ളിക്കുന്നം പാപ്പന്റെ മരിച്ചു പോയ ആദ്യ ഭാര്യ ക്ലാരയാണ് യക്ഷി യായി അലയുന്നതെന്നാണ് നാട്ടുകാർക്കിടയിലെ സംസാരം. പാപ്പന്റെ കാപ്പിത്തോട്ടത്തിനും വനത്തിനും മദ്ധ്യേ ആനയുടെ ചവിട്ടേറ്റ് മരിക്കു മ്പോൾ അവർ ഗർഭിണിയായിരുന്നു എന്നാണ് കേട്ടുകേൾവി.

പാപ്പന്റെ ഇളയ പെങ്ങൾ മേരിയെ കല്യാണം കഴിച്ചു വിട്ട ശേഷം ഇടക്കാലം കൊണ്ട് യക്ഷി ശല്യം കേൾക്കാനില്ലായിരുന്നു. പാപ്പന്റെ വീ ട്ടിൽ പെണ്ണുങ്ങൾ ഉള്ളത് യക്ഷിയെ കോപാകുലയാക്കുമത്രേ.

ക്ലാരയുടെ മരണശേഷം ഒറ്റാംതടിയായി വിലസിനടന്ന പാപ്പൻ ര ണ്ടാമതൊരു കല്യാണം കഴിക്കുന്നത് അഞ്ചാറു കൊല്ലം മുൻപാണ്. അങ്ങേരുടെ രണ്ടാംഭാര്യയുടെ പേരും ക്ളാര എന്ന് തന്നെയായത് യാ ദൃച്ഛികം ആകാം. അവരുടെ വരവിനു ശേഷം അധികം കഴിയും മുൻ പേ പാൽക്കുളം മേട്ടിൽ വീണ്ടും യക്ഷിയിറങ്ങി. അന്ന് യക്ഷിയുടെ ആ ദ്യത്തെ ഇര ആയിരുന്നു വൈദ്യരുടെ മകൻ ജേക്കു.

പാപ്പന്റെ രണ്ടാം ഭാര്യ ക്ലാര അതിസുന്ദരിയായ ഒരു സ്ത്രീ ആയി രുന്നു. അവർ രാവിലത്തെ കുർബാന കഴിഞ്ഞ് പള്ളിയിൽ നിന്ന് ഇറ ങ്ങിവരുമ്പോൾ ആ സൗന്ദര്യം ഒരു നോക്കുകാണാൻ പള്ളിയിൽ നിന്ന് റോഡിലേക്ക് കെട്ടിയിറക്കിയ ഒതുക്കുകല്ലുകളുടെ ഇരുവശങ്ങളിലും നി രന്നു നിൽക്കുന്ന നാട്ടിലെ സുന്ദരക്കുട്ടപ്പൻമാർക്കിടയിൽ പലപ്പോഴും ഞാനും നിലയുറപ്പിച്ചിട്ടുണ്ട്.

തലയിൽ നിന്ന് സാരിയുടെ അറ്റം തോളിനു താഴേക്ക് വലിച്ചുമാറ്റി കെട്ടിയിടാത്ത നീണ്ട മുടി ഒന്ന് കുടഞ്ഞു അവർ നടന്നു വരുമ്പോൾ പ നിനീർചാമ്പപ്പൂക്കളുടെ ഗന്ധം അന്തരീക്ഷത്തിൽ ഒഴുകി വരും. അവർ ക്കു മാത്രമായി പനീർചാമ്പയുടെ സത്തുചേർത്തു നാട്ടിലെ പാരമ്പരാ ഗത വൈദ്യൻ ആയ കുട്ടിച്ചേട്ടൻ ഉണ്ടാക്കുന്നതാണത്രെ ആ സുഗന്ധ ദ്രവ്യം.

ഭ്രാന്തനായി അലഞ്ഞു തിരിയുന്ന ജേക്കു ചേട്ടന്റെ അപ്പനാണ് വൈ ദ്യർ. മകന്റെ അസുഖത്തിന് മാത്രം അപ്പന്റെ കയ്യിൽ മരുന്നില്ല.

കാപ്പിത്തോട്ടത്തിനപ്പുറം പാപ്പന് രഹസ്യമായി കഞ്ചാവ് കൃഷി ഉ ണ്ടെന്നും, കൃഷി സംരക്ഷിക്കാൻ പാപ്പൻ നടത്തുന്ന നാടകം ആണ് യ ക്ഷി എന്നും നാട്ടുകാർക്കിടയിൽ ഒരു ശ്രുതി ഉണ്ട്. ആരും പരസ്യമായി പറയാറില്ലെന്നു മാത്രം.

പാപ്പന് പ്രായമായി. പാപ്പന്റെ പകുതി പ്രായം പോലുമില്ലാത്ത ര ണ്ടാം ഭാര്യ ക്ലാരയാണ് ഇപ്പോൾ കാപ്പിത്തോട്ടത്തിന്റെ മേൽനോട്ടം. അ

വർ വന്ന് കുറച്ചു നാൾ കഴിഞ്ഞപ്പോൾ മുതൽ യക്ഷി ശല്യം വളരെ രൂക്ഷമായി. കാപ്പിത്തോട്ടത്തിലെ ചെറുപ്പക്കാരായ രണ്ടു പണിക്കാർ ആണ് ഈയടുത്ത കാലത്താണ് യക്ഷിയുടെ ആക്രമണത്തിന് ഇരയായത്. യക്ഷിക്ക് ക്ലാരയുടെ വരവ് തീർത്തും ഇഷ്ടപ്പെട്ടിട്ടില്ല പോലും.

കാര്യങ്ങൾ ഇങ്ങനെയൊക്കെയാണെങ്കിലും, യക്ഷിയുമില്ല മറുതയുമില്ല ദൈവങ്ങൾ പോലും ഇല്ല എന്ന് യുക്തിവാദം പറഞ്ഞു നടക്കുന്ന ഞങ്ങൾ കുറച്ചു പേർക്ക് ഇത് അത്രക്കങ്ങു വിശ്വസിക്കാൻ പറ്റിയിട്ടില്ല.

എന്റെ ഉറ്റ ചങ്കുകളായ ജോമോനും മഹേഷും ഒരു ദിവസം വൈകുന്നേരം മച്ചാന്റെ ചായക്കടയുടെ മുന്നിലെ വരാന്തയിൽ കിടക്കുന്ന ആടുന്ന ബെഞ്ചിന്റെ മുകളിൽ ആസനം ഉറപ്പിച്ചു വച്ച് ചുമ്മാ ഒരു പ്രഖ്യാപനം അങ്ങു നടത്തി.

'പാൽക്കുളം മേട്ടിൽ യക്ഷിയും ഇല്ല ഒരു കോപ്പുമില്ല, ആരോ മനുഷ്യർ ഒപ്പിക്കുന്ന പണിയാണ്.'

'എന്നാപ്പിന്നെ നിനക്കൊക്കെ ഇത്ര ധൈര്യം ആണേൽ ഒന്നു പോയിട്ടു വാടാ.'

കേട്ടു നിന്ന നീറു കൊച്ചാപ്പി ഏറ്റു പിടിച്ചു.

ചങ്കുകൾ രണ്ടും പെട്ടു.

സ്ഥലത്തെ പ്രധാന ദിവ്യനാണ് കൊച്ചാപ്പിചേട്ടൻ . കൊച്ചാപ്പി എന്തെങ്കിലും കാര്യം പിടിച്ചാൽ നീറു കടിച്ചു പിടിക്കുംപോലെയാണ്. ചത്താലും പിടി വിടില്ല. അതുകൊണ്ട് അങ്ങേരെ നാട്ടുകാർ വിളിക്കുന്ന പേര് നീറ് എന്നാണ്.

ഇനി തോറ്റു കൊടുത്തിട്ടു കാര്യം ഇല്ല. നീറ് വിട്ടിട്ട് വേണ്ടേ ഊരിപ്പോകാൻ !

'അതിനെന്നാ ഞങ്ങളു പോകും, എന്നാപ്പിന്നെ യക്ഷി പിടിക്കുന്നതൊന്നു കാണട്ടെ.' മഹേഷ് ഉറപ്പിച്ചു.

'ചുമ്മാ പോയി എന്ന് പറഞ്ഞാൽ ഞങ്ങൾ വിശ്വസിക്കില്ല മക്കളേ.... മേടിനു മുകളിലുള്ള പള്ളിക്കുരിശിന്റെ അടുത്തു നിന്ന് ഡേറ്റ് വച്ചുള്ള സെൽഫി എടിത്തിട്ട് കൊണ്ടുവന്ന് കാണിക്ക്.' നീറ് അവസാനത്തെ ആണിയും അടിച്ചു.

'നിങ്ങടെ കൂട്ടത്തിൽ ഒരു ചെകുത്താൻ കൂടി ഇല്ലേ അവനെയും കൂടി കൂട്ടിക്കോ, മൂന്നു ശല്യങ്ങൾ ഒന്നിച്ച് ഒഴിവായി കിട്ടുമല്ലോ.' നാട്ടുകാരുടെ മുഴുവൻ പിന്തുണയും കൊച്ചാപ്പിക്ക്.

ചുമ്മാ ഒന്നുമറിയാതെ വീട്ടിലിരുന്ന ഞാൻ, മൂന്നാമത്തെ ചെകു

ത്താൻ, കൊച്ചാപ്പി വച്ച കെണിയിൽ മൂക്കും കുത്തി വീണു. അങ്ങേരുടെ മൂന്നു പെൺ മക്കൾക്കും ഒന്നിടവിട്ട ദിവസങ്ങളിൽ പേര് മാത്രം മാറ്റി ഒരേ പ്രേമലേഖനം കൊടുത്തു പരാജയപ്പെട്ട എനിക്കിട്ട് ഒരു പണി പണിത സന്തോഷത്തിൽ കൊച്ചാപ്പിചേട്ടൻ പൊട്ടിച്ചിരിച്ചു എന്ന് ചങ്കുകൾ പറഞ്ഞപ്പോൾ എന്റെ രക്തം തിളച്ചു.

ഒന്നും ചെയ്യാനില്ല, പോകുക തന്നെ. പാൽക്കുളം മേട്ടിലെ യക്ഷിയെ കാണാൻ.

'ടാ പോവുകയാണെങ്കിൽ ഇപ്പോൾ പോകണം... മേട് മുഴുവൻ തീ കത്തിയിയിട്ടു കുറച്ചു ദിവസമേ ആയിട്ടുള്ളു... പുല്ലില്ലാത്ത കൊണ്ട് ആന ശല്യം ഉണ്ടാവില്ല.' ഞങ്ങളുടെ ആദ്ധ്യാത്മികഗുരു അനിക്കുട്ടന്റെ ഉപദേശം കൂടിയായപ്പോൾ, രണ്ടു ദിവസം കഴിഞ്ഞു വരുന്ന ഞായറാഴ്ച രാവിലെ പുറപ്പെടാം എന്ന് തീരുമാനം ആയി.

ശനിയാഴ്ച വൈകുന്നേരം വേനലിനു അന്ത്യം കുറിച്ചു കൊണ്ട് മണ്ണുതണുക്കെ പുതുമഴ പെയ്തു.

ഞായറാഴ്ച രാവിലെ ഞങ്ങൾ പാപ്പന്റെ കാപ്പിത്തോട്ടത്തിനുള്ളിൽ അതിക്രമിച്ചു കടക്കുമ്പോൾ കടലുപോലെ, വെളുത്തനിറത്തിൽ കാപ്പി പൂത്തുലഞ്ഞു കിടക്കുകയായിരുന്നു. കാപ്പിപ്പൂവിന്റെ മത്തു പിടിപ്പിക്കുന്ന മാദകഗന്ധം ചുറ്റുപാടും വ്യാപിച്ചിരുന്നു.

ആ പരിമളം ഞങ്ങളെ പാൽക്കുളം മേടിന്റെ മുകളറ്റം വരെ പിന്തുടരുമെന്നു തോന്നി.

അനിക്കുട്ടൻ പറഞ്ഞത് പോലെ കാട്ടുതീ മലയെ വിഴുങ്ങി അധിക ദിവസങ്ങൾ ആകാത്തതു കൊണ്ട് ദൂരക്കാഴ്ച്ച കിട്ടിയത് നടപ്പിന് വേഗം കൂട്ടി.

മലമുകളിലേക്ക് നടക്കുംതോറും കാപ്പിപൂവിന്റെ ഗന്ധം നേർത്തു വന്നു. പകരം മറ്റൊരു മാദകഗന്ധം അന്തരീക്ഷത്തിൽ നിന്ന് ഒഴുകി വരാൻ തുടങ്ങി.

'എടാ കഞ്ചാവ് പൂത്ത മണം...' അതു വരെ വലിയ സംസാരമൊന്നുമില്ലാതെ നടന്നിരുന്ന ജോമോൻ ഉഷാറായി.

'മലഞ്ചെരുവിൽ എവിടെയോ പാപ്പന് കൃഷിയുണ്ട്..... നാട്ടുകാര് പറയുന്നത് നുണയാണ് ... ഇവിടെ യക്ഷിയും മറുതയും ഒന്നുമില്ല '

പോയ ജീവൻ തിരിച്ചു കിട്ടിയ പോലെ വലിയൊരു ധൈര്യം കൈവന്നു. ഞങ്ങൾ ഉത്സാഹിച്ചു മലകയറി.

മലയുടെ ഉച്ചിയിലേക്ക് എത്തുന്നതിന്റെ തൊട്ടു താഴെയുള്ള പാറക്കെട്ടുകൾക്കിടയിലാണ് കുളം. ഇന്നലത്തെ മഴയുടെ വെള്ളം കെട്ടി നിൽ

ക്കുന്നതാണോ അതോ കടുത്ത വേനലിലും വറ്റാത്തതാണോ എന്നറിയില്ല കുളത്തിൽ കുറച്ചു വെള്ളം ഉണ്ട്. അൽപനേരം വിശ്രമിച്ചശേഷം ഞങ്ങൾ വീണ്ടും കയറി.

പാൽക്കുളം മേടിന്റെ മുകൾപ്പരപ്പ്. പണ്ടെങ്ങോ പള്ളിക്കാർ സ്ഥാപിച്ച വലിയ തടിക്കുരിശ് മറിഞ്ഞു പോകാതെ ചേർത്തു വച്ചിരുന്ന വലിയ പാറക്കല്ലുകളിൽ ഇരുന്ന് സെൽഫികൾ എടുത്തു കൊണ്ട് മലമുകളിൽ സിഗ്നൽ എത്തിക്കാത്ത മൊബൈൽ കമ്പനിക്കാരെ തെറി വിളിച്ചു ഞങ്ങൾ.

'സിഗ്നൽ ഒരു കട്ട കിട്ടിയാൽ ഇവിടുന്നു ലൈവ് വിളിച്ചു കൊച്ചാപ്പിയോട് രണ്ടു പറയാമായിരുന്നു'

മഹേഷിനു നിരാശ.

'സാരമില്ലടാ സെൽഫി അല്ലെ ഉള്ളത്... നമ്മളെ വെല്ലുവിളിച്ച വേട്ടാവളിയന്മാർക്കെല്ലാം അയച്ചു കൊടുക്കണം.'

ജോമോന് സന്തോഷം.

'ബ്രോയ് ഈ കുരിശിന്റെ ചോട്ടിൽ ഇളിച്ചു നിക്ക് നീ... ഞാനൊരു ഉശിരൻ പോട്ടം പിടിച്ചു തരാം.., കൊച്ചാപ്പീടെ മൂന്നു പെൺമക്കൾക്കും അയച്ചു കൊടുക്കണം.' ജോമോനിലെ ഫോട്ടോഗ്രാഫർ തലപൊക്കി.

'ബ്രോ എന്റെ ഐഫോണിൽ എടുക്ക്, കിടിലൻ ഫോട്ടം ആണ്.' മഹേഷിന്റെ വക.

'പാൽക്കുളം മേട്ടിലെ യക്ഷീ...'

മൂന്നു പേരും കൂടി ഉച്ചത്തിൽ കൂവിയാർത്തു പ്രകൃതി ഭംഗി മൊബൈലിൽ പകർത്തിക്കൊണ്ടിരിക്കുമ്പോൾ പെട്ടെന്ന് കാലാവസ്ഥ മാറി.

അപ്രതീക്ഷിതമായി ആകാശത്തു നിന്ന് മേഘശകലങ്ങൾ ഇറങ്ങി വന്ന് മൂടൽമഞ്ഞു പോലെ മേടിന്റെ നിറുകയെ പൊതിഞ്ഞു. തണുത്ത പിശിരൻ കാറ്റ് വീശാൻ തുടങ്ങി.

'ബ്രോസ്... തിരിച്ചു പോയേക്കാം...' എന്റെ ശബ്ദത്തിൽ ഒരു ഇടർച്ച ഉണ്ടോ....? ഹേയ്, ഇല്ല തോന്നിയതാവാം.

ഞങ്ങൾ തിരിച്ചിറങ്ങാൻ തുടങ്ങി. മൂടൽ മഞ്ഞിനൊപ്പം കട്ടിയുള്ള പുക അന്തരീക്ഷത്തിൽ പടരുന്ന പോലൊരു തോന്നൽ. കഞ്ചാവിന്റെ രൂക്ഷഗന്ധം പുകപടലങ്ങൾക്കൊപ്പം മൂക്കിലേക്ക് ഇരച്ചു കയറി.

'ടാ വഴി കാണാവോ?...' മഹേഷിന്റെ ശബ്ദം അങ്ങെവിടെയോ നിന്നു കേൾക്കും പോലെ എന്റെ ചെവിയിൽ പ്രതിധ്വനിച്ചു.

'നമ്മൾ പറക്കുകയല്ലേ.... ഇനി വഴിയെന്തിനാ...' ജോമോൻ കുഴഞ്ഞ സ്വരത്തിൽ മറുപടി പറയുന്നതും ഞാൻ കേട്ടു.

'....മ്മക്ക്.. ങ്ങനെ പറന്നു പറന്നു പോകാം... '

കഞ്ചാവിന്റെ പുക സിരാപടലങ്ങളിൽ വ്യാപിച്ച് സ്വബോധത്തിന്റെ അവസാനത്തെ പടിയിൽ നിൽക്കുമ്പോൾ ഞാൻ ആ കാഴ്ച കണ്ടു.

പുക മഞ്ഞു മാറി തെളിഞ്ഞു വരുന്ന ആകാശത്ത് ഒരു ഭീമാകാര രൂപം.

പനങ്കുല പോലെ മുടി കാറ്റത്തു പാറിപ്പറത്തി യക്ഷി !

കാലുകൾ നിലത്തു തൊടാതെ അവൾ മലമുകളിൽ നിന്നിറങ്ങി എന്റെ നേർക്ക് നടന്നു വന്നു. ചിരപരിചിതമായ ഏതോ ഒരു വശ്യഗന്ധം എന്നെ പൊതിഞ്ഞു. മൂടൽമഞ്ഞിനു കനമേറി വരുന്നതും, ആരോ പിടിച്ചു വലിച്ചപോലെ മലമുകളിൽ നിന്ന് താഴേക്കൂർന്നു പോകുന്നതും മാത്രം ഞാനറിഞ്ഞു.

പിറ്റേന്ന് ബോധം വീണപ്പോൾ മഹേഷും ജോമോനും നടത്തിയ തിരച്ചിലിനൊടുവിൽ വെള്ളം വറ്റാത്ത കുളത്തിനരുകിലെ തീ കത്തിയമർന്നു പോകാതെ ശേഷിച്ച ഈറ്റക്കാടിനരുകിൽ യക്ഷി കടിച്ചീമ്പി ജീവച്ഛവം പോലെ കിടന്ന എന്നെ കണ്ടെത്തുമ്പോൾ മഹേഷിന്റെ ഐഫോൺ എന്റെ ഇടം കയ്യിൽ ഭദ്രമായി പിടിച്ചിരുന്നത്രെ.

കുറച്ചു ദൂരം താങ്ങിയെടുത്തും പിന്നെ ചുമന്നും ചെളിയും കരിയും പുരണ്ട ഒരു വികൃതരൂപമായി അവർ എന്നെ വൈദ്യരുടെ വരാന്തയിൽ കിടത്തുമ്പോൾ എനിക്ക് നല്ല ബോധം ഉണ്ടായിരുന്നു.

ചുറ്റും കൂടി നിന്ന മുഖങ്ങളിൽ, എന്തിന് നീറു കൊച്ചാപ്പിയുടെ മുഖത്തു പോലും സങ്കടവും സഹതാപവും.

എല്ലാവരും പരിതപിക്കുമ്പോൾ ഒരാൾ മാത്രം എന്റെ അടുത്തു വന്നിരുന്ന് എന്റെ കവിളിൽ തൊട്ട് എന്നെ നോക്കി ചിരിച്ചു.

ഭ്രാന്തൻ ജേക്കുചേട്ടൻ !

ആ ചിരിയുടെ അർത്ഥം എനിക്കു മാത്രം മനസ്സിലായി.

എന്നെ കടിച്ചീമ്പി കരിമ്പിൻചണ്ടി പോലെ ഈറ്റക്കാടിനരുകിൽ വലിച്ചെറിഞ്ഞ യക്ഷിയുടെ വിടർത്തിയിട്ട മുടിയിഴകൾക്ക് പനിനീർചാമ്പ പൂക്കളുടെ മദിപ്പിക്കുന്ന ഗന്ധമായിരുന്നു എന്ന് ഞാൻ പറയാതെ അറിഞ്ഞു എന്നായിരുന്നു ഭ്രാന്തൻ ജേക്കു ചേട്ടന്റെ ചിരിയുടെ അർത്ഥം.

ഞാനും ചിരിച്ചു, കാരണം മഹേഷിന്റെ ഫോണിലെ ഫോട്ടോകൾ മാറിമാറി നോക്കി നീറു കൊച്ചാപ്പിയുടെ മൂന്നു പെൺമക്കളും പ്രേമപൂർവ്വം എന്നെ ഒളികണ്ണിട്ടു നോക്കുന്നുണ്ടായിരുന്നു.

♦

ഉറക്കഗുളിക

'എനിക്ക് നിങ്ങളെ ഇഷ്ടമില്ല.'

ബെഡിലേക്ക് നീണ്ടുനിവർന്നു കിടക്കുമ്പോൾ, തലയിണക്കു പകരം സ്വന്തമാക്കി വച്ചിരിക്കുന്ന തന്റെ വലതു കൈ മടക്കി അതിലേക്ക് തല ഉയർത്തി വച്ച് ആൻസി പറഞ്ഞപ്പോൾ അലോഷി മുഖം തിരിച്ചൊന്നു നോക്കി.

'അതിപ്പോ പുതിയ കാര്യം ഒന്നുമല്ലല്ലോ?'

ചിരിച്ചിട്ട് വളരെ നിസാരമായി ഒരു മറുപടി പറഞ്ഞിട്ട് അവൾ തലയ്ക്കു കീഴെ മടക്കി വച്ചിരുന്ന തന്റെ കൈ നിവർത്തി അവളുടെ മുഖം തന്റെ തന്റെ ശരീരത്തേക്ക് വലിച്ചടുപ്പിച്ചു വച്ചു കൊണ്ട് അയാൾ ഇടതു കൈ ഉയർത്തി ബെഡ് സ്വിച്ച് ഓഫ് ചെയ്തു.

ഉറക്കത്തിൽ ഇടക്കെപ്പോഴോ കൈത്തണ്ടയിൽ ചെറിയ ഒരു നനവ് അനുഭവപ്പെട്ടപ്പോൾ അലോഷി ഞെട്ടി ഉണർന്നു. ബെഡ്സ്വിച്ച് ഓൺ ചെയ്തു നോക്കുമ്പോൾ വെറുതെ കണ്ണുകൾ തുറന്നു മുകളിലേക്ക് നോക്കിക്കിടക്കുകയാണ് ആൻസി. കണ്ണിന്റെ കോണിലൂടെ നീർതുള്ളികൾ ഒഴുകിയിറങ്ങി തന്റെ കൈത്തണ്ടയും തലയിണയും നനഞ്ഞിരിക്കുന്നു.

'ആൻസി..?'

'ഉം...'

'നീയിതു വരെ ഉറങ്ങിയില്ലേ?'

അയാൾ കയ്യെത്തിച്ചു മൊബൈൽ ഫോൺ എടുത്തു നോക്കുമ്പോൾ സമയം രണ്ടു മണിയാകുന്നു.

'ഉറക്കം വന്നില്ല.'

'ഉറക്കം വന്നില്ലേ..? എന്നാ പറ്റി നിനക്ക്?'

'എനിക്ക് നിങ്ങളെ സ്നേഹിക്കാൻ പറ്റുന്നില്ല.'

'പറ്റുന്നില്ലെങ്കിൽ വേണ്ട...ഇപ്പൊ നീ കിടന്നുറങ്ങു !'

'എനിക്ക് നമ്മുടെ മക്കളെയും സ്നേഹിക്കാൻ കഴിയുന്നില്ല !'

അലോഷി ബെഡിൽ എഴുന്നേറ്റിരുന്നു. കല്യാണം കഴിഞ്ഞിട്ട് പന്ത്രണ്ടു കൊല്ലങ്ങൾ കഴിഞ്ഞു. രണ്ടു മക്കൾ. വളരെ സ്വസ്ഥമായ കുടുംബ ജീവിതം. അലോഷി ഗവണ്മെന്റ് ജീവനക്കാരൻ. ആൻസി വീട്ടിലെ കാ

ര്യങ്ങൾ ഭംഗിയായി നോക്കി കുട്ടികളെ പഠിക്കാൻ സഹായിച്ച് ഒരേക്കർ സ്ഥലം ഉള്ളതിൽ അത്യാവശ്യം കൃഷിയുടെ മേൽനോട്ടവും ആയി ബാധ്യതകൾ ഇല്ലാത്ത ജീവിതം.

ഓഫീസിലും പുറത്തും എല്ലാവരോടും സ്നേഹത്തോടെ പെരുമാറുന്ന അലോഷിക്ക് ഭാര്യയ്ക്കും കുട്ടികൾക്കുമപ്പുറം മറ്റൊരു ജീവിതമില്ല.

അയാൾ ആൻസിയുടെ കണ്ണുകൾ തുടച്ചുകൊണ്ട് അവളെ പതിയെ ഉയർത്തി തന്റെ നെഞ്ചിലേക്ക് ചാരി ഇരുത്തി.

'എന്താടോ പറ്റിയത്?'

'എനിക്കറിയില്ല ചേട്ടായി.... എന്റെ നെഞ്ചിൽ എന്തോ ഒന്ന് കുരുങ്ങി കിടക്കും പോലെ. എനിക്ക് മനസ്സുതുറന്നൊന്നു ചിരിക്കാൻ പോലും സാധിക്കുന്നില്ല.'

'പെട്ടെന്ന് ഇങ്ങനൊക്കെ ഉണ്ടാവാൻ എന്തു സംഭവിച്ചു?... ഞാൻ എന്തെങ്കിലും അരുതാത്തതു പറഞ്ഞോ തന്നോട്?.... അതോ മക്കൾ?'

'ഇല്ല... ഒരിക്കലും ഇല്ല.... എന്നും എപ്പോഴും നിങ്ങൾ എന്നെ സ്നേഹിക്കുന്നു അതാണ് എന്റെ പ്രശ്നം!'

'എടോ.. താനെന്തൊക്കെയാ ഈ പറയുന്നത്..? സ്വന്തം ഭർത്താവും കുട്ടികളും ആത്മാർത്ഥമായി സ്നേഹിക്കുന്നത് എപ്പോഴെങ്കിലും ഒരു സ്ത്രീക്ക് പ്രശ്നം ആകുമോ? '

'അറിയില്ല ! എനിക്കൊന്നും അറിയില്ല ! പക്ഷേ ഒന്നുമാത്രം അറിയാം, എനിക്ക് നിങ്ങളെ ആരെയും സ്നേഹിക്കാനോ ഇഷ്ടപ്പെടാനോ കഴിയുന്നില്ല!'

ആൻസി അലോഷിയുടെ നെഞ്ചിലേക്ക് വീണുകിടന്ന് വിങ്ങി വിങ്ങിക്കരഞ്ഞു.

'വല്ലാത്തൊരു മടുപ്പ്, പ്രായമായിപ്പോയപോലെ ഒരു തോന്നൽ. എത്ര ശ്രമിച്ചിട്ടും മനസ്സ് വേറെ എവിടെയൊക്കെയോ അലഞ്ഞു നടക്കുന്നു. ശരീരം മാത്രം യാന്ത്രികമായി എന്തൊക്കെയോ ചെയ്തു കൊണ്ടിരിക്കുന്നു!'

സ്വാന്ത്വനിപ്പിക്കാൻ വാക്കുകൾ തേടി അലോഷി കുഴഞ്ഞു. പ്രശ്നം എന്താണെന്നറിഞ്ഞാൽ അല്ലേ പരിഹാരം ഉണ്ടാക്കാൻ പറ്റൂ. പുലരും വരെ പാഴ്ശ്രമങ്ങൾ നടത്തി അയാളും വെറുതെ കരഞ്ഞുകൊണ്ട് ആൻസിയും ഉറങ്ങാതിരുന്നു.

രാവിലെ ഓഫീസിൽ പോകാതെ വീട്ടിൽ ഇരിക്കാൻ തുനിഞ്ഞ അലോഷിയെ ആൻസി തന്നെ നിർബന്ധിച്ചു ഓഫീസിൽ പറഞ്ഞു വിട്ടു.

വൈകിട്ടു തിരിച്ചെത്തിയതേ അയാൾ അന്വേഷിച്ചു.

'ആൻസി നീ പകൽ കിടന്നുറങ്ങിയോ?'

'ഇല്ല ചേട്ടായി, എനിക്ക് ഉറക്കം വന്നില്ല, സാരമില്ല ഞാൻ രാത്രി ഉറങ്ങിക്കോളാം...'

പക്ഷേ അന്നു രാത്രിയും ആൻസിയുടെ കണ്ണുകളിൽ നിന്ന് നിദ്ര അന്യമായി നിന്നു. കാവലിരുന്നു മടുത്ത് അലോഷി എപ്പോഴോ ഉറങ്ങിപ്പോയി.

പിറ്റേന്ന് ഉച്ചയൂണിന്റെ സമയത്ത് അലോഷി തന്റെ സങ്കടം ആത്മാർത്ഥ സുഹൃത്തായ ജയചന്ദ്രനുമായി പങ്കുവെച്ചു. വലിയൊരു പൊട്ടിച്ചിരി ആയിരുന്നു മറുപടി. മാത്രമല്ല അലോഷിയുടെ ഭാര്യയുടെ ഉറക്കമില്ലായ്മ ഒരു നിമിഷം കൊണ്ട് ഓഫീസിൽ എല്ലാവരിലേക്കും എത്തുകയും ചെയ്തു.

'എന്റെ അലോഷീ.... ഇതാണോ ഇത്ര വലിയ സംഭവം?... ഒരു ഉറക്ക ഗുളികയിൽ തീരാവുന്ന പ്രശ്നത്തെക്കുറിച്ചാണോടോ താനീ തല കുത്തി നിന്ന് ആലോചിക്കുന്നത്?' ചിരിച്ചു കൊണ്ടു തന്നെയായിരുന്നു ജയചന്ദ്രന്റെ ചോദ്യവും.

ബൈജു സാർ തന്റെ ഇരിപ്പിടത്തിൽ നിന്നെഴുന്നേറ്റ് അലോഷിയുടെ അടുത്തു വന്നിരുന്നു.

'ടോ... നമ്മൾ ആണുങ്ങളുടെ ശരീരം പോലല്ല ഈ സ്ത്രീകളുടെ ശരീരം. കല്യാണം കഴിഞ്ഞ് ഒന്നു രണ്ടു പ്രസവിച്ചു കുറേക്കാലം കഴിയുമ്പോൾ ഉറക്കമില്ലായ്മയും മറ്റു കാര്യങ്ങളോട് വലിയ താല്പര്യമില്ലായ്മയും ഒക്കെ കാണിച്ചു തുടങ്ങും. ഇതത്ര വലിയ കാര്യമാക്കാൻ ഒന്നുമില്ല. പതിയെപ്പതിയെ അവർക്കതൊരു ശീലമായിക്കോളും.'

'ദേ.. അതാണ് കാര്യം..... പത്തിരുപതു കൊല്ലം ജീവിച്ചു പോന്ന വീടും, അപ്പനേം അമ്മേം എല്ലാം മറന്നു ഒരാഴ്ച കൊണ്ട് കെട്ട്യോന്റെ വീട് സ്വന്തം വീടാക്കി മാറ്റാൻ കഴിയുന്നവരാ പെണ്ണുങ്ങള്.... അവർക്ക് ഇതും ഇതിനപ്പുറവും സഹിക്കാനും ശീലമാക്കാനും കഴിയുമെടോ...' പ്രായത്തിൽ സീനിയർ ആയ രാജേഷ് സാറും ബൈജു സാറിനെ പിന്താങ്ങി.

'താനൊരു കാര്യം ചെയ്യ് അലോഷി, ആ ജയന്റെ മെഡിക്കൽ സ്റ്റോറിൽ നിന്ന് രണ്ടു ഉറക്കഗുളിക മേടിച്ചു കൊടുത്തു നോക്ക്. നമുക്ക് നോക്കാലോ....' ജയചന്ദ്രൻ പറഞ്ഞത് ശരിയാണെന്ന് അലോഷിക്കും തോന്നി.

മൂന്നു നിദ്രയില്ലാത്ത ദിവസങ്ങൾക്കു ശേഷം ഒരു ഉറക്കഗുളികയുടെ

പിൻബലത്തിൽ അന്ന് ആൻസി സുഖമായി ഉറങ്ങി. പിറ്റേന്ന് രാവിലെ ചിരിച്ച മുഖവുമായി നിൽക്കുന്ന അവളെ കണ്ടുകൊണ്ട് ഉറക്കമുണർന്ന അലോഷിക്കും വലിയ സന്തോഷം തോന്നി.

രണ്ടാമത്തെ ഉറക്കഗുളികയും തീർന്ന മൂന്നാം ദിനം രാത്രി വീണ്ടും അവൾക്കു ഉറക്കം നഷ്ടപ്പെട്ടു.

അടുത്ത ദിവസം വീണ്ടും മെഡിക്കൽ സ്റ്റോറിൽ നിന്ന് ഉറക്കഗുളികയും വാങ്ങിക്കൊണ്ട് ഇറങ്ങി വരുമ്പോഴാണ് രാജുവേട്ടനെ കാണുന്നത്. ഓഫീസിലെ പ്യൂൺ ആണ് രാജുവേട്ടൻ. റിട്ടയർ ആകാൻ ഒരു വർഷത്തിൽ താഴെ മാത്രം. അലോഷിയുടെ വീടിന്റെ അടുത്താണ് താമസം.

'എന്താ രാജുവേട്ടാ... വീട്ടിലേക്കാണോ..?'

'അതേ...'

'എന്നാ വരൂ, ഞാൻ ഡ്രോപ്പ് ചെയ്യാം.' ബൈക്കു സ്റ്റാർട്ട് ചെയ്തുകൊണ്ട് അലോഷി പറഞ്ഞു.

ഒന്നും മറുപടി പറയാതെ അയാൾ ബൈക്കിന്റെ പിന്നിൽ കയറി. എപ്പോഴും എല്ലാവരോടും സ്നേഹത്തോടെ ചിരിച്ചു സംസാരിച്ചു നടക്കുന്ന രാജുവേട്ടൻ മൗനമായിരിക്കുന്നതു കണ്ട് അലോഷി ചോദിച്ചു.

'എന്തുണ്ട് രാജുവേട്ടാ വിശേഷങ്ങൾ? എന്താണ് ഒന്നും മിണ്ടാത്തത്?'

'അലോഷി സാറേ, സാറ് എപ്പോഴെങ്കിലും ഭാര്യയെ പ്രണയിച്ചിട്ടുണ്ടോ?'

അപ്രതീക്ഷിതമായ ഒരു മറുചോദ്യം ആയിരുന്നു രാജുവേട്ടന്റെ പ്രതികരണം.

'അതെങ്ങനെ രാജുവേട്ടാ... ഞങ്ങളുടെ കല്യാണം വീട്ടുകാർ നിശ്ചയിച്ചു നടത്തിയതല്ലേ?'

'ഞാൻ ചോദിച്ചത് സാർ കാമുകിയെ പ്രണയിച്ചിട്ടുണ്ടോ എന്നല്ല...'

അലോഷിയുടെ കൈകൾ അറിയാതെ ആക്സിലേറ്ററിൽ നിന്ന് അയഞ്ഞു. ബൈക്ക് സ്ലോ ആയി.

'വിവാഹം കഴിഞ്ഞശേഷം ഭാര്യയെ എപ്പോഴെങ്കിലും പ്രണയിച്ചിട്ടുണ്ടോ എന്നാണ്...'

'ഭാര്യയെ ആരെങ്കിലും പ്രണയിക്കുമോ? അവളെ സ്നേഹിക്കുകയല്ലേ ചെയ്യുന്നത്?'

'അലോഷി സാർ വണ്ടി ഒന്നു നിർത്തിക്കേ...'

അയാൾ ബൈക്ക് റോഡരികിലെ കൂറ്റൻ വാകമരത്തിന്റെ ചുവട്ടിലേക്ക് ഒതുക്കി നിർത്തി.

രാജുവേട്ടൻ വണ്ടിയിൽ നിന്നിറങ്ങി വാകമരച്ചുവട്ടിൽ രണ്ടു കല്ലു

കൾക്ക് മുകളിൽ ഉയർത്തി വച്ചിരുന്ന നീളമുള്ള കമുകിൻ തടിയിലേക്ക് ഇരുന്നുകൊണ്ട് അലോഷിയെ കൈ കാട്ടി വിളിച്ച് അടുത്തിരുത്തി.

'സാർ കഴിഞ്ഞ ദിവസം ഓഫീസിൽ പറഞ്ഞതെല്ലാം ഞാൻ കേട്ടിരുന്നു. ഉറക്ക ഗുളികയ്ക്ക് വേണ്ടി മെഡിക്കൽ സ്റ്റോർ കയറിയിറങ്ങുന്നതും കണ്ടു.'

അലോഷി തല താഴ്ത്തി.

'പ്രണയം അത്ര ചീപ്പായ ഒരു കാര്യം ആയിട്ട് സാറിനു തോന്നിയിട്ടുണ്ടോ.....? അതോ അതു പരസ്പരം അറിയാത്ത കാമുകി കാമുകൻമാർക്കിടയിൽ മാത്രം ഉറവെടുക്കുന്ന ഒരു പ്രത്യേക വികാരം ആണെന്ന് ആരെങ്കിലും എഴുതി വച്ചിട്ടുണ്ടോ?'

അലോഷി ജീവിതത്തിൽ ആദ്യമായി കണ്ടു മുട്ടുന്ന ഒരു മനുഷ്യനെപ്പോലെ രാജുവേട്ടനെ തുറിച്ചു നോക്കി.

'ഇരുപത്തി മൂന്നാമത്തെ വയസ്സിൽ കല്യാണം കഴിച്ചവനാ സാറേ ഞാൻ. ഞങ്ങൾ ഇന്നും പ്രണയിക്കുന്നു. അന്നത്തേതിനേക്കാൾ കൂടുതൽ തീവ്രമായി..!!!'

തന്ത്രത്ര പഠിപ്പും വിവരവും ഇല്ലാത്ത പഴയ തലമുറയിൽ പെട്ട ഒരാളാണ് തന്നോട് സംസാരിക്കുന്നതെന്ന് അലോഷിക്ക് വിശ്വസിക്കാൻ കഴിഞ്ഞില്ല.

മനുഷ്യന്റെ മനസ്സിലെ മുറിവുകൾ കരിയിച്ചു കളയാൻ ദൈവം തന്ന ലോകത്തിലെ ഏറ്റവും ഉത്തമമായ വികാരമാണ് പ്രണയം. അതിനെ കാമുകന്മാർക്കും കാമുകിമാർക്കും മാത്രമായി വീതം വച്ച്, കച്ചവട താല്പര്യങ്ങൾക്കു വേണ്ടി കഥയും കവിതയും മെനഞ്ഞു, പൈങ്കിളി എന്നു മുദ്ര കുത്തി നാണക്കേടിന്റെ മുഖം കൊടുത്ത് സാധാരണക്കാരിൽ നിന്ന് അകറ്റി നിർത്തിയപ്പോളല്ലേ സാറേ ഇവിടെ ആളുകൾ ഉണങ്ങാത്ത മുറിവുകളുള്ള മനസ്സുമായി അലയാൻ തുടങ്ങിയത്....?

അയാൾക്കുള്ള മറുപടി പോലെ ഒരു കാറ്റു വീശി. കാറ്റത്തടർന്ന വെളുത്ത വാകപ്പൂക്കൾ മഴപോലെ പെയ്യാൻ തുടങ്ങിയപ്പോഴാണ് അലോഷിക്ക് താനിരിക്കുന്ന സ്ഥലത്തേക്കുറിച്ചുള്ള ഓർമ്മ പോലും ഉണ്ടായത്. രാജുവേട്ടന്റെ വാക്കുകളുടെ അലകൾ അയാളുടെ മനസിനെ ഉലച്ചു തുടങ്ങിയിരുന്നു.

'പക്ഷേ.... രാജുവേട്ടാ.... ചേട്ടനും ചേച്ചിയും ഇപ്പോഴും പ്രണയിക്കുന്നോ.... അതെങ്ങനെ ഈ പ്രായത്തിൽ ?'

'പ്രായം..... മണ്ണാങ്കട്ട !!!' രാജുവേട്ടൻ എഴുന്നേറ്റു.

'സാറേ ഞാൻ അറിഞ്ഞിടത്തോളം പ്രണയം പാത്രത്തിൽ പകരുന്ന

ജലം പോലെയാണ്. അതിന് എപ്പോഴും പാത്രത്തിന്റെ രൂപം തന്നെ ആയിരിക്കും........ എന്റെ പാത്രം അല്ലല്ലോ സാറിന്റെ പാത്രം.'

വീട്ടിലെത്തിയിട്ടും അലോഷിയുടെ ആലോചന ഒന്നു മാത്രമായിരുന്നു. രാജുവേട്ടൻ പറഞ്ഞതിലും അല്പം കാര്യമില്ലേ....?

പക്ഷേ എങ്ങനെയാണ് ആൻസിയെ പ്രണയിക്കുക.? അവളുടെ പ്രതികരണം എന്താവും?

വെളിയിൽ ആരെങ്കിലും, അല്ലെങ്കിൽ മക്കൾ അറിഞ്ഞാലുണ്ടാകുന്ന നാണക്കേട്... ഓർക്കാൻ തന്നെ നാണമാകുന്നു.

ഉറക്കഗുളിക കഴിച്ചു സുഖമായി കിടന്നുറങ്ങുന്ന ആൻസിയെ നോക്കി ഉറക്കം നഷ്ടപ്പെട്ടു കിടന്ന പല ദിവസങ്ങൾക്കു ശേഷം ഒരു പുലർച്ചെ അലോഷി തന്റെ മൊബൈലിൽ ആൻസിയുടെ നമ്പർ സെലക്ട് ചെയ്ത് അതിലേക്ക് ഒരു മെസ്സേജ് അയച്ചു.

രാവിലെ ഉറക്കമുണർന്ന് മുടി വാരിക്കെട്ടി അടുക്കളയിലേക്ക് നടക്കാൻ തുടങ്ങുന്നതിനു മുൻപ് മേശപ്പുറത്തു നിന്നെടുത്ത മൊബൈലിൽ ആൻസി ആ മെസ്സേജ് വായിച്ചു.

'പാതിനുണഞ്ഞ ഒരു മാംഗോ ബൈറ്റി ന്റെ മധുരം ഇപ്പോഴും എന്റെ നാവിലുണ്ട്.'

ഒരു നിമിഷം കൊണ്ട് ആ മുഖം ചുവന്നു തുടുക്കുന്നത് പുലരിയുടെ വെട്ടത്തിൽ പാതി തുറന്നു പിടിച്ച മിഴികളിലൂടെ അലോഷി കണ്ടു.

പെട്ടെന്നുതന്നെ ആരെങ്കിലും കണ്ടോ എന്നു ചുറ്റും നോക്കി ഒന്നുമറിയാത്തപോലെ അവൾ അടുക്കളയിലേക്ക് നടന്നു.

'അന്നു നുണഞ്ഞു മതിവരാത്ത മറുപാതിയുടെ മധുരം മുഴുവൻ നുകർന്നു തീർക്കുവാൻ എനിക്ക് കൊതിയുണ്ട്.... '

മൊബൈൽ ഫോണിൽ അടുത്ത മെസ്സേജ് വന്നപ്പോൾ അവൾ ചാടി എടുക്കുന്നതും ആ മുഖം നാണത്താൽ കുനിയുന്നതും പാതി തുറന്നിട്ട ജനാലച്ചില്ലിലെ പ്രതിബിംബത്തിലൂടെ അലോഷി വ്യക്തമായി കണ്ടു.

ആദ്യരാത്രിയിൽ അലോഷിക്കുവേണ്ടി കാത്തിരിക്കുമ്പോൾ മേശപ്പുറത്തുനിന്ന് വെറുതെയെടുത്തു നാവിലിട്ടു നുണഞ്ഞതായിരുന്നു ആ മാംഗോ ബൈറ്റ്. പാതി നുണഞ്ഞപ്പോഴേക്കും അലോഷി വന്നിരുന്നു. ഇറക്കണോ തുപ്പണോ എന്നാലോചിക്കുമ്പോൾ തന്നെ അയാളുടെ ചൊടികൾ അനുവാദം ചോദിക്കാതെ അതു നുണയാൻ തുടങ്ങിയിരുന്നു. മനോഹരമായ ആ ഓർമ്മയിൽ ശരീരം ഒന്നു കുളിരു കോരിയത് ആൻസി അറിഞ്ഞു.

'ചെറിയ വെള്ള പൂക്കൾ ഉള്ള ചുവന്ന ചുരിദാറിനോട് എനിക്ക് വല്ലാത്ത പ്രണയം ആയിരുന്നു. ' ഉച്ചക്ക് ഊണു കഴിഞ്ഞു വെറുതേ ഓരോന്നാലോചിച്ചു മനസ്സു കാടുകയറാൻ തുടങ്ങുമ്പോൾ മൊബൈലിൽ പുതിയൊരു മെസ്സേജ് എത്തി.

അലോഷി തന്നെ പെണ്ണുകാണാൻ വന്നപ്പോൾ താൻ ഇട്ടിരുന്ന ചുരിദാർ! എവിടെയൊക്കെയോ അലയാൻ വിട്ടുകൊടുക്കേണ്ട മനസ്സിനെ തിരികെപ്പിടിച്ച് ആദ്യമായി അലോഷിയെ കണ്ട സുന്ദരമായ ഓർമ്മകളിലേക്കെത്തിച്ചു ആ ഓർമ്മപ്പെടുത്തൽ.

രാത്രി ഉറങ്ങാൻ കിടക്കുന്നതിനു മുൻപ് അവൾ അടുത്ത മെസ്സേജിനു വേണ്ടി കാത്തിരുന്നു.

'പുലരിയാവാതിരിക്കാൻ പ്രാർത്ഥിച്ച രാത്രികളിലൊന്നിൽ ഒരു വെള്ളി പാദസരത്തിന്റെ എവിടെയോ എഴുന്നു നിന്ന അഗ്രം കൊണ്ട് എന്റെ നെഞ്ചിൽ നീളത്തിൽ ഒരു പോറൽ വീണു.'

ഇടതു നെഞ്ചിൽ വീണ ആ പോറലിന്റെ പാട് മാറും വരെ അവിടെ ഉമ്മ വെപ്പിച്ചു പരിഹാരം ചെയ്പിച്ചത് ഓർത്തപ്പോൾ ആൻസിയുടെ മരുഭൂമി പോലെ വിജനമായ മനസ്സിൽ ഒരു ചെറു നീരുറവ കിളിർത്തു.

പക്ഷേ ആ നെഞ്ചിൽ അതേ ശ്വാസവേഗത്തിൽ ഇന്ന് ഒരു ചുംബനം കൊടുക്കാൻ അവളുടെ മനസ്സിന് ആ കുഞ്ഞുറവയുടെ ആർദ്രത മതിയാവില്ലായിരുന്നു. ഉറക്കഗുളികയിൽ കടിഞ്ഞാണില്ലാത്ത മനസ്സിനെ തളച്ച് അവൾ ഉറങ്ങി.

പിറ്റേന്ന് പുലരിയിൽ പക്ഷേ അവളുടെ ഫോണിന്റെ മെസ്സേജ് കൗണ്ടർ ശൂന്യമായിരുന്നു. വല്ലാത്തൊരു നിരാശ തോന്നി ആൻസിക്ക്. ഉണങ്ങി ജലം വറ്റിക്കിടന്ന മരുഭൂമിയിലെ ചെറുനീരുറവ പിന്നെയും വറ്റി വരണ്ടു പോകുമെന്നു തോന്നി.

കോപവും നിസ്സംഗതയും ചേർന്നവിരക്തമായ മനസ്സുമായി അടുക്കളയിലെ പണികൾ ഓരോന്നായി ചെയ്യുമ്പോൾ മൊബൈലിൽ മെസ്സേജ് ടോൺ കേട്ടു.

'ഓഫീസിൽ ട്രാൻസ്ഫർ ആയി പഴയയൊരാൾ വന്നു. പന്ത്രണ്ടു വർഷങ്ങൾക്കപ്പുറത്തെ പരിചയം പുതുക്കണം എന്ന്. അനിത !'

അനിത !

വിവാഹം കഴിഞ്ഞ നാളുകളിലൊന്നിൽ ഓഫീസിൽ കൊണ്ടുപോയി എല്ലാവരേയും പരിചയപ്പെടുത്തുമ്പോൾ ഷേക്ക് ഹാൻഡിനു നീട്ടിയ കൈ തട്ടിമാറ്റി നടന്നു പോയവൾ ! അലോഷിക്കു വേണ്ടി എത്ര വർഷങ്ങൾ വേണമെങ്കിലും കാത്തിരിക്കും എന്ന് വീമ്പിളക്കിയിരുന്നത്രെ !

അന്ന് ഉച്ചക്ക് ചോറൂണിനു ശേഷം വിശ്രമിക്കുമ്പോൾ അലോഷിയുടെ മൊബൈലിൽ ആൻസിയുടെ ആദ്യത്തെ മെസ്സേജ് വന്നു.

'ആ ചുവപ്പു ചുരിദാറിലെ ചെറിയ പൂക്കളുടെ നിറം മഞ്ഞയായിരുന്നു. '

അലോഷിക്ക് സന്തോഷം കൊണ്ട് തുള്ളിച്ചാടാൻ തോന്നി! ആൻസി പ്രതികരിക്കാൻ തുടങ്ങിയിരിക്കുന്നു.

'നിന്റെ കണ്ണിന്റെ തിളക്കത്തിൽ പൂക്കളുടെ നിറം ഞാൻ മറന്നു വച്ചിരുന്നു... '

അടുത്ത മെസ്സേജ് പക്ഷേ മറ്റൊന്നായിരുന്നു.

'അനിതയുടെ കവിളത്തെ തിണർപ്പ് മാഞ്ഞുപോയിട്ടുണ്ടാവാം... പക്ഷേ എന്റെ കൈവെള്ളയുടെ ചൂട് ഹൃദയത്തിൽ നിന്ന് പോകാൻ 12 വർഷങ്ങൾ പോരാതെ വരും... അവൾ അവളുടെ ജോലി ചെയ്തോട്ടെ!'

'അതെപ്പോ....? '

'എന്റെ ഭർത്താവിനെ ഞാനൊരാൾ മാത്രം ഭാര്യയുടെ കണ്ണുകൾ കൊണ്ട് നോക്കുന്നതായിരുന്നു എനിക്കിഷ്ടം.. അന്നും........ ഇന്നും. '

അലോഷി അറിയുകയായിരുന്നു ആൻസിയെ, വർഷങ്ങൾ ഒരുമിച്ചു കഴിഞ്ഞിട്ടും അറിയാതെ പോയ അവളിലെ പെണ്ണിനെ.

അവന്റെ വാക്കുകളിലൂടെ, ആ കണ്ണുകളിൽ നിന്ന് പണ്ടേപ്പോഴോ അന്യമായിപ്പോയ മൃദുലവികാരങ്ങളെ സ്വന്തമാക്കി പതിയെപ്പതിയെ ആൻസിയുടെ ഉള്ളിലെ മരുഭൂമി കുളിരരുവികളും പച്ചപ്പും കൊണ്ട് നിറഞ്ഞു.

തിരിച്ചു കിട്ടിയ യൗവ്വനത്തിന്റെ തുടിപ്പിൽ പുലരിയാവാതിരിക്കാൻ പ്രാർത്ഥിക്കുന്ന രാത്രികൾ പതിയെപ്പതിയെ അവർ സ്വന്തമാക്കി.

കുറേ നാളുകൾക്കു ശേഷം രാജേട്ടന്റെ റിട്ടയർമെന്റിനോടാനുബന്ധിച്ചു നടന്ന കുടുംബ സംഗമത്തിൽ ആയിരുന്നു അവർ.

എതിർ വശത്തെ ടേബിളിലിൽ തന്റെ കണ്ണുകളെ അഭിമുഖീകരിക്കാൻ ബുദ്ധിമുട്ടുന്ന അനിതയെ നോക്കി ചിരിച്ചു കൊണ്ട് ആൻസി അലോഷിയുടെ കാതിൽ പറഞ്ഞു.

'എനിക്ക് നിങ്ങളെ ഇഷ്ടമാണ്...'

'അയ്യോ... ഞാനറിഞ്ഞില്ലല്ലോ... അതെപ്പോ.?' അലോഷി പൊട്ടിച്ചിരിച്ചു.

'അന്ന് നിങ്ങൾ ആദ്യമായി എന്നെക്കാണാൻ വന്നിട്ട് പോകാൻ ഇറങ്ങി വീണ്ടും തിരിച്ചു വന്ന് ഒരിക്കൽ കൂടി കാണണം പുറത്തേക്ക് ഒന്ന് വരുമോ എന്നു ചോദിച്ചില്ലേ അപ്പോൾ മുതൽ.'

'അത് നിന്റെ കണ്ണുകൾ ജനൽപ്പാളികൾക്കിടയിലൂടെ എന്നെത്തേടി വരുന്നൂ എന്ന് തോന്നിയതു കൊണ്ടല്ലേ...'

രണ്ടുപേരും ചേർന്ന് ഉച്ചത്തിൽ പൊട്ടിച്ചിരിക്കുന്നതു കണ്ട് ജയചന്ദ്രൻ ബൈജുവിനോട് പറഞ്ഞു.

'എന്താല്ലേ ഉറക്കഗുളികേടെ ഒരു ശക്തി....?'

'ഇതിപ്പോ മനുഷ്യരെ ചെറുപ്പക്കാരാക്കാൻ ശക്തിയുണ്ടേൽ ജയന്റെ മെഡിക്കൽ സ്റ്റോറിൽ നിന്ന് എനിക്കും വാങ്ങണം രണ്ട് ഉറക്കഗുളിക.'

റിട്ടയേർമെന്റിന് എല്ലാവരെയും അത്ഭുതപ്പെടുത്തിക്കൊണ്ട് അലോഷിയും ആൻസിയും ചേർന്ന് കഴുത്തിലിട്ടു കൊടുത്ത സ്വർണ്ണമാല സ്വന്തം ഭാര്യയുടെ കഴുത്തിൽ ഇട്ടുകൊടുത്തുകൊണ്ട് അവർക്കരുകിൽ നിന്നിരുന്ന രാജേട്ടൻ ഉറക്കെച്ചിരിച്ചു കൊണ്ട് പറഞ്ഞു.

രാജേട്ടന്റെ വാക്കുകളുടെ അർത്ഥമറിയാതെ ചുറ്റും നിന്നവർ വെറുതെ ചിരിച്ചു കൊണ്ടിരുന്നു. അലോഷിയുടെ മുഖത്തു മാത്രം അർത്ഥമറിഞ്ഞവന്റെ ആത്മാർത്ഥമായ ഒരു ചിരി നിറഞ്ഞു നിന്നിരുന്നു.

♦

കട്ടൻകാപ്പി

'ഡേവിസേ മുത്തേ.. ഒരു കട്ടൻ കാപ്പി എടുക്കട്ടേ?'

തൊട്ടു പിന്നിലെ ജനലരികിൽ നിന്ന് അപ്രതീക്ഷിതമായി വന്ന ചോദ്യം കേട്ട് വെളുപ്പാൻ കാലത്ത് ന്യൂസ് പേപ്പറിൽ തലയും പൂഴ്ത്തി വരാന്തയിലെ ചാരു കസേരയിൽ അലസനായി കിടന്നിരുന്ന ഡേവിസ് ഒന്നു തകിടം മറിഞ്ഞ് പത്തു നാൽപതു കൊല്ലം പിന്നോട്ടു പോയി.

കല്യാണം കഴിഞ്ഞതിന്റെ പിറ്റേന്ന് വെളുപ്പാൻ കാലം. വീടിന്റെ ഉമ്മറത്തു മൺ തറയിൽ അത്ര ഉറപ്പില്ലാതെ കിടന്ന, അനങ്ങുമ്പോൾ കരയാൻ തുടങ്ങുന്ന തടിബഞ്ചിൽ ഒരു കാല് ചന്തിക്കടിയിലേക്കു തിരുകിക്കയറ്റി മറ്റേക്കാല് താഴേക്ക് തൂക്കിയിട്ട് ആട്ടിക്കൊണ്ട് തലേന്നു രാത്രി തകർത്തു പെയ്ത മഴ മറന്നു വച്ചുപോയ തണുപ്പ് അയാൾ മെല്ലെ ആസ്വദിക്കുകയായിരുന്നു.

പെയ്തു തോർന്നു പോയ മഴയുടെ അവസാനത്തെ തുള്ളികൾ പുല്ലു മേഞ്ഞ പുരയുടെ മേൽക്കൂരയിൽ തങ്ങിനിന്ന് കൃത്യമായ ഇടവേളകളിൽ ഇറവാലത്തു കൂടി താഴേക്കു പതിക്കുന്നു.

മുമ്പു പെയ്ത തുള്ളികൾ മണ്ണിൽ തീർത്ത ചെറിയ കുഴിയിലേക്കു തന്നെ ഒരേ ഇടവേളകളിൽ പതിക്കുന്ന വെള്ളത്തുള്ളികൾ കണ്ടപ്പോൾ ഡേവിസിന് തലേന്നു രാത്രിയിലെ മധുരനിമിഷങ്ങൾ ഓർമ്മ വന്നു.

അകം പുറം മാറിപ്പോയതറിയാതെ രാവിലെ വലിച്ചു കേറ്റിയിട്ട സാന്റോ ബനിയന്റെ കയ്യില്ലാത്ത ഭാഗത്തു കൂടി അരിച്ചു കയറിയ ഒരു കുളിര് നെഞ്ചിലെ രോമങ്ങളെ എഴുന്നേൽപ്പിച്ചു നിർത്താൻ തുടങ്ങുമ്പോഴാണ് ചെവിയുടെ പിന്നിൽ ഇളം ചൂടുള്ള ശ്വാസം തട്ടിയത്. ഒപ്പം പതിഞ്ഞ ശബ്ദത്തിൽ ഒരു ചോദ്യവും.

'ഡേവിസേ മുത്തേ.. ഒരു കട്ടൻ കാപ്പി എടുക്കട്ടേ?'

അവൾ എഴുന്നേറ്റു വന്നതും കുളിക്കാൻ പോയതും അറിഞ്ഞിരുന്നേയില്ല. മറുപടി പറയാനല്ല തോന്നിയത്, വലിച്ച് മടിയിലേക്കു ചേർത്തിരുത്തി കുളികഴിഞ്ഞ് പുത്തൻ പച്ചപ്പട്ടത്തോർത്തു കൊണ്ട് പിന്നിലേക്ക് ഒതുക്കിക്കെട്ടിയ മുടിയിൽ നിന്ന് അനുസരണയില്ലാതെ താഴെക്കൂർന്നുവീണ് ഇടതു ചെവിയിലെ ജിമിക്കിക്കമ്മലിൽ താളം തുള്ളുന്ന

ചുരുണ്ട മുടിയിഴകളെ പിന്നിലേക്ക് ഒതുക്കി വച്ച് ആ കഴുത്തിന്റെ പിന്നിൽ ഒരു ചുംബനം കൊടുക്കാനായിരുന്നു.

അടുക്കളയിൽ നിന്ന് അമ്മയുടെ ശബ്ദം കേട്ട് സംയമനം പാലിക്കുമ്പോൾ തന്റെ കണ്ണിലെ കുസൃതി കണ്ടുപിടിച്ചിട്ടെന്നോണം ഒരു കള്ളച്ചിരിയും ചിരിച്ച് അവൾ അകത്തേക്കു പോയി.

അന്ന് വിറകെരിയുന്ന അടുപ്പിന് മുകളിൽ ചെറിയ അലുമിനിയക്കലത്തിൽ അവളുണ്ടാക്കിയ കട്ടൻകാപ്പിയുടെ അതേ സുഗന്ധം ഇപ്പോൾ വീണ്ടും ഡേവിസിന്റെ മൂക്കിനുള്ളിലേക്ക് ഇരച്ചു കയറി.

'എന്നാലുമെന്റെ ഡേവിച്ചാ ആരൊക്കെ സമ്മതിച്ചാലും നെങ്ങള് സമ്മതിക്കൂന്ന് ഞാൻ വെചാരിച്ചില്ല കേട്ടോ...'

രണ്ടു കയ്യിലും ചില്ലു ഗ്ലാസുകളിൽ ആവി പറക്കുന്ന കട്ടൻ കാപ്പിയുമായി വരാന്തയിലേക്ക് വരുന്നതിനിടെ കുഞ്ഞമ്മ പറഞ്ഞു.

'അതെന്നതാടീ കുഞ്ഞമ്മോ അങ്ങനൊരു വർത്താനം...? അവൻ എന്റെ മാത്രം മോനല്ലല്ലോ നെന്റേം കൂടിയല്ലിയോ...?'

'ആന്നേ... എന്നാലും വയസ്സാം കാലത്ത് തന്തേം തള്ളേം ഒറ്റക്കാക്കി അവൻ അച്ചിയേം കൊച്ചിനേം വാരിക്കെട്ടി കാനഡയ്ക്ക് പോണത് ശരിയാണോ കുഞ്ഞമ്മേന്ന് എടവകപ്പള്ളീലെ വല്യച്ചൻ ചോദിച്ചപ്പോ എന്റെ ചങ്കൊന്നു പെടഞ്ഞതാ കേട്ടോ... പിന്നേം നെങ്ങള് മല പോലെ നിക്കണ കണ്ടപ്പോ എന്റെ വായീന്ന് ഒച്ച പൊങ്ങിയില്ല.'

'ഓ അതിലിപ്പോ എന്നാ ഇരിക്കുന്നെടീ.. അവരുടെ ജീവിതമല്ലിയോ...? അതുങ്ങടെ ഒരാഗ്രഹത്തിന് എതിരു നിന്നോണ്ട് അവന്റെ മനസ്സു നോവിക്കാൻ പറ്റ്വോ നമ്മക്ക്..?'

'ആ പെണ്ണിന്റെ നിർബന്ധവാ... അല്ലെങ്കിൽ അപ്പനൊണ്ടാക്കിയ പറമ്പീന്നൊള്ള ആദായോം എന്റെ ശമ്പളോം ഒണ്ടെങ്കിൽ നമുക്ക് സുഖമായി ജീവിച്ചു പോകാമെടീയെന്ന് അവൻ എപ്പോഴും പറയുന്നത് കേക്കണതാ...' കുഞ്ഞമ്മ നെടുവീർപ്പിട്ടു.

'അതു നമ്മടെ സ്വാർത്ഥതയല്ലെടീ... അത്രേം കാശു മൊടക്കി കഷ്ടപ്പെട്ട് അവള് പഠിച്ച പഠിപ്പൊക്കെ എന്തിനാ...? ഈ അടുക്കളേൽ നിന്റൊപ്പം വെച്ചൊണ്ടാക്കി ജീവിക്കാനാണേൽ അവനു വേണ്ടി പെണ്ണന്വേഷിച്ച കാലത്ത് വിദ്യാഭ്യാസമൊള്ള മരുമോള് വേണമെന്ന് നമ്മള് നിർബന്ധം പിടിക്കാൻ പാടില്ലായിരുന്നു.'

'എന്താ ഡേവിച്ചോ... പെമ്പിളേം കെട്ട്യോനും കൂടെ പിള്ളേരു പോയെന്റെ സങ്കടത്തിലിരിക്കുവാന്നോ...?'

മണൽ വിരിച്ച മുറ്റത്തിനു തൊട്ടു താഴെ നിന്ന് അയൽക്കാരൻ സു

രേന്ദ്രന്റെ അഞ്ചാറു നരച്ച രോമങ്ങൾ മാത്രമുള്ള കഷണ്ടിത്തല പൊങ്ങി വന്നു.

'അല്ലെടാ സുരേ... ഞങ്ങള് ഈ വയസ്സാംകാലത്ത് ഒരു മധുവിധു ആഘോഷിക്കുന്ന കാര്യം ആലോചിക്കുവാ...' ഡേവിസ് ഉറക്കെച്ചിരിച്ചു.

'ആവാല്ലോ... ആവാല്ലോ... പ്രായം ഇച്ചിരി കടന്നിട്ടൊണ്ടന്നെയൊള്ളൂ കുഞ്ഞമ്മ ഇപ്പോഴും എടുപ്പിലും മുഴുപ്പിലും പഴയ മൊതലു തന്നാ.....' സുരേന്ദ്രൻ കുഞ്ഞമ്മയെ നോക്കി ഒരു വഷളൻ ചിരി ചിരിച്ചു.

'അല്ലേലും കന്നന്തരം പറയാൻ ഇന്നാട്ടില് നെന്നെക്കഴിഞ്ഞിട്ടേ ആളൊള്ളൂ സുരേ....' കുഞ്ഞമ്മക്ക് അതങ്ങോട്ട് ഇഷ്ടപ്പെട്ടില്ല.

'ശരിയാ കുഞ്ഞമ്മേ.... എന്റെയീ നാക്കിന്റെ ചൊറിച്ചില് മാറണേൽ എന്നെ കുഴീലോട്ട് എടുക്കേണ്ടി വരും..' തോളത്തു കിടന്ന ചുവന്ന കളറുള്ള തോർത്ത് തറയിലേക്കിട്ടിട്ട് സുരേന്ദ്രൻ വരാന്തയിലേക്കിരുന്നു.

'ഹാ... നീയെന്നാ പണിയാ ഇക്കാണിക്കണത് സുരേ അങ്ങോട്ട് കേറിയിരിക്ക്...' ഡേവിസ് അടുത്തു കിടന്ന കസേര നീക്കിയിട്ടു.

'ഒരു കണക്കിന് നമ്മളിങ്ങനെ വയസ്സും പ്രായോമൊക്കെ ആയിക്കഴിയുമ്പോ മക്കളു അകലേക്ക് പോണതുതന്നാ നല്ലത്....' ഡേവിസ് പറഞ്ഞതു ശ്രദ്ധിക്കാതെ സുര അകലേക്ക് നോക്കിക്കൊണ്ട് പറഞ്ഞു. അയാളുടെ സ്വന്തം ജീവിതം കൺമുന്നിൽ കാണുമ്പോലെ കയ്പ് നിറഞ്ഞ ഒരു ചിരി കണ്ണിന്റെ ഒരു കോണിൽ മാത്രം തങ്ങി നിന്നു.

'എന്നാലും ആ ചെറുക്കൻകൊച്ചു പോകാൻ നേരം നിന്റെ ചങ്കത്ത് അള്ളിപ്പിടിച്ചു കെടന്നിട്ടു കാറിയ കാറിച്ച... എന്റേം നാരായണീടേം കണ്ണു നെറഞ്ഞു പോയടോ... അതാ ഞങ്ങള് പെട്ടന്നങ്ങു പോയത്...'

ഡേവിസിന്റെ ചുക്കിച്ചുളിഞ്ഞ വിരലുകൾ നെഞ്ചത്തെ നരച്ച രോമങ്ങൾക്കിടയിലൂടെ അയാളറിയാതെ പരതി നടന്നു.

മകന്റെ മകനാണ് ജോക്കുട്ടൻ. ചെറുപ്പം മുതലേ അവന് ഡേവിസിന്റെ ചങ്കത്തു കയറി ആ ചൂടും പറ്റി കിടക്കാൻ വല്ല്യ ഇഷ്ടമായിരുന്നു. രാത്രി കിടന്നുറങ്ങാതെ വലിയ കരച്ചിലും ഒച്ചപ്പാടുമൊക്കെ നടത്തുന്ന ദിവസങ്ങളിൽ പോലും ഡേവിസിന്റെ ചങ്കത്തു കയറിക്കിടന്നാൽ ചെറിയൊരു ചിരിയും ചിരിച്ച് സുഖമായി ഉറങ്ങും ചെക്കൻ.

കഴിഞ്ഞ കൊല്ലം മൂന്നു മൂന്നര വയസ്സു പ്രായമുള്ളപ്പോളാണ് പള്ളിയോടു ചേർന്ന് മഠത്തിലെ കന്യാസ്ത്രീകൾ നടത്തുന്ന നഴ്സറി ക്ലാസ്സിൽ ജോക്കുട്ടൻ പോകാൻ തുടങ്ങിയത്.

ഒരു ദിവസം സിസ്റ്റർ ക്ലാസ്സിൽ കുട്ടികളോട് ഒരു ചോദ്യം ചോദിച്ചു. അവർക്ക് പോകാൻ ഏറ്റവും ഇഷ്ടമുള്ള സ്ഥലം ഏതാണ് എന്ന്.

കുട്ടികൾ മിക്കവാറും പാർക്ക്, അമ്മവീട് അങ്ങനെ ഓരോ ഉത്തരങ്ങൾ പറഞ്ഞപ്പോൾ ജോക്കുട്ടനു മാത്രം ഒരുത്തരമേ ഉണ്ടായിരുന്നുള്ളൂ....

'ന്റെ വെല്ല്യപ്പത്തന്റെ പൂതത്തങ്ക്...'

അവന്റെ അമ്മയുടെ സഹായത്തോടെ 'എന്റെ വല്യപ്പച്ചന്റെ പൂടച്ചങ്ക് ' എന്ന അവന്റെ ഇഷ്ടസ്ഥലം മനസ്സിലാക്കിക്കഴിഞ്ഞ് മഠത്തിലെ കന്യസ്ത്രീകൾ ഡേവിസിനെ എപ്പോക്കണ്ടാലും അയാളുടെ നെഞ്ചിലെ നരച്ച രോമങ്ങൾ നോക്കി ചിരിക്കുമായിരുന്നു.

ഇന്നലെ വെളുപ്പാൻ കാലത്ത് പോകാനുള്ള കാർ വന്ന് മകനും മകളും പോകാൻ തയ്യാറായി ഇറങ്ങിക്കഴിഞ്ഞിട്ടും ഡേവിസിന്റെ നെഞ്ചിൽ ഒട്ടിക്കിടന്ന ജോക്കുട്ടൻ പോകാൻ കൂട്ടാക്കിയില്ല. അവസാനം മകൻ ബലമായി എടുത്തുകൊണ്ടു പോകുമ്പോൾ ഉച്ചത്തിലുള്ള കരച്ചിലിനൊപ്പം കുഞ്ഞുകയ്യിൽ ഡേവിസിന്റെ നെഞ്ചത്തെ ഒരു പിടുത്തം നരച്ച രോമങ്ങളുമുണ്ടായിരുന്നു.

'ജോക്കുട്ടനെ കാണാതിരിക്കാൻ നെങ്ങക്ക് കഴിയുമെന്നു തോന്നണൊണ്ടോ ഡേവിസേ....?' സുരേന്ദ്രൻ ഒതുക്കുകല്ലുകൾ ഇറങ്ങി താഴേക്കു നടന്നു മറയുന്നതു നോക്കിക്കൊണ്ട് കുഞ്ഞമ്മ ചോദിച്ചു.

'പണ്ട് കല്യാണം കഴിഞ്ഞ് നെന്നെ കൂട്ടിക്കൊണ്ടു പോരാൻ നേരം നെന്റപ്പന്റെ നെഞ്ചത്ത് വീണു കെടന്ന് നീ കരഞ്ഞോണ്ടു ചോയിച്ചതോർമ്മയൊണ്ടോ കുഞ്ഞമ്മേ.... അപ്പാ, അപ്പനെ പിരിഞ്ഞിരിക്കാൻ ഈ മോക്കു കഴിയൂന്ന് അപ്പൻ വിചാരിക്കണൊണ്ടോന്ന്.... എന്നിട്ടെന്തായി...? ചെറുക്കനെ വയറ്റിലൊള്ളപ്പോ 'കന്നിപ്രസവമല്ലേ മോളെ വീട്ടിൽ വന്നു നിക്ക് ' എന്നു നിന്റമ്മ പറഞ്ഞിട്ടും 'ഇല്ലമ്മേ ഡേവിസിനെ ഇട്ടിട്ട് ഞാനെങ്ങും വരണില്ല ' എന്നു പറഞ്ഞില്ലേ നീയ്യ് ...?

'നല്ല പുകിലായി.... അന്ന് എന്നാ ഒക്കെ പറഞ്ഞിട്ടും എന്നെ കൊണ്ടാക്കിയില്ലേ എന്റെ വീട്ടില്...?'

'അതിനിപ്പോ എന്നാ... ഞാൻ കാണാൻ വരുന്നില്ലാരുന്നോ ഇടയ്ക്കിടെ...?'

'ഉവ്വുവ്വേ... പെറ്റു കെടക്കുന്ന പെണ്ണിന്റെ മുറീല് തൊണ്ണൂറ് കഴിയാതെ കെട്ട്യോനെ കെടത്താൻ പറ്റത്തില്ലെന്ന് അമ്മ പറഞ്ഞെന്റെ പേരില് കൊതിയും തുള്ളി പോന്നില്ലേ...?' കുഞ്ഞമ്മ ചിരിച്ചു കൊണ്ട് എഴുന്നേറ്റു.

'ഇനിയിപ്പോ ചെറുക്കന്റെ ഇഷ്ടത്തിനൊള്ള പലഹാരമൊന്നും വേണ്ടല്ലോ... ഞാൻ എന്തെങ്കിലും കാപ്പിക്ക് ഉണ്ടാക്കട്ടെ...' അകത്തേക്ക് നടന്നു കൊണ്ട് കുഞ്ഞമ്മ പറഞ്ഞു.

അവന്റെ ഇഷ്ടങ്ങൾക്ക് ഒരിക്കലും എതിരു നിൽക്കേണ്ടി വന്നിട്ടില്ല.

വിദേശത്ത് ജോലിക്കു പോകുന്ന കാര്യത്തെപ്പറ്റി മകനും മരുമകളും ത മ്മിൽ നടക്കുന്ന ചെറിയ ചെറിയ വാഗ്വാദങ്ങൾ പലവട്ടം ചെവിയിൽ വീ ണിരുന്നു. എന്തുകൊണ്ടോ പോകുന്ന കാര്യം നേരിട്ടു തന്നോടു പറയാ നുള്ള ധൈര്യം രണ്ടാൾക്കുമുണ്ടായില്ല.

ഒരു ദിവസം അത്താഴത്തിന് ഒരുമിച്ചിരിക്കുമ്പോൾ താൻ തന്നെ ചോ ദിച്ചു.

'ഒരുപാട് കാശൊക്കെ ആകുവോടാവേ മൂന്നുപേരും കൂടെ കാനഡ ക്ക് പോകാൻ...?'

'അയ്യോ അപ്പാ അതിപ്പോ....?'

'വേണമെങ്കീ നമ്മടെ ആ റോഡരുകു തീർത്ത് അര ഏക്കറങ്ങു വിൽ ക്കടാ ഉവ്വേ അല്ലാതെ അപ്പന്റെ കയ്യിൽ നീക്കിയിരുപ്പൊന്നുമില്ല....'

അവൻ ഒന്നും മിണ്ടിയില്ല. പിറ്റേന്ന് അത്താഴം കഴിഞ്ഞ് ഉമ്മറത്തു ചാരു കസേരയിൽ ജോക്കുട്ടനെ ചങ്കിൽ കയറ്റിക്കിടത്തി താലോലിക്കു മ്പോൾ മകൻ അടുത്തു വന്നിരുന്നു.

'ഞാൻ ഇവനെ അപ്പന്റെ ചങ്കത്തൂന്ന് പറിച്ചോണ്ട് പോണൂന്ന് വീട്ടു കാരെല്ലാം കുറ്റപ്പെടുത്തുന്നു. അപ്പനും അങ്ങനെ തോന്നണൊണ്ടോ?'

'നിന്റെ പേരപ്പൻ ഇല്ലിയോടാ... എന്റെ മൂത്ത ചേട്ടൻ, അവന്റെ മക്ക ളെല്ലാം വിദേശത്തല്ലിയോ അവൻ ഇടയ്ക്ക് പറഞ്ഞതോർക്കുന്നു. ആ രെങ്കിലും വരാനുണ്ടെന്ന കാത്തിരിപ്പിനോളം ജീവിക്കാൻ കൊതിപ്പിക്കു ന്നതൊന്നുമില്ലെന്ന്... ഇനിയിപ്പോ എനിക്കും കുഞ്ഞമ്മക്കും ജീവിതത്തോ ട് കൊതി തോന്നാൻ തുടങ്ങുവാരിക്കും അല്ലിയോടാവേ...'

വളരെ നാളുകൾക്കു ശേഷം മകന്റെ കൈകൾ തന്റെ പരുപരുത്ത വിരലുകൾ കൊണ്ട് തലോടുമ്പോൾ ഡേവിസിന്റെ ശരീരം മുഴുവൻ ഒ രു വിറയൽ ഉണ്ടായിരുന്നു.

അയാൾ പതിയെ പത്രം മടക്കിയെടുത്തു കൊണ്ട് എഴുന്നേറ്റു. അക ത്തേക്കു നടന്ന് അടുക്കളയിൽ ഭക്ഷണം ഉണ്ടാക്കുന്ന ഭാര്യയെ നോക്കി ക്കൊണ്ട് വാതിലിന്റെ കട്ടിളപ്പടിയിൽ കയ്യെത്തിച്ചു പിടിച്ചു കൊണ്ട് അൽ പനേരം നിന്നു.

'കുഞ്ഞമ്മോ.... നീയിതെന്നാ ഒണ്ടാക്കുവാ...?'

കുഞ്ഞമ്മ ഞെട്ടിപ്പിടഞ്ഞു പോയി.

പ്രസവത്തിനു സ്വന്തം വീട്ടിലേക്ക് പോയ ശേഷം നാലു മാസങ്ങൾ കഴിഞ്ഞ് തിരിച്ചു വന്ന ദിവസം. വന്ന പാടേ അമ്മയും അപ്പനും കൂടെ വന്നവരും മോനെക്കാണാനും ലാളിക്കാനും തിരക്കു കൂട്ടുമ്പോഴും കു ഞ്ഞമ്മയുടെ കണ്ണുകൾ ഡേവിസിനു വേണ്ടി തിരയുകയായിരുന്നു.

വീടിനുള്ളിലെങ്ങും കാണാതെ വന്നപ്പോൾ ഉള്ളിൽ നിന്ന് എന്തോ

ഒന്ന് വിങ്ങൽ പോലെ നെഞ്ചിൽ വന്നു തടഞ്ഞു.

കണ്ണുകൾ നിറഞ്ഞേക്കുമോയെന്നു ഭയപ്പെട്ട് അടുക്കളയിൽ കയറി അടുപ്പിൽ തീ ഊതിക്കത്തിക്കാൻ ശ്രമിക്കുമ്പോൾ കേട്ടു ആ ശബ്ദം.

'കുഞ്ഞമ്മോ.... നീയിതെന്നാ ഒണ്ടാക്കുവാ...?'

തിരിഞ്ഞു നോക്കുമ്പോൾ പിൻവശത്തെ മുറ്റത്തു നിന്ന് അടുക്കള ഇറമ്പിന്റെ വാരിക്കഴുക്കോലിൽ വലതു കൈ എത്തിച്ചു പിടിച്ച് അകത്തേക്ക് എത്തി നോക്കി നിൽക്കുന്നു ഡേവിസ്.

ഒരു കൈലി മുണ്ടാണ് വേഷം. തൊടിയിൽ വാഴയ്ക്കോ തെങ്ങിനോ മറ്റോ തടം കൂട്ടിയിട്ടുള്ള വരവാണ്. കൂന്താലിത്തൂമ്പ ഇടതു തോളിൽ വിശ്രമിക്കുന്നു. ദേഹം മുഴുവൻ കറുത്ത മൺ തരികളും അവയെ നനയിച്ചു കൊണ്ടൊഴുകുന്ന വിയർപ്പു ചാലുകളും.

നിന്നിടത്തു നിന്ന് ഒരു കുതിപ്പു കുതിക്കാനും വിയർപ്പ് ചാലിട്ടൊഴുകുന്ന ആ ശരീരം ഇറുകേപ്പുണർന്ന് ആ കവിളിൽ മുഖം ചേർക്കാനും മനസ്സു കൊതിച്ചതാണ്. അമ്മയുമച്ഛനുമടക്കം വീട്ടിലുള്ളവരുടെ സാമീപ്യം കൊണ്ട് അന്നാ ആഗ്രഹം മനസ്സിൽ തന്നെ ഒതുക്കി.

പക്ഷേ ഇന്ന് ആർക്കും വേണ്ടി കാത്തു നിൽക്കാൻ കുഞ്ഞമ്മയുടെ മനസ്സ് ഒരുക്കമല്ലായിരുന്നു.

മുറുകെപ്പുണർന്ന് നെഞ്ചിലെ നരച്ച രോമങ്ങൾക്കിടയിലൂടെ മുഖം ചേർത്ത് ഉരസുമ്പോൾ ഡേവിസിന്റെ വിരലുകൾ അവരുടെ ഇനിയും പൊഴിഞ്ഞു തീരാൻ ബാക്കിയുള്ള മുടിയിഴകൾക്കിടയിലൂടെ എന്തിനോ വേണ്ടി പരതി.

'ജോക്കുട്ടനു മുൻപേ ഈ നെഞ്ചിന്റെ അവകാശി ഞാനല്ലേ...?'

'മക്കൾ ദൂരെയായിരുന്നില്ലാ എങ്കിൽ സുന്ദരമായ ഒരുപാട് ഓർമ്മകൾ എവിടെയൊക്കെയോ എന്നെന്നേക്കുമായി മറന്നു വച്ചേനെ നമ്മൾ....'

'അവർ ദൂരമായതു നന്നായി എന്നാണോ...?'

'ഹേയ്.... നമുക്ക് ജീവിതത്തോട് കൊതി തോന്നാൻ പ്രതീക്ഷയോടെയുള്ള കാത്തിരിപ്പിന്റെ മധുരം തന്നിട്ടല്ലേ അവർ പോയത്...'

അയാൾ അവരെ അല്പം കൂടി തന്നിലേക്ക് ചേർത്തു നിർത്തുമ്പോൾ കുഞ്ഞമ്മ ഡേവിസിന്റെ കാതിൽ ചോദിച്ചു.

'മധുവിധുവിന് അങ്ങനെ പ്രത്യകിച്ചു പ്രായമൊന്നുമില്ലെന്ന് സുര പറഞ്ഞത് നേരാണല്ലേ....?'

'എന്തു പ്രായം.....ശരീരമല്ലല്ലോ തളർച്ചയില്ലാത്ത മനസ്സുകളല്ലേ മധുവിധു ആസ്വദിക്കുന്നത്...'

ഡേവിസ് ചിരിച്ചു.

◆

ഫ്രഷ് ലൈം

'ദാ അവിടെ നിർത്തിയാൽ മതി. ഇനിയങ്ങോട്ടു വണ്ടി പോവില്ല.'

നന്ദന കൈ ചൂണ്ടിക്കാണിച്ച സ്ഥലത്ത് വശം ചേർത്ത് കാർ നിർത്തിയിട്ട് ആര്യൻ ഇറങ്ങി.

റോഡിന്റെ ഇടത്തുവശത്തെ പറമ്പിനുള്ളിലേക്ക് അവർ കടന്നു. അതൊരു ചെറിയ മൺ വഴിയായിരുന്നു. പഞ്ചായത്തു റോഡിൽ നിന്നും ചെമ്പരത്തിച്ചെടികൾ അതിരിടുന്ന പുരയിടത്തിലേക്ക് കടക്കുന്നിടത്ത് എടുത്തു പൊക്കി മാറ്റി വയ്ക്കാവുന്ന, മരത്തിന്റെ ചെറിയ കമ്പുകൾ ചേർത്തുണ്ടാക്കിയ ഒരു ഗേറ്റുണ്ടായിരുന്നു.

ആര്യൻ മുഖത്തിരുന്ന സൺ ഗ്ലാസ് എടുത്തുമാറ്റി ആശ്ചര്യത്തോടെ ചുറ്റും നോക്കി.

'അച്ഛന്റെ കൃഷിയാ...തൊടിയിൽ ഇല്ലാത്തതൊന്നുമില്ല!' നന്ദന തൊടിയിലേക്കു നോക്കിക്കൊണ്ടു പറഞ്ഞു.

വീതികുറഞ്ഞ മൺ വഴിയുടെ ഇരുവശങ്ങളിലുമായി ഒരാൾ പൊക്കത്തിൽ വളർന്നു നിൽക്കുന്ന തെങ്ങിൻ തൈകൾ. അവയ്ക്കിടയിലൂടെ മണ്ണിളക്കി കാന കീറി വെള്ളം ഒഴുക്കി വിട്ടിരിക്കുന്നു. തെങ്ങിൻതൈകൾക്കിടയിലൂടെ വാഴയും പച്ചക്കറികളും കൃഷി ചെയ്തിരിക്കുന്നു. മരുഭൂമിയിൽനിന്നെടുത്ത് വനത്തിനുള്ളിലേക്ക് എറിയപ്പെട്ടതുപോലെയായിരുന്നു റോഡിന്റെ ചൂടിൽ നിന്നും തൊടിയിലേക്കു കടക്കുമ്പോൾ.

അത്രവലുപ്പമില്ലാത്ത ഭംഗിയുള്ള വാർക്ക വീടിന്റെ മമുറ്റത്തേക്ക് അവർ ചെന്നു കയറി. മുറ്റത്തിന്റെ അതിരിൽ നിന്നിരുന്ന പ്ലാവിന്റെ പഴുത്ത ഇലകൾ അവിടവിടെ ചിതറിക്കിടക്കുന്നു.

'കേറി വാ..!' നന്ദന വീടിന്റെ വരാന്തയിലേക്ക് കയറിക്കൊണ്ട് ആര്യന്റെ നേരെ തിരിഞ്ഞു.

വീട് പൂട്ടിയിരുന്നു. വരാന്തയുടെ മൂലയ്ക്കുള്ള തൂണിന്റെ ചിത്രപ്പണികൾക്കിടയിൽ നിന്ന് താക്കോൽ തപ്പിയെടുത്ത് അവൾ വാതിൽ തുറന്നു.

'അച്ഛൻ പറമ്പിൽ എന്തെങ്കിലും പണിയിലായിരിക്കും, ഞാൻ വിളിക്കാം...'

‘വേണ്ട.... നമുക്കങ്ങോട്ടു പോയി കാണാം.... എനിക്ക് അച്ഛന്റെ കൃഷികൾ കാണുകയും ചെയ്യാമല്ലോ...’

വീണ്ടും വാതിൽക്കലേക്കു തിരിഞ്ഞ നന്ദനയെ ആര്യൻ തടഞ്ഞു.

‘എന്നാൽ താനിരിക്ക്.... ഞാൻ കുടിക്കാൻ എടുക്കാം...!!’

‘എടോ എനിക്ക് ചായ, കോഫി... ഒന്നും വേണ്ടാട്ടോ... ഒന്നാമത് നല്ല ചൂട്....!!’

‘താനൊന്നടങ്ങടോ....!!’

നന്ദന ചിരിച്ചുകൊണ്ടു പുറത്തേക്കിറങ്ങിപ്പോയി. ചുറ്റും വളർന്നു നിൽക്കുന്ന മരങ്ങളും തൊടിയിലെ മണ്ണിന്റെ തണുപ്പും ചേർന്ന് വീടിന്റെയുള്ളിലും നല്ല കുളിർമ്മ പകരുന്നുണ്ടെന്ന് ആര്യൻ ഓർത്തു.

അകത്തേക്കു കയറിവന്ന നന്ദനയുടെ കയ്യിൽ രണ്ടു ചെറുനാരങ്ങയും ഒരു തണ്ട് പുതിനയിലയും ഉണ്ടായിരുന്നു.

‘താനും അച്ഛനും തനിച്ചാണോ ഇവിടെ..?’

നന്ദനയുടെ പിന്നാലെ ആര്യനും അടുക്കളയിലേക്കു ചെന്നു.

‘ഒരാൾ തന്നെയുള്ളപ്പോഴല്ലേടോ തനിച്ചാവുന്നത്...? ഞങ്ങൾ രണ്ടു പേരില്ലേ..?’

കയ്യിലിരുന്നവ ടാപ്പിലെ വെള്ളത്തിൽ കഴുകി വൃത്തിയാക്കിക്കൊണ്ട് അവൾ ചിരിച്ചു.

‘... ഞങ്ങളീ വീടു വാങ്ങി ഇവിടെ താമസം തുടങ്ങിയിട്ട് രണ്ടു വർഷം ആയതേയുള്ളൂ...!!‘

തോളിൽ കിടന്നിരുന്ന ചുരിദാറിന്റെ ഷാളിന്റെ അഗ്രങ്ങൾ എടുത്ത് അരയ്ക്കു ചുറ്റും വലിച്ചു കെട്ടിയിട്ട് അവൾ കപ്ബോർഡിന്റെ ഒരു തട്ടിൽ നിന്നും ജ്യൂസർ സെറ്റെടുത്ത് മിക്സിയുടെ മുകളിൽ പിടിപ്പിച്ചു.

‘തന്റെ അമ്മ നിങ്ങളുടെ കൂടെയില്ല എന്നെനിക്കറിയാം.... എന്നാലും മറ്റാരെങ്കിലും കൂടെയുണ്ടോ എന്നറിയണ്ടേ....?’ ആര്യൻ ഫ്രിഡ്ജ് തുറന്നു.

‘അതിനകത്ത് ഒന്നും തന്നെയുണ്ടാവില്ലടോ... അധികം തണുപ്പുള്ളതൊന്നും അച്ഛൻ കഴിക്കാറില്ല, ഇപ്പൊ ഞാനും...!!’

നന്ദന ചെറുനാരങ്ങയുടെ ഇളം മഞ്ഞ നിറത്തിലുള്ള തൊലി പീലർ കൊണ്ട് ഉരിഞ്ഞു മാറ്റി.

‘താനിതെന്നതാ ഉണ്ടാക്കുന്നേ....? എനിക്കൊന്നും മനസ്സിലാകുന്നില്ലല്ലോ...!’

നന്ദന ചെയ്യുന്നതു നോക്കിക്കൊണ്ട് ആര്യൻ അടുക്കളയുടെ സ്ലാബിലേക്ക് ചാരി നിന്നു.

'ഞാൻ ഉണ്ടാക്കുന്നതിനെപ്പറ്റി മാത്രമല്ലല്ലോ, തനിക്ക് എന്നെപ്പറ്റി എന്തെങ്കിലും മനസ്സിലായിട്ടുണ്ടോ...?' നന്ദന ചെറുനാരങ്ങ ഒരു പാത്രത്തിലേക്കു വച്ചിട്ട് അവന്റെ കണ്ണുകളിലേക്കു നോക്കി.

ആര്യന്റെ കണ്ണുകൾ ചെറുതായി.

'ഒരുപാടങ്ങു മനസ്സിലാക്കേണ്ട ആവശ്യമുണ്ടെന്നു തോന്നിയിട്ടില്ലെടോ... തന്നെയെനിക്ക് ഇഷ്ടമാണ്... അതിനി കൂടുതൽ മനസ്സിലാക്കിയതു കൊണ്ട് കുറഞ്ഞു പോകാനൊന്നും പോകുന്നില്ല...'

'ഇതു ഞാൻ കേൾക്കാൻ തുടങ്ങിയിട്ട് കുറച്ചു കാലമായി, അതു കൊണ്ടു തന്നെയാണ് ഇന്ന് ഇയാളെ എന്റൊപ്പം കൂട്ടിയത്..... എന്നെക്കുറിച്ച് തനിക്കറിയാത്ത കുറച്ചു കാര്യങ്ങൾ പറയാൻ.....!'

അവൾ ആര്യന്റെ മുഖത്തു നോക്കാതെ ചെറുനാരങ്ങ കഷ്ണങ്ങളായി മുറിച്ച് മിക്സിയുടെ ജ്യൂസർ ജാറിനുള്ളിലേക്കിട്ടു.

'നോക്ക് നന്ദന... പഴയ വല്ല തേപ്പു കഥകളും പറയാനാണെങ്കിൽ വേണ്ട... എനിക്ക് അതൊന്നും കേൾക്കണ്ട...!!'

'ഇതു തേപ്പുകഥയൊന്നുമല്ലടോ... പീഡനക്കഥ...!! തിരിച്ചറിവില്ലാത്ത പ്രായത്തിൽ പീഡിപ്പിക്കപ്പെട്ട പെൺകുട്ടികളെപ്പറ്റി താൻ ഒരുപാടു കേട്ടിട്ടുണ്ടാവും.... അങ്ങനെയാരെയെങ്കിലും തനിക്ക് നേരിട്ടറിയാമോ....?'

ആര്യൻ നിന്ന നിൽപ്പിൽ ഒന്നു നടുങ്ങി. അവൻ ചാരി നിന്നിരുന്ന സ്ലാബിന്മേൽ രണ്ടു കൈകളും കുത്താനുള്ള ഒരു വിഫലശ്രമം നടത്തി.

'എന്തേ.... ഇപ്പോഴും കേൾക്കണമെന്നു തോന്നുന്നില്ലേ..?' നന്ദനയുടെ ചുണ്ടിൽ നേർത്തൊരു പുഞ്ചിരി ഉണ്ടായിരുന്നു.

ആര്യൻ മറുപടിയൊന്നും പറയാതെ വന്നപ്പോൾ അവനെയൊന്നു പാളി നോക്കിയിട്ട് അവൾ പുതിനയുടെ തണ്ട് കയ്യിലെടുത്ത് അതിലെ ഇലകൾ പൊട്ടിച്ചു.

'അന്നെന്റെ പ്രായം എട്ടു വയസ്സ്...!! കൃത്യമായി പറഞ്ഞാൽ മൂന്നാം ക്ലാസ്സിലെ ഓണപ്പരീക്ഷ നടക്കുന്ന സമയം....'

അവൾ ഫ്രിഡ്ജു തുറന്ന് അതിനുള്ളിൽ ചെറിയ പാത്രത്തിൽ സൂക്ഷിച്ചിരുന്ന മൂപ്പെത്തിയ കാന്താരി മുളകുകളിൽ നിന്ന് രണ്ടെണ്ണമെടുത്തു ഞെട്ടു കളഞ്ഞിട്ട് ചെറുനാരങ്ങക്കഷ്ണങ്ങൾക്കൊപ്പമിട്ടു.

ആര്യന്റെ മുഖം വിളറി വെളുക്കാൻ തുടങ്ങിയിരുന്നു. നന്ദന കയ്യിലിരുന്ന പുതിനയിലകൾ നാരങ്ങാ കഷ്ണങ്ങൾക്കൊപ്പമിട്ടിട്ട് സ്ലാബിന്റെ അടിയിലുള്ള കപ്ബോർഡിന്റെ ഒരു ഡോർ തുറന്നു. ആര്യൻ ഒരു വശത്തേക്ക് അല്പം മാറിനിന്നു.

'പരീക്ഷക്കിടയ്ക്ക് മൂത്രമൊഴിക്കാൻ അനുവാദം ചോദിച്ചു പുറത്തേ

ക്കു പോയ ആൾ കുറേ നേരത്തിനു ശേഷവും തിരിച്ചു വരാതെയായപ്പോൾ അന്വേഷിച്ചു വരാൻ ക്ലാസ് ടീച്ചർ രണ്ടു കുട്ടികളെ പറഞ്ഞയച്ചു....!'

അവൾ കപ് ബോർഡിൽ നിന്നെടുത്ത ചെറിയ ടിന്നിൽ നിന്ന് സ്പൂൺ കൊണ്ട് അളന്നെടുത്ത ഉപ്പ് ജാറിനുള്ളിലേക്കിട്ടു.

ഓടിക്കിതച്ചു ക്ലാസ് റൂമിൽ തിരിച്ചെത്തിയ കുട്ടികൾ കൈ ചൂണ്ടിക്കാണിച്ചിടത്തേക്ക് ഓടിയെത്തിയ ടീച്ചർ അലറിവിളിച്ചു കരഞ്ഞുപോയി.

നന്ദനയുടെ ശബ്ദം ഇടറാൻ തുടങ്ങിയിരിക്കുന്നുവെന്ന് ആര്യൻ അറിഞ്ഞു.

മൂത്രപ്പുരയുടെ പിന്നിലെ ഭിത്തിയോടു ചേർന്ന് കീറിപ്പറിഞ്ഞ കുഞ്ഞുടുപ്പും ചോരയൊലിക്കുന്ന ദേഹവുമായി നിൽക്കുന്ന എന്റെ മുഖത്ത് നഖത്തിന്റെ ക്ഷതങ്ങൾ തടിച്ചു കിടപ്പുണ്ടായിരുന്നു....!

ടീച്ചറുടെ ഉച്ചത്തിലുള്ള കരച്ചിലും മുഖഭാവവും കണ്ടതോടെ എന്റെ കയ്യിൽ മുറുകെപ്പിടിച്ചിരുന്ന ബാലചന്ദ്രൻ മാഷിന്റെ കൈകൾ മെല്ലെ അയഞ്ഞു. സാറിന്റെ മൂക്കിന്മേൽ നഖം കൊണ്ടു കീറിയ പാടിൽ നിന്നും ഒരു തുള്ളിച്ചോര എന്റെ കൈത്തണ്ടയിലേക്കു വീണു.

'മോളേ....' മുന്നോട്ടോടി വന്ന ടീച്ചർ എന്റെ ഇരുചുമലിലും പിടിച്ചു കുലുക്കി.

'എന്നാ പറ്റിയേ....?'

'മാഷ്....' ഞാൻ ബാലചന്ദ്രൻ മാഷിനെ ദയനീയമായി നോക്കിയതു മാത്രം ഓർമ്മയുണ്ട്, ഭയന്നു വിറങ്ങലിച്ചു പോയിരുന്ന എന്റെ കണ്ണുകളിൽ പതിയെ ഇരുട്ടു കയറി.'

നന്ദന കയ്യെത്തിച്ച് മിക്സിയുടെ സ്വിച്ച് ഓൺ ചെയ്തു. അതിന്റെ കാതടപ്പിക്കുന്ന ശബ്ദത്തിൽ ആര്യന്റെ ശബ്ദം മുങ്ങിപ്പോയിട്ടും അവന്റെ വിറയ്ക്കുന്ന ചുണ്ടുകളുടെ ചലനം അവൾ കൃത്യമായി മനസ്സിലാക്കി.

'അതേടോ... ഗൗരിക്കുട്ടി... അപ്പൊ ഓർമ്മയുണ്ടല്ലേ ആ പേര്...!' ഗ്ലാസുകളിലേക്ക് ഊറ്റിയെടുത്ത ഫ്രഷ് ലൈം അവൾ അവന്റെ മുന്നിലേക്കു നീക്കി വച്ചു.

'മധുരമിട്ടിട്ടില്ല കേട്ടോ.... ഉപ്പു മാത്രം!'

'പക്ഷേ നീ.... നന്ദന...!!' അവൻ ഗ്ലാസ്സിലെ ലൈം ശ്രദ്ധിച്ചതേയില്ല.

'ഓഹ്, പേര്.... ഗൗരി നന്ദന.... അന്നത്തെ സംഭവത്തിനുശേഷം എന്നെ അധികമാരും ഗൗരിക്കുട്ടി എന്നു വിളിച്ചിട്ടില്ല. പിന്നെ ഞാനും പതിയെപ്പതിയെ അതു മറക്കാൻ ശ്രമിച്ചു, ഞാൻ ഗൗരിയല്ല വെറും നന്ദന മാത്രമാണെന്ന് വിശ്വസിക്കാനും.'

'ആ സംഭവം നടന്ന അന്ന് അമ്മ എന്നെയും കൊണ്ട് നാടു വിട്ടതാണ്..... മരിക്കാൻ വേണ്ടിത്തന്നെയാണ് ഇറങ്ങിത്തിരിച്ചതെന്ന് ഇപ്പോഴും അമ്മ പറയും...!!' ആര്യൻ എങ്ങോട്ടെന്നില്ലാതെ പതറിപ്പതറി നോക്കി.

ഞാൻ മയക്കത്തിൽ നിന്നും കണ്ണു തുറക്കുമ്പോൾ ചുറ്റും ആളുകളായിരുന്നു. ആംബുലൻസും പോലീസും കുട്ടികളും ടീച്ചർമാരും. മാഷിനെ പോലീസുകാർ ജീപ്പിനുള്ളിലേക്കു കയറ്റുന്നതു കണ്ടു.

'എനിക്കൊന്നും മനസ്സിലായില്ല. എന്നെ ടീച്ചർമാർ എടുത്ത് ആംബുലൻസിലേക്ക് കയറ്റുമ്പോളാണ് ഞാൻ നിന്നെ അന്ന് അവസാനമായി കാണുന്നത്.

സ്കൂൾ വരാന്തയിലെ വലിയ സിമന്റു തൂണിന്റെ മറവിൽ നിന്ന് തല വെളിയിലേക്കിട്ട് അകന്നു പോകുന്ന പോലീസ് വാഹനത്തിന്റെ നേരെ ഭയത്തോടെ നോക്കുന്ന എട്ടാം ക്ളാസ്സുകാരൻ ആര്യന്റെ മുഖം!

ഒരുവട്ടം നിന്റെ കണ്ണുകൾ എന്റെ നേർക്കും നീണ്ടിരുന്നുവെന്ന് പിന്നെ പലപ്പോഴും എനിക്കു തോന്നിയിട്ടുണ്ട്. പക്ഷേ അടഞ്ഞു പോയ ആംബുലൻസിന്റെ പിൻവാതിലുകൾ എന്റെ കാഴ്ചയെ മറച്ചിരുന്നു.'

'അച്ഛൻ.......!!!' ആര്യനു വാക്കുകൾ നെഞ്ചിൽത്തന്നെ കുടുങ്ങി.

'മോളേ...!' വീടിന്റെ പിൻവശത്തു നിന്നും വിളിയുയർന്നു.

'ആഹ്... അച്ഛാ....!!' കയ്യിലിരുന്ന ലൈമിന്റെ ഗ്ലാസ്സ് താഴെ വച്ച് ആര്യനെ ഒന്നു നോക്കിയിട്ട് നന്ദന അടുക്കള വശത്തെ വാതിൽ തുറന്നു.

'നീയെപ്പോ വന്നു..... മിക്സിയുടെ ശബ്ദം കേട്ടപ്പോഴാ ഞാൻ...!' അയാൾ അകത്തേക്കു നോക്കി.

'അച്ഛൻ കേറി വാ...' നന്ദന വാതിൽക്കൽ നിന്നു തിരിഞ്ഞു.

'വേണ്ട മോളേ.... കാലേലും കയ്യേലും നിറച്ചു മണ്ണാ... ഞാൻ ഒന്നു മുങ്ങിയേച്ചു വരാം...'

അയാൾ പിൻവശത്തെ അരഭിത്തിയിൽ വച്ചിരുന്ന സോപ്പുപെട്ടി എടുത്തുകൊണ്ട് പറമ്പിന്റെ താഴത്തെ അരികിലൂടെ ഒഴുകിയിരുന്ന അരുവിയുടെ അരികിലേക്കു നടന്നു.

'വേഗം വരണേ.... എന്റൊപ്പം ഒരാൾ കൂടിയുണ്ട്.... അച്ഛനൊരു സർപ്രൈസ്...!!'

'അതാരാ.... എന്നാപ്പിന്നെ കുളി പിന്നെയാക്കാം...' അയാൾ തിരിഞ്ഞു നിന്നു.

'അയ്യോ വേണ്ടാ.... ആൾക്ക് തിടുക്കമൊന്നുമില്ല.. അച്ഛൻ കുളിച്ചിട്ടു പോരേ...!' നന്ദന തിരികെയെത്തി.

ആര്യൻ ചലനമറ്റ് അടുക്കളയുടെ സ്ലാബിന്മേൽത്തന്നെ ഇരിപ്പുണ്ടായിരുന്നു.

'അച്ഛനെ ഒരിക്കൽ പോലും അന്വേഷിച്ചു പോയിട്ടില്ലേ താൻ..?' അവൾ ലൈമിന്റെ ഗ്ലാസ് വീണ്ടും കയ്യിലെടുത്തു.

'ഹേയ് ഇല്ല, അമ്മയ്ക്ക് വല്ലാത്തൊരു അറപ്പായിപ്പോയി അച്ഛനോട്, അതുതന്നെ എന്റെ മനസ്സിലും വളർന്നു വന്നു. എത്രമാത്രം ദൂരത്തേക്ക് പോകാൻ പറ്റുമോ അത്രയും ദൂരത്തേക്ക് ഓടിപ്പോകാൻ മാത്രമേ ശ്രമിച്ചിട്ടുള്ളു.... അച്ഛന്റെ ഓർമ്മകൾ പോലും എത്താത്തിടത്തേക്ക്....!'

'ഉം.... താൻ ലൈം കുടിക്ക്.' ആര്യന്റെ അരികിൽ ഒരു വശം ചെരിഞ്ഞ് അവന്റെ കണ്ണുകളിലേക്കു നോക്കിക്കൊണ്ട് അവൾ ഇരുന്നു.

'പക്ഷേ എനിക്കങ്ങനെ ഓടിപ്പോകാൻ കഴിയില്ലല്ലോ ആര്യൻ.... അതുകൊണ്ട് ഞാൻ ഓർമ്മകളെ തേടിച്ചെന്നു.... കാര്യങ്ങൾ തിരിച്ചറിയാനുള്ള പ്രായമായപ്പോൾ.....!'

'അച്ഛൻ എവിടെപ്പോയെന്ന് ഞങ്ങൾക്കറിയില്ലായിരുന്നു ....!'

'ഉം.... പന്ത്രണ്ടു വർഷങ്ങൾ...! പോലീസ് സ്റ്റേഷനിൽ നിന്നിറങ്ങി നാട്ടിലെത്തിയ മാഷ് ഒരു ദിവസം മുഴുവൻ അവിടെയുണ്ടായിരുന്നുവെന്ന് എല്ലാവർക്കുമറിയാം..... പിന്നെ എങ്ങോട്ടു പോയെന്ന് ആർക്കുമറിയില്ല...... ആ മനുഷ്യനെ അന്വേഷിച്ചു ഞാൻ അലഞ്ഞു. ആ സമയത്താണ് ഞാൻ നിന്നെക്കുറിച്ചു ചിന്തിച്ചത്... ബാലചന്ദ്രൻ സാറിന്റെ എട്ടാം ക്ലാസുകാരൻ മകൻ.. ആര്യൻ... പിന്നെ അവന്റെ അമ്മ... പിന്നെ തേടിയലഞ്ഞത് നിങ്ങളെയായിരുന്നു... മാഷ് നിങ്ങളോടൊത്തുണ്ടാകും എന്നോർത്ത്....'

'ഓഹോ... താൻ ഞങ്ങളെ അന്വേഷിച്ചു കണ്ടെത്തിയതാണല്ലേ ...? പക്ഷേ ഞങ്ങളെന്തു തെറ്റു ചെയ്തു... ഒരു സമൂഹം മുഴുവൻ ഞങ്ങളെ ഇങ്ങനെ ശിക്ഷിക്കാൻ തക്കവണ്ണം ഞാനും എന്റെയമ്മയും എന്തു തെറ്റു ചെയ്തു...?'

അത്രയും നേരം നന്ദനയ്ക്കു പരിചയമുള്ള ആര്യനല്ലായിരുന്നു അത്. അടിച്ചമർത്തപ്പെട്ട ഒരു നിരപരാധിയുടെ ആത്മരോഷം ആ ശബ്ദത്തിലുണ്ടായിരുന്നു.

'തെറ്റു ചെയ്തു..... നീയും നിന്റെ അമ്മയും ഒരിക്കലും പൊറുക്കനാവാത്ത തെറ്റു ചെയ്തു... നിങ്ങളാണ് ഏറ്റവും വലിയ തെറ്റുകാർ..... അല്ലെന്ന് പറയാൻ നിനക്കു കഴിയില്ല!!'

നന്ദന കയ്യിലിരുന്ന ഗ്ലാസ്സ് ശക്തിയോടെ സ്ലാബിൻമേൽ വച്ചു. ചില്ലു ഗ്ലാസ്സും മിനുസമുള്ള തറയും തമ്മിൽ കൂട്ടിമുട്ടിയ ശബ്ദം കേട്ടു. ഗ്ലാസ്സിനുള്ളിലെ ലൈം തുളുമ്പി.

'ഞങ്ങൾ എന്തു ചെയ്തെന്നാ നീ പറയുന്നേ....? എനിക്കിപ്പോഴും നല്ല ഓർമ്മയുണ്ട്... എന്നെ മാത്രമല്ല സ്കൂളിലെ മുഴുവൻ കുട്ടികളെയും

സ്വന്തം മകനെപ്പോലെ തന്നെ സ്നേഹിച്ചിരുന്നു എന്റെ അച്ഛൻ... അങ്ങനൊരാൾ മകളെപ്പോലെ കരുതിയിരുന്ന എട്ടു വയസ്സുകാരിയെ അങ്ങനെ ചെയ്തെന്നു പറയുമ്പോൾ....' ആര്യന് വികാരം കൊണ്ട് വാക്കുകൾ വിലങ്ങി.

'.... നീ തന്നെ പറ.... ഞാനെന്തു ചെയ്യണമായിരുന്നു? പോയി മരിക്കണമായിരുന്നോ..? അതോ അങ്ങേരെ കൊല്ലണമായിരുന്നോ?'

അവന്റെ സ്വരം ഇടറി കണ്ണിന്റെ കോണിൽ നിന്ന് നീർത്തുള്ളികൾ അടർന്നു.

നന്ദന കയ്യെത്തിച്ച് അടുക്കളയിൽ നിന്ന് പിന്മുറ്റത്തേക്കു തുറക്കുന്ന ജനലിന്റെ പാളികൾ മലർക്കെ തുറന്നിട്ടു. അരുവിയിൽ മുങ്ങിക്കുളി കഴിഞ്ഞ് അച്ഛൻ ധൃതിയിൽ നടന്നു വരുന്നുണ്ടായിരുന്നു.

'നിന്റച്ഛൻ തെറ്റു ചെയ്തെന്ന് നിന്നോടാരു പറഞ്ഞു ആര്യൻ..? ഞാൻ പറഞ്ഞോ...? എന്നെ അഡ്മിറ്റാക്കിയ ഹോസ്പിറ്റലിലെ ഡോക്ടറും പോലീസും എല്ലാവരും പറഞ്ഞില്ലേ എന്നെ ഉപദ്രവിച്ചത് പട്ടിയാണ്, ബാലചന്ദ്രൻ മാഷ് നിരപരാധിയാണെന്ന്..... എന്നിട്ടും അത്രയും സ്നേഹിച്ചു വളർത്തിയ നിന്റെ അച്ഛൻ അങ്ങനൊരു തെറ്റു ചെയ്തുവെന്ന് നിനക്കെങ്ങനെ വിശ്വസിക്കാൻ തോന്നി...?'

ആര്യന്റെ നോട്ടം കുറുകി.

'നീ വെറുമൊരു കുട്ടി..... പക്ഷേ നിന്റെ അമ്മ...? അവർക്കും മനസ്സിലാക്കാൻ കഴിഞ്ഞില്ലേ അദ്ദേഹത്തെ .....?'

'നീ എന്താ പറഞ്ഞു വരുന്നത്....?' ആര്യൻ ഇരുന്നിടത്തു നിന്നും എഴുന്നേറ്റു.

അന്ന് പരീക്ഷക്കിടയിൽ പെട്ടെന്ന് മൂത്രമൊഴിക്കാൻ വേണ്ടി ഓടിച്ചെല്ലുമ്പോൾ സ്കൂളിലെ തൂപ്പുകാരിച്ചേച്ചി മൂത്രപ്പുര ക്ളീൻ ചെയ്യുകയായിരുന്നു.

അതു കഴിയുന്നതുവരെ കാത്തുനിൽക്കാനുള്ള ക്ഷമയില്ലാത്തതു കൊണ്ടാണ് മൂത്രപ്പുരയുടെ പിന്നാമ്പുറത്തേക്ക് ഓടിയത്....

ചെന്നുപെട്ടത് സ്ക്കൂളിന്റെ പരിസരത്തുകൂടി തെണ്ടി നടക്കുന്ന കടിയൻ പട്ടിയുടെ മുന്നിൽ. അതെന്നെ കടിച്ചു കുടയുമ്പോൾ ഭയം കൊണ്ട് ഉച്ചത്തിൽ കരയാൻ പോലുമാവാതെ ഞാൻ വീണു പോയിരുന്നു.

'അപ്പൊ അച്ഛൻ ശരിക്കും നിരപരാധിയാണോ .....????' ആര്യന്റെ ശബ്ദം പിടഞ്ഞുയർന്നു.

'എന്നെ രക്ഷിക്കാൻ വന്ന് മാഷിന്റെ മൂക്കിന്മേലും പട്ടിയുടെ നഖം കൊണ്ടു കീറിയത് ഞാൻ ഓർക്കുന്നു..!!'

നന്ദനയുടെ മിഴികൾ നിറഞ്ഞു തൂവുന്നുണ്ടായിരുന്നു.

'പക്ഷേ നാട്ടുകാർ എല്ലാവരും പറഞ്ഞു അച്ഛൻ കാശ്കൊടുത്ത് പോലീസിനെ സ്വാധീനിച്ചതാണ്.... അച്ഛൻ തെറ്റു ചെയ്തു എന്നൊക്കെ ....' ആര്യന് എവിടെയൊക്കെയോ എന്തൊക്കെയോ തകിടം മറിയുന്നുണ്ടായിരുന്നു.

'ഹോസ്പിറ്റലിൽ ബോധം വീണപ്പോൾത്തന്നെ ഞാൻ എല്ലാം പറഞ്ഞതാണ്... ഡോക്ടറോട് .. ടീച്ചർമാരോട് ... എന്റെ അച്ഛൻ, അമ്മ.... പോലീസ് എല്ലാവരും സത്യം മനസ്സിലാക്കി.... പക്ഷേ അപ്പോഴേക്കും നീയും നിന്റെ അമ്മയും പിന്നെയീ നാട്ടുകാരും ചേർന്ന് മാഷിനെ ശിക്ഷിച്ചിരുന്നു......' അവളുടെ സ്വരം ഇടറിയില്ലെങ്കിലും കണ്ണുകൾ തുളുമ്പിയിരുന്നു.

'പക്ഷേ അച്ഛൻ.... തെറ്റു ചെയ്യാത്ത അച്ഛൻ എന്തിനാണ് തല കുനിച്ചു നിന്നത് ....?'

'നിങ്ങളെല്ലാം വെറുത്താലും എനിക്ക് ബാലചന്ദ്രൻ മാഷിനെ മറക്കാൻ കഴിയില്ലായിരുന്നു.... ഒറ്റയ്ക്കു നിൽക്കാൻ പ്രായമായപ്പോൾ ഞാൻ തേടിയിറങ്ങി....' നന്ദന ഒരു നിമിഷം നിർത്തിയിട്ട് കയ്യിലിരുന്ന ഗ്ലാസ്സിൽ നിന്ന് അല്പം ലൈം കുടിച്ചു.

'ഇന്നു നീ ചോദിച്ച അതേ ചോദ്യം നേരിട്ടു ചോദിക്കാൻ തന്നെയാണ് ഞാൻ അദ്ദേഹത്തെ തേടി കണ്ടെത്തിയത് ...

അദ്ദേഹം കുറേനേരം മൗനമായിനിന്നിട്ട് എന്റെ കണ്ണുകളിലേക്കു നോക്കി.

'എന്തായിരുന്നു മോളേ ഞാൻ ചെയ്യേണ്ടിയിരുന്നത് ....? എന്റെ ജീവിതം കൊടുത്തു ഞാൻ സംരക്ഷിച്ചു കൊണ്ടുവന്ന കുടുംബം..... എന്റെ സ്കൂൾ... എന്റെ കുട്ടികൾ... ഞാൻ ജീവിച്ച സമൂഹം..... ഇവരെല്ലാം ഒരു കുറ്റവാളിയെപ്പോലെ എന്നെ തുറിച്ചു നോക്കുമ്പോൾ, പേപ്പട്ടിയെപ്പോലെ കല്ലെറിയാൻ തയ്യാറായി നിൽക്കുമ്പോൾ അവരുടെ മുന്നിൽ മുട്ടിൽ നിന്നു വിളിച്ചു പറയണമായിരുന്നോ ഞാൻ ഒരു തെറ്റും ചെയ്തിട്ടില്ലയെന്ന് ....?'

എനിക്കു മറുപടി ഇല്ലായിരുന്നു. നിരപരാധിത്വം തെളിയും മുമ്പേ കുറ്റം വിധിച്ചു ശിക്ഷിക്കുന്ന ഒരു സമൂഹത്തിന്റെ ഇരയായിപ്പോയ ആ മനുഷ്യന്റെ മുഖത്തേക്കു നോക്കാൻ പോലുമായില്ലയെനിക്ക്.

'ആര്യൻ.... എന്തു മറുപടിയാണ് നിനക്കു പറയാനുള്ളത്....?'

ആര്യന്റെ തല കുനിഞ്ഞു.

'നീയിതു കുടിക്ക്....!' നന്ദന ലൈമിന്റെ ഗ്ലാസ്സെടുത്ത് ആര്യന്റെ ക

യ്യിൽ കൊടുത്തു.

അവനതു കയ്യിൽത്തന്നെ പിടിച്ചതേയുള്ളു.

'കുടിക്കാൻ.....!!' നന്ദനയുടെ അടഞ്ഞ ശബ്ദത്തിനു നല്ല കനമുണ്ടായിരുന്നു.

ആര്യൻ അറിയാതെ കുടിച്ചു പോയി. ആവശ്യത്തിന് ഉപ്പും പുളിയും ചേർന്ന ലൈമിനെ തണുത്ത വെള്ളം നല്ല സ്വാദുള്ളതാക്കിയിരുന്നു.

'ഇക്കാര്യങ്ങളൊക്കെ എനിക്കു നിന്നോട് ഒരു റെസ്റ്റോറന്റിലോ അല്ലെങ്കിൽ റോഡരുകിലോ നിന്നു പറയാനുള്ളതേയുള്ളു. പിന്നെ നിന്നെ ഞാനെന്തിനാ എന്റെ വീട്ടിലേക്കു കൊണ്ടുവന്നതെന്നറിയാമോ?'

ആര്യൻ ഗ്ലാസ്സിലെ ലൈം പാതി കുടിച്ചിട്ട് ഗ്ലാസ് സ്ലാബിന്റെ മോളിൽ വച്ച് നന്ദനയെ നോക്കി.

'എന്റച്ഛൻ സ്വന്തം കൈകൊണ്ടു നട്ടുപിടിപ്പിച്ച ചെറുനാരകത്തിൽ നിന്നെടുത്ത നാരങ്ങ കൊണ്ടുണ്ടാക്കിയ ഈ ഒരു ഗ്ലാസ്സ് ലൈമിനപ്പുറം എന്നിൽ നിന്ന് നീ ഒന്നും പ്രതീക്ഷിക്കരുത് എന്നു പറയാൻ....!'

ആര്യന് ഒന്നും മനസ്സിലായില്ല.

'എന്റച്ഛൻ.....!!' നന്ദന ജനലിലൂടെ പുറത്തേക്കു വിരൽ ചൂണ്ടി.

നനഞ്ഞ തുണി മുറ്റത്തെ അയയിൽ വിരിച്ചിട്ടു കൊണ്ടിരുന്നയാൾ പൊടുന്നനെ തിരിഞ്ഞു.

ബാലചന്ദ്രൻ മാഷ് !!!

അച്ഛൻ...!!

ആര്യൻ ഞെട്ടിപ്പിടഞ്ഞു പോയി.

'നിന്റെയല്ല.... എന്റെ... എന്നെ ജനിപ്പിച്ച എന്റെ അച്ഛനെയും അമ്മയെയും പോലെ സ്നേഹിക്കാൻ ഞാൻ സ്വന്തമാക്കിയ സ്നേഹനിധിയായ എന്റെയച്ഛൻ...!!'

അവൻ വീണ്ടും എന്തോ പറയാൻ തുടങ്ങി. പക്ഷേ നന്ദന അവനെ തടഞ്ഞു.

'നീ വീട്ടിൽച്ചെന്ന് നിന്റമ്മയോട് പറയണം, അച്ഛനെ കണ്ടിരുന്നുവെന്ന്... പറ്റുമെങ്കിൽ ഞാൻ പറഞ്ഞ കാര്യങ്ങളും.. ചെയ്യാത്ത തെറ്റിന് മറ്റുള്ളവരെ ശിക്ഷിക്കുന്നതിന്റെ വേദന അവരും അറിയട്ടെ...!'

'ഞാൻ അച്ഛനെ.... ' ആര്യൻ നിന്നിടത്തു നിന്നും മുന്നോട്ടേക്കാഞ്ഞു.

'ശ് ശ് ശൂ....' നന്ദന ചുണ്ടത്തു വിരൽ ചേർത്തുകൊണ്ട് അവനെ തടഞ്ഞു.

'എന്റച്ഛൻ മുറിയിലെത്തി തുണി മാറി പുറത്തു വരുമ്പോഴേക്കും നീ ഇവിടം വിട്ടിരിക്കണം...!!'

നന്ദനയുടെ കണ്ണുകൾക്ക് കത്തുന്ന കനലിന്റെ തീവ്രതയുണ്ടായിരുന്നു. ആര്യന് അനുസരിക്കാതിരിക്കാൻ കഴിഞ്ഞില്ല.

'ആരായിരുന്നു മോളേ വന്നത്...?'

ഡ്രസ്സ് മാറി മുറിയിലേക്കിറങ്ങി വന്നുകൊണ്ട് ബാലചന്ദ്രൻ മാഷ് ചോദിച്ചു.

'ഞാൻ.....! അല്ലാതെ ആരു വരാനാണച്ഛാ ...?' നന്ദന മറുചോദ്യം ചോദിച്ചുകൊണ്ട് അടുക്കളയിൽ എന്തോ പണിയിൽ മുഴുകി.

'അല്ലാ... ആരോ ഒരാൾ കൂടിയുണ്ടെന്നു പറഞ്ഞിട്ട്.....?'

'കൂടെയുള്ളതും ഞാൻ....!' അവൾ ചിരിച്ചു.

'എന്തോ സർപ്രൈസ് ഉണ്ടെന്നോ മറ്റോ പറഞ്ഞിട്ട്....?'

'ഞാനല്ലേ അച്ഛാ അച്ഛന്റെ ഏറ്റവും വലിയ സർപ്രൈസ്....?' അവൾ അയാളുടെ മുഖത്തേക്കു നോക്കി.

ബാലചന്ദ്രന്റെ കണ്ണുകൾ അടുക്കളയിലെ സ്ലാബിന്മേൽ വച്ചിരുന്ന രണ്ടു ലൈം ഗ്ലാസ്സുകളിൽ പതിഞ്ഞു. പിന്നെ അവിടുന്ന് സ്വീകരണ മുറിയും കടന്ന് പാതി തുറന്നിട്ടിരുന്ന മുൻ വാതിലിലൂടെ ചെന്ന് ചെറിയ ഇടവഴിയിലൂടെ സഞ്ചരിച്ച് റോഡും തൊടിയും അതിരിടുന്നയിടത്തെത്തി നിന്നു.

ചെറിയ മരക്കമ്പുകൾ ചേർത്തുണ്ടാക്കിയ ഗേറ്റിന്റെ മുകളിൽ കൈകൾ തെരുപ്പിടിച്ച് ഒരു ചെറുപ്പക്കാരൻ!

ഇത്ര അകലത്തായിരുന്നിട്ടു കൂടി അവന്റെ പതറിപ്പതറിയുള്ള ആ നോട്ടം അയാളുടെ ഇടനെഞ്ചിൽ കൊളുത്തി വലിച്ചു.

പോലീസ് ജീപ്പിന്റെ പിന്നിലെ സീറ്റിൽ തലകുമ്പിട്ടിരിക്കുമ്പോൾ സ്കൂളിന്റെ വലിയ സിമന്റു തൂണിന്റെ മറവിൽ നിന്ന് എത്തി നോക്കിയ എട്ടാം ക്ലാസുകാരന്റെ പേടിച്ചരണ്ട അതേ കണ്ണുകൾ!!!

അയാളുടെ ചുണ്ടിൽ ഒരു പുഞ്ചിരി വിടർന്നു. അയാൾ നന്ദനയ്ക്കരുകിലെത്തി സ്ലാബ്ബിന്മേൽ ചാരി നിന്നുകൊണ്ട് അവിടെയിരുന്ന ഒരു ലൈം ഗ്ലാസ്സിലെ പാതിയുണ്ടായിരുന്ന ലൈം ചുണ്ടോടു ചേർത്തു മെല്ലെ നുണഞ്ഞിറക്കി.

'ആഹ്..... അതു നീ തന്നെ സംശയമില്ല മോളേ.... നീയാണ് ഞാൻ കണ്ടിട്ടുള്ള ഏറ്റവും വലിയ സർപ്രൈസ്.... അച്ഛന് ഈ ജീവിതത്തിൽ ഇനിയൊരു സർപ്രൈസ് വേണ്ട!!'

ബാലചന്ദ്രൻ നന്ദനയെ അടുത്തേക്കു ചേർത്തു നിർത്തി നിറുകയിൽ ഉമ്മ വച്ചു.

♦

www.ingramcontent.com/pod-product-compliance
Lightning Source LLC
LaVergne TN
LVHW060121051026
849517LV00007B/2355